ஃபைவ் ஸ்டார்

துரோகம்

ISBN: 978-93-90771-29-5

ஃபைவ் ஸ்டார் துரோகம் (RK001)

ராஜேஷ்குமார்

வெளியீடு: RK பப்ளிஷிங், 23, யமுனா தெரு,
க்யூரியோ கார்டன் அவென்யூ, வடவள்ளி, கோயம்புத்தூர் - 641 046.

அட்டை வடிவமைப்பு: பாலகணேஷ்

நூல் வடிவமைப்பு: பாலகணேஷ்

Five Star Dhrogam (RK001)

Rajeshkumar

Published by: RK Publishing, 23, Yamuna Street,
Curio Garden Avenue, Vadavalli, Coimbatore - 641046.
Mob: 89251 16783
email: rkpublishing41@gmail.com
Web: www.rajeskumarnovels.com

Cover Designed by: Balaganesh

Book Designed by: Balaganesh

இந்நூல்...

ஆர்.கே.பப்ளிஷிங்கின்

தலைப்பிரசவம்!

ஃபைவ் ஸ்டார் துரோகம்

உச்சபட்ச துரோகங்கள் நடைபெறுகிற ஒரு இடம் எது என்று எல்.கே.ஜி படிக்கும் ஒரு குழந்தையிடம் கேட்டால் கூட 'அரசியல்' என்று உடனே பதில் வரும்.

அந்த அரசியல் அதுவும் தற்கால அரசியலை மனதில் உள்வாங்கிக்-கொண்டு எழுதப்பட்டதுதான் இந்த ஃபைவ் ஸ்டார் துரோகம்.

இந்த நாவலில் கற்பனை போல் வரும் சம்பவங்கள் உண்மையிலேயே நடந்த சம்பவங்கள். நடந்த சம்பவங்கள் போல் வரும் கற்பனைகள் எதிர்காலத்தில் நடக்கப்-போகிற நிகழ்வுகள்.

என்ன புரியவில்லையா?

பக்கங்களைப் புரட்டுங்கள்.

இப்பொழுது அத்தியாயங்கள் உங்களைப் -

- புரட்டிப்போட வைக்கும்.

கதையின் முடிவு உங்களுடைய

உதடுகளால்

ஒரு புன்னகையை

உதிர்க்க வைக்கும்

.....

1

அந்த விடியற்காலை ஐந்தேகால் மணிக்கு சட்டென்று தூக்கம் அறுந்து போனது சாதுர்யாவிற்கு. போர்வையை மெதுவாக விலக்கிக் கொண்டு மெல்ல எழுந்து உட்கார்ந்தாள். 'ஏதோ... சத்தம் கேட்ட மாதிரி இருந்ததே?'

"என்ன சத்தம்?"

அவளுடைய பார்வை ஜன்னலுக்கு வெளியே போயிற்று. வானம் இருட்டாக இருந்தாலும், அந்த வியாழக்கிழமை விடியும் பக்குவத்தில் தெரிந்தது. பக்கத்துத் தெரு பெருமாள் கோயிலிலிருந்து மாலே மணிவண்ணாவும், எதிர் தெருவின் தர்காவிலிருந்து 'அல்லா ஹு அக்பர்' என்ற 'பாங்கு து ஆ'வும் காற்றில் கலந்து சாதுர்யாவின் செவி மடலை ஸ்பரிசித்தது. அடுத்த வீட்டு பன்னீர்பூ மரம் 'ஸ்பிரே' அடித்த மாதிரி நுரையீரல் பூராவும் மணந்தது.

மறுபடியும் படுத்து தூக்கத்தைத் தொடரலாமா என்று யோசித்த விநாடி, அவளுடைய தலைமாட்டில் இருந்த செல்போன் வைப்ரேஷனில் உறுமியது. எடுத்து அழைப்பது யார் என்று பார்த்தாள்.

சீஃப் கமிஷனர் ஆஃப் இன்கம்டாக்ஸ் 'அருள்' பெயர் பச்சை நிறத்தில் வெளிச்சமாய் ஒளிர்ந்தது. போனை எடுத்து இடது காதுக்கு ஒற்றினாள்.

"குட்மார்னிங் ஸார்"

"வெரி வெரி குட்மார்னிங் சாதுர்யா... என்ன நல்ல தூக்கம் போலிருக்கு...? கொஞ்ச நேரத்துக்கு முன்னாடி ஒரு ரிங் கொடுத்தேன். நோ... ரெஸ்பான்ஸ். ரிங் போயிட்டே இருந்தது."

"ஸாரி... ஸார்... நேத்து லேட் நைட்தான் படுக்கப் போனேன். ஏதோ சத்தம் கேட்ட மாதிரி இருந்ததுன்னு இப்பதான் யோசனை பண்ணிட்டு இருந்தேன்.... உடனே உங்க போன்.... ஒன்ஸ் அகெய்ன் ஸாரி ஸார்."

"நோ ப்ராப்ளம்...இப்ப உன்னோட ரூம்ல உன்னைத் தவிர வேற யாராவது இருக்காங்களா....?'"

"யாரும் இல்ல ஸார்... நான் மட்டும்தான். அம்மா அப்பா வழக்கம்போல கீழே ஹால் ரூம்ல. ஏன் ஸார் எனிதிங்க்

இம்பார்ட்டண்ட்...?"

"எஸ்....! கொஞ்ச நேரத்துக்கு முந்தி மினிஸ்ட்ரி ஆஃப் ஃபைனான்ஸிலிருந்து எனக்கு ஒரு வோரல் ஆர்டர் வந்தது. நாம உடனடியாய் ஒரு ஆப்ரேஷனுக்குத் தயாராகணும், ஆப்ரேஷன் நேம் என்ன தெரியுமா சாதுர்யா....?"

"சொல்லுங்க ஸார்"

"ஆப்ரேஷன் ஆக்டோபஸ்"

"டார்கெட் யார் ஸார்?"

"நேர்ல சொல்றேன். இன்னும் ஒரு மணி நேரத்துக்குள்ளே நீ ரெடியாகி சாந்தோம் பீச்சுக்கு வரணும். டிபார்ட்மெண்ட் ஆஃப் ரெவின்யூவில் இருந்து நித்திலனையும் வரச் சொல்லியிருக்கேன்."

"சாந்தோம் பீச்ல 'லேண்ட் மார்க் பாய்ண்ட் எது ஸார்...?"

"ஹெர்பல் ஜூஸ் ஸ்டாலுக்குப் பக்கத்துல இருக்கிற வாக்கிங் பேவ்மெண்ட்."

"சரியா ஆறு மணிக்கெல்லாம் அங்கே இருப்பேன் ஸார்," சொன்ன சாதுர்யா செல்போனை அணைத்து விட்டு கால்களில் சக்கரங்களைக் கட்டிக் கொண்ட மாதிரி இயங்க ஆரம்பித்தாள். அடுத்த அரை மணி நேரத்துக்குள் குளித்து முடித்து வேறு உடைக்கு மாறி கீழே வந்தாள். சமையலறையில் ட்யூப்லைட் வெளிச்சம் தெரிய அம்மா ரோகிணி அங்கே இருப்பதற்கு அடையாளமாய் காப்பியின் மணம் காற்றில் கலந்திருந்தது. அம்மாவை பின்புறமாய் போய் கட்டிப் பிடித்து 'குட்மார்னிங் மாம்' என்றாள். ரோகிணி திகைத்துத் திரும்பினாள்.

"என்னடி... இவ்வளவு காலையில் எந்திரிச்சு ஃப்ரஷ்ஷாகி வந்து இருக்கே...?"

'கடமை அழைக்குதம்மா. சீஃப் கமிஷனர் அரை மணி நேரத்துக்கு முந்தி போன் பண்ணியிருந்தார். சாந்தோம் பீச்சுக்கு வரச் சொல்றார்....!"

"என்ன விஷயம்ன்னு கேட்டியா?"

"அங்கே போனாத்தான் தெரியும்"

"உனக்கு இந்த இன்கம்டேக்ஸ் டிபார்ட்மெண்டில் வேலை கிடைச்சப்பவே பொம்பள புள்ளைக்கு இந்த வேலை வேண்டாம்ன்னு தலை தலையா அடிச்சுகிட்டேன். நீயும் கேட்கலை. உங்க அப்பாவும் கேட்கலை... நேரங்கெட்ட நேரத்துல போன்

வருது. போன மாசத்துல ஒரு நாள் நடுச்சாமம் ஒரு மணிக்கு போன் வருது. இன்னிக்கு காலங்காத்தால.....''

"அம்மா... உன்னோட புலம்பலை அப்பா கிட்ட கண்டின்யூ பண்ணு. நான் கிளம்பறேன்''

"காப்பி ஆயிடுச்சு... ஒரு வாய் குடிச்சுட்டு போ....''

"அம்மா.... நான் காலை நேரத்துல கஷாயம் சாப்பிடறதை விட்டு ரொம்ப நாளாச்சுன்னு உனக்குத் தெரியாதா?''

"என்ன சொன்னே...?'' ரோகிணி சமையல் மேசை மீது இருந்த கரண்டியை எடுக்க சாதுர்யா வெளியே ஓடினாள்.

"அம்மா! அப்பாகிட்டே சொல்லிடு. நான் கிளம்பறேன்''.

சாதுர்யா வீட்டின் முகப்புக்கு வந்து மல்லிகைப் பந்தலுக்கு கீழே நிறுத்தியிருந்த தன் ஸ்கூட்டியை உயிர்ப்பித்துக் கொண்டு வெறிச்சோடிப் போயிருந்த சாலையில் வேகம் பிடித்தாள். சிக்னல்களில் பச்சை தாராளமாய்க் கிடைக்க சரியாய் ஆறு மணிக்கெல்லாம் சாந்தோமைத் தொட்டாள்.

சென்னையின் கிழக்கு திசை ரத்தச் சிவப்பான மேகங்களோடு சூரியனை எதிர்பார்த்து காத்திருந்தது.சாதுர்யா ஸ்கூட்டியை டூ வீலர் பார்க்கிங்கில் நிறுத்தி விட்டு வேகமாய் நடந்தாள். ஹெர்பல் ஜூஸ் ஸ்டால் வந்தது. மெகா சைஸ் தொப்பைகளோடு சிலர் டிஸ்போஸபிள் டம்ளர்களில் அருகம்புல் ஜூஸைக் குடித்துக் கொண்டிருக்க வாக்கிங் பேவ்மெண்டில் போடப்பட்டு இருந்த சிமெண்ட் பெஞ்சில் 'ஜாக்கிங் சூட்'டில் அந்த அழகான இளைஞன் சமுத்திரத்தைப் பார்த்தபடி உட்கார்ந்திருந்தான்.

"குட்மார்னிங் நித்திலன்....''

அவன் திரும்பி தன் சீரான பல்வரிசையைக் காட்டிச் சிரித்தான்.

"ஹாய் சாதுர்யா...''

"நீ வந்து ரொம்ப நேரமாச்சா...?''

"இல்ல இப்பத்தான் வந்தேன்...''

சாதுர்யா அவனுக்குப் பக்கத்தில் சற்று இடைவெளி விட்டு உட்கார்ந்தாள்.

"தலைவர் எதுக்காக கூப்பிட்டிருப்பார்ன்னு தெரியலை. எனி கெஸ் ஓர்க்?''

“அதான் போன்ல சொன்னாரே ‘ஆப்ரேஷன் ஆக்டோபஸ்’ன்னு”

“டார்கெட் யார்ன்னு சொல்லலையே?”

“அதை நமக்கு கடைசி நிமிஷத்துலதான் சொல்வார்...”

“எனக்கு ஒரு சந்தேகம் நித்தி,” என்ற சாதுர்யா குரலைத் தாழ்த்தினாள்.

“இந்த ‘ஆப்ரேஷன் ஆக்டோபஸ்’ஸுக்கு உன்னையும் என்னையும் மட்டும்தான் செலக்ட் பண்ணியிருக்கார். கவனிச்சியா?”

“ம்... கவனிச்சேன்”

“ஒரு வேளை நம்ம காதல் விவகாரம் தெரிஞ்சிருக்குமோ?”

“தெரிஞ்சதுனாலத்தான் உங்க ரெண்டு பேரையும் செலக்ட் பண்ணினேன்.”

தங்களுக்குப் பின்பக்கம் எழுந்த குரல் கேட்டு சாதுர்யாவும், நித்திலனும் திரும்பி பார்த்தார்கள். சீஃப் கமிஷனர் ஆஃப் இன்கம்டாக்ஸ் அருள் வெள்ளை நிற டீசர்ட், பேண்டில் மினி சிரிப்போடு நின்றிருந்தார். தனது 55 வயதான உடம்பை தினசரி வாக்கிங் மூலம் யாரும் பொறாமைப்படும் அளவுக்கு இளமையாய் வைத்து இருந்தார்.

இருவரும் திகைப்போடு எழுந்தார்கள்

“ஸார்...”

“நான் பத்து நிமிஷத்துக்கு முன்னாடியே இங்கே வந்துட்டேன். நான் பார்க்க விரும்பாத நண்பர் ஒருத்தர் அந்த ஹெர்பல் ஜூஸ் ஸ்டாலில் நின்றிருந்தார். அவரை அவாய்ட் பண்றதுக்காக, அந்த ஷெல்டர்க்குப் பின்னாடி நின்னுட்டிருந்தேன். அந்த நண்பர் புறப்பட்டுப் போனதும் இங்க வந்தேன். பை...த....பை ... காதலிக்கிறது தப்பான விஷயம் கிடையாதே..?”

“தப்பான விஷயம் கிடையாதுதான். இருந்தாலும் ஒரு வருஷம் வரைக்கும் யார்க்கும் தெரியாதபடி மெய்ண்டைன் பண்ணலாம்ன்னு நினைச்சோம் ஸார்....”

“இட்ஸ் ஓகே..... இந்த ‘ஆப்ரேஷன் ஆக்டோபஸ்’க்கு உங்க ரெண்டு பேரையும் நான் செலக்ட் பண்ண உங்க காதல் மட்டும் காரணம் இல்லை. ஐ லைக் யுவர் ட்யூட்டி டெடிகேஷன்”.

“தாங்க்யூ ஸார்”

“நவ் லெட் அஸ் கம் டு த பாயிண்ட்.... இன்னிக்கு விடிகாலை நாலுமணிக்கு மினிஸ்ட்ரி ஆஃப் பைனான்ஸிலிருந்து யோகேஷ்வர் சர்மா என்னோட ‘வாட்ஸ்அப்’க்கு ஒரு அதிர்ச்சியான செய்தியும் அதைப்பற்றின சில குறிப்புகளையும் அனுப்பி வெச்சிருந்தார். அதை நீங்களும் ஒருதடவை பார்த்துருங்க. அப்புறம் அதைப் பத்தி டிஸ்கஸ் பண்ணுவோம்.” சொன்ன அருள் தன் செல்போனை எடுத்து வாட்ஸ்அப் ஆப்ஷனுக்கு போய் அந்த செய்தியை உயிர்ப்பித்தார்.

“ப்ளீஸ் டேக் ஏ வ்யூ”

சாதுர்யாவும் நித்திலனும் தங்களுடைய பார்வைகளை வாட்ஸ்அப்பில் பதித்தார்கள், ஓர் ஆங்கில செய்தித்தாளும் அதில் அச்சாகியிருந்த அந்த செய்தியும் தட்டுப்பட்டது. படித்தார்கள். தமிழாக்கம் மனசுக்குள் ஓடியது.

“அசலான ரூபாய் போன்ற ஐநூறு கள்ள நோட்டு ரூ.300க்கு விற்பனை டெல்லியில் சப்ளை. இதுபற்றி டெல்லி சிறப்பு போலீஸ் கமிஷனர் ஷ்யாம் தயான் கூறுகையில் ‘இந்த கள்ள நோட்டுக்கள் அனைத்தும் நல்ல தரமான காகிதத்தில் பாதுகாப்பு அம்சங்களுடன் அச்சு அசலாக ஒரிஜினல் நோட்டுகள் போலவே இருக்கின்றன. ஆனால் மொத்த நோட்டுக்களை ஸ்கேன் செய்தால் மட்டுமே அதில் உள்ள குறை தெரிகிறது. அதாவது கைப்பற்றப்பட்ட நோட்டுகளில் 250 நோட்டுக்களில் ஒரே சீரியல் எண் உள்ளது. 80 நோட்டுகள் 4 பொதுவான சீரியல் எண்களைக் கொண்டுள்ளன. தீவிரவாத கும்பலைச் சேர்ந்த ஒரு நபர், இந்த நோட்டுக்களுடன் பிடிபட்டபோது எப்படியோ தப்பி விட்டான். ஆனால் அவன் செல்போன் போலீஸார் கைக்கு கிடைத்தது. அந்த போனில் பல விபரங்கள் குழப்பமாக இருந்தாலும் ஒரே ஒரு விஷயம் மட்டும் தெளிவாக உள்ளது. அதை இப்போதைக்கு சொல்ல முடியாது.”

சாதுர்யாவும் நித்திலனும் ‘வாட்ஸ்அப்’பிலிருந்து அதிர்ச்சியோடு நிமிர்ந்தார்கள். அருள் கேட்டார்.

“என்ன படிச்சிட்டீங்களா?”

“படிச்சிட்டோம் ஸார்.! ஒரு விஷயம் மட்டும் தெளிவாக உள்ளதுன்னு டெல்லி போலீஸ் கமிஷனர் சொல்லியிருக்கார் ஸார். அது என்ன விஷயம்?”

“அந்த கமிஷனரே எனக்கு போன் பண்ணி சொன்னார்,

நான் அதிர்ந்து போயிட்டேன்.... தமிழ்நாட்டில் இரண்டு முறை முதலமைச்சராய் இருந்த மாஜி முதல் அமைச்சர் முகில்வண்ணன் இந்த கள்ள நோட்டு விவகாரத்தில் ஒரு முக்கிய புள்ளியாக இருந்திருக்கிறார்.''

சாதுர்யாவும் நித்திலனும் ஒருவரையொருவர் அதிர்ச்சியோடு பார்த்துக் கொண்டார்கள்.

“ஸார் நீங்க சொல்றது?''

“பொய் கலப்பு இல்லாத ஐ.எஸ்.ஐ முத்திரையோடு கூடிய உண்மை!'

“ஸார்! எக்ஸ் சி.எம். முகில்வண்ணன் வெரி பவர்புல் பர்சன். அவரை நெருங்கறது அவ்வளவு சுலபம் இல்லை''

“எனக்கு அது தெரியாதா என்ன..? கொஞ்சம் கொஞ்சமா அவரை நாம நெருங்குவோம். இந்த ஆப்ரேஷன் ஆக்டோபஸில் நீங்க ரெண்டு பேரும்தான் செயல்பட போறீங்க. இன்னிக்குத்தான் திட்டத்தோட முதல் கட்டம் ஆரம்பம். முகில்வண்ணன் நாளைக்கு நீலாங்கரையில் உள்ள தன்னோட பண்ணை வீட்டில் அவரோட அறுபது வயது நிறைவு சஷ்டியப்த பூர்த்தி விழாவை கொண்டாட பெரிய அளவில் ஏற்பாடு பண்ணியிருக்கார். அந்த விழாவுக்கு அரசியல், சினிமா, தொழில் துறையைச் சேர்ந்த வி.வி.ஐ.பி,க்கள் நிறைய பேர் கலந்துக்கப் போறாங்க. அந்த விழாவில் நீங்க ரெண்டு பேரும் கலந்துக்கப் போறீங்க. கொஞ்சம் ரிஸ்க் எடுத்து இன்னும் சொல்லப் போனா உயிரை பணயம் வெச்சு வேவு பார்க்கப் போறீங்க''.

நித்திலன் சாதுர்யா இருவரின் உடல்களிலும் ஒரு எவரெஸ்ட் குளிர் ஊசியாய் மாறி ஊடுருவியது.

2

சாதுர்யாவும் நித்திலனும் சீஃப் இன்கம்டாக்ஸ் ஆபீஸர் அருளை ஒரு ஆச்சர்யப் பார்வையால் நனைத்துவிட்டு பேச ஆரம்பித்தார்கள்.

“ஸார்... முகில்வண்ணனின் அறுபதாவது பிறந்தநாள் விழாவுக்கு அரசியல் துறையைச் சேர்ந்தவங்களும், தொழிலதிபர்களும், சினிமா பிரபலங்களும் மட்டுமே கலந்துக்கப் போறாங்க இல்லையா?”

“ஆமா...”

“அப்படீன்னா நாங்க எப்படி உள்ளே போகமுடியும்? எண்ட்ரன்ஸ்லேயே தடுத்து நிறுத்திடுவாங்களே?”

“அது எனக்குத் தெரியாதா என்ன...? இந்தாங்க, இதைப் பிடிங்க....”, சொன்னவர் தன் தோளில் போட்டிருந்த லெதர்பையின் ஜிப்பை விடுவித்து உள்ளேயிருந்த அந்த இரண்டு பொன்னிற கவர்களை உருவி எடுத்தார்.

“இதுதான் முகில்வண்ணனின் சஷ்டியப்த பூர்த்தி விழா அழைப்பிதழ். சில முக்கியமான ஊடகங்களுக்கு மட்டுமே இந்த அழைப்பிதழ் கொடுக்கப்பட்டிருக்கு. இதை வாசலில் இருக்கிற செக்யூரிட்டிகள்கிட்டே காட்டினால் போதும். உள்ளே அனுப்பிடுவாங்க....”

நித்திலனும், சாதுர்யாவும் அந்த அழைப்பிதழ்களை வாங்கிப் பார்த்தார்கள்.

“அடலேறு அவதரித்த அறுபதாவது பிறந்தநாள். வரலாறை வாழ்த்துவோம் வாரீர்.” என்ற வரிகள் தங்க நிறத்தில் தகதகத்தது. கவர்க்குள் இருந்த அழைப்பிதழ். கால் கிலோ அளவுக்கு கனத்தது. அருள் சிரித்துக்கொண்டே சொன்னார்.

“நீங்க ரெண்டு பேரும் உள்ளே போறதுக்கான பாஸ்போர்ட் இது. கூடவே இந்த நேம்பேட்ஜையும் எல்லார்க்கும் தெரியும்படி சட்டைப் பை பக்கம் குத்திக்கணும்.”

“இது என்ன பேட்ஜ் ஸார்?”

“வாங்கிப் பாருங்க” வாங்கிப் பார்த்தார்கள்

‘அனைத்துலக தமிழர் வாழ்வாதார முன்னேற்ற கட்சி’ என்ற வாக்கியம் அரைவட்டமாய்த் தெரிய அந்த வட்டத்துக்குள்

முகில்வண்ணன் வழுக்கைத் தலையோடு தங்கப்பல் தெரிய சிரித்தார். பின்மண்டை தலைமுடி ‘டை’யின் உபயத்தால் கறுப்பு பிறையாய் தெரிந்தது. சாதுர்யா புன்னகையோடு தலையசைத்தாள்.

“இப்பப் புரியுது ஸார்.... இந்த விழா அழைப்பிதழ்தான் பாஸ்போர்ட். இந்த நேம்பேட்ச்தான் விசா. இந்த ரெண்டும் இருந்தால்தான் விழா நடக்கிற அந்த நீலாங்கரை பண்ணை வீட்டுக்குள்ளே போகமுடியும்.”

“அதே அதே.... சபாபதே,” என்றார் அருள்.

நித்திலன் கேட்டான். “ஸார்.... நாங்க பண்ணை வீட்டுக்குள்ளே போனதும் எது மாதிரியான நடவடிக்கைகள் மேற்கொள்ளணும்...?”

“நித்திலன்! அந்த பண்ணை வீடு ஒரு ஏக்கர் பரப்பளவில் கட்டப்பட்ட மிகப்பெரிய பங்களான்னு நான் கேள்விப்பட்டு இருக்கேன். அவர் எம்.எல்.ஏ.வாக இருந்தபோதே அவர் பேர்ல ஏகப்பட்ட ஊழல் புகார்கள். நம்ம டிபார்ட்மெண்ட்டுக்கு நிறைய லெட்டர்ஸ் வரும். அப்பவே கட்டின பண்ணை வீடு அது. ரெண்டாவது தடவையாய் அவர் எம்.எல்.ஏ ஆனபோது பொதுப்பணித் துறை மந்திரியாய் இருந்தார். மூணாவது தடவை தேர்தலில் ஜெயிச்சபோது சி.எம். ஆயிட்டார். மொத்தம் பத்து வருஷம் முதலமைச்சராய் இந்த முகில்வண்ணன் ஊழல் பண்ணி கோடி கோடியாய் பணம் சம்பாதிச்சார். அதிகாரமும் பதவியும் அவரோட கையில் இருந்ததால் அவரை சி.பி.ஐயும் சரி, அமலாக்கப் பிரிவும் சரி, நம்ம டிபார்ட்மெண்ட்டும் சரி, எதுவுமே பண்ண முடியலை. காரணம் சென்ட்ரல் கவர்மெண்டில் இருக்கிற சில சர்வ வல்லமை படைத்த அதிகாரிகள். ஆனா.... இப்ப.... நிலைமை கொஞ்சம் மாறியிருக்கு...”

“எப்படி ஸார்?”

“மினிஸ்ட்ரி ஆஃப் பைனான்ஸிலிருந்து சீஃப் சதுர்புஜன் எனக்கு பச்சைக் கொடி காட்டிட்டார். முகில்வண்ணன் மீது நடவடிக்கை எடுக்கிறதுக்கு முன்னாடி அவரோட நெருக்கமான நண்பர்கள் யார் யார்ங்கிறதை லிஸ்ட் பண்ணனும். இதுமாதிரியான முக்கியமான விழாக்களின் போதுதான் அவர்க்கு நெருக்கமான நபர்கள் யார் என்கிற விஷயம் தெரியவரும்.... நீங்க ரெண்டு பேரும் ரகசியமா வீடியோவாகவும் எடுக்கப் போறீங்க.... அதே நேரத்துல அந்த பண்ணை வீட்டில் எத்தனை அறைகள்,

எது மாதிரியான அமைப்புகளில் கட்டப்பட்டு இருக்கு என்கிற விபரங்களும் வேணும்.''

''யூ டோண்ட் வொர்ரி ஸார்... நீங்க சொன்னது மட்டும் இல்லை சொல்லாத விபரங்களையும் சேர்த்து கொண்டு வர்றோம்.''

அருள் அண்ணாந்து வாய்விட்டு சிரித்துவிட்டு நித்திலனின் தோள் மீது கையை வைத்தார்.

''நம்ம டிபார்ட்மெண்டிலேயே உங்க ரெண்டு பேரைப் பத்தி எனக்கு நல்லாவே தெரியும். ஹைலி டெடிகேட்டட் பர்ஸன்ஸ். எது மாதிரியான வேலையைக் கொடுத்தாலும் அதை ஒரு புதிய கோணத்தில் பார்த்து அதுக்கு முடிவுரை எழுதற கலை உங்ககிட்டே இருக்கு. எல்லாத்துக்கும் மேலா நீங்க ரெண்டு பேரும் ஐ.டி. டிபார்ட்மெண்டில் இருந்தாலும் வெளியுலகத்துக்கு தெரியாத 'இன்காமிரா' விங்கில் வேலை பார்த்துட்டு இருக்கிறது, இந்த ஆக்டோபஸ் ஆப்ரேஷனுக்கு ரொம்பவே உதவும்.''

''ஸார்.... முகில்வண்ணனோட சஷ்டியப்த பூர்த்தி ஃபங்ஷன் நாளைக்குத்தானே...?''

''ஆமா...''

''எத்தனை மணிக்குக் கிளம்பணும் ஸார்?''

''விடியற்காலை அஞ்சு மணிக்கு, கணபதி ஹோம பூஜையும் சுதர்சன பூஜையும் இருக்குன்னு நிகழ்ச்சி நிரலில் போட்டிருக்காங்க. அந்த நேரத்துக்கே நீங்க ரெண்டுபேரும் போயிடறது பெட்டர். இது மாதிரியான பூஜைகளின் போதுதான் முகில்வண்ணனுக்கு நெருக்கமானவங்க இருப்பாங்க... நீங்க அந்த ஃபங்ஷனில் இருக்கும்போது உங்க நடவடிக்கைகளைப் பார்த்து யாரும் சந்தேகப்பட்டுடக் கூடாது... ஏன்னா நான் இப்படி உங்களை வார்ன் பண்றதுக்கு ஒரு காரணம் இருக்கு...!''

''என்ன காரணம் ஸார்?''

''முகில்வண்ணனோட முன்கதைச் சுருக்கம் என்னன்னு தெரியுமா?''

''தெரியாது ஸார்...''

''அவரோட சொந்த ஊர் ராமநாதபுரத்தில் இருக்கிற செந்தட்டி கிராமம். அப்பா அம்மா வெச்ச பேரு முத்துக்காளை. அஞ்சாங் கிளாஸுக்கு மேல் படிப்பு வரலை. அப்பா, அம்மா இறந்த பிறகு அந்த ஊர் கவுன்சிலர் வீட்ல போய் வேலைக்கு சேர்ந்து,

அவர் கூடவே இருந்து வேலையும் பார்த்துகிட்டு அரசியலையும் கத்துகிட்டு வந்து ஒரு பேட்டைக்கு ரௌடியாகி, ஒரு பெண்ணை வலிய கெடுத்து, அவளையே கல்யாணம் பண்ணிகிட்டு ஒரு மந்திரிக்கு அடியாளாக மாறி, அவரோட சிபாரிசால கவுன்சிலராகி, எம்.எல்.ஏ.வாகி, மந்திரியாகி, இப்போ மாஜி முதல் மந்திரியாய் நாளைக்கு சஷ்டியப்தபூர்த்தியைக் கொண்டாடப் போறார். ஒரு முத்துக் காளை முகில்வண்ணனாய் மாறிய கதை இதுதான்.''

''ஸார்.. முகில்வண்ணனோட மனைவி இறந்துட்டதாய் எப்பவோ... பேப்பர்ல படிச்ச ஒரு ஞாபகம்''

''ஆமா. முதல் மனைவி விஜயா சில வருஷங்களுக்கு முன்னாடி இறந்து போயிட்டாங்க. இருந்தாலும், அடுத்த ஆறு மாசத்துக்குள்ளே முகில்வண்ணன் தன்னோட மகளிர் அணி கட்சித் தலைவி சகுந்தலாவை கல்யாணம் பண்ணிக்கிட்டார். முதல் மனைவி மூலமாய் முகில்வண்ணனுக்கு ஒரு மகள், ஒரு மகன். மகன் பேரு செந்தமிழ். வயசு முப்பது. பொண்ணோட பேரு கயல்விழி. கயல்விழிக்கு கல்யாணமாயிருச்சு. புருஷன் பேரு மணிமார்பன். அதே வீட்ல வீட்டு மாப்பிள்ளையாய் இருக்கார். செந்தமிழுக்கும் கல்யாணமாயிருச்சு. மனைவி பேரு மலர்க்கொடி'' என்று பேசிக் கொண்டே போன அருள் ஒருசில விநாடிகளுக்கு பேச்சை நிறுத்தினார். சுற்றும்முற்றும் ஒருமுறை பார்த்துவிட்டு குரலைத் தாழ்த்தினார்.

''இப்ப நான் சொல்லப் போகிற விஷயத்தை நீங்க ரெண்டு பேரும் மனசுல நல்லா வாங்கிகிட்டு இந்த ஆப்ரேஷன்ல செயல்படனும்.''

''சொல்லுங்க ஸார்''

''முகில்வண்ணனோட மகன் செந்தமிழும், மருமகன் மணிமார்பனும் சாதாரண நபர்கள் கிடையாது. சென்னையில் உள்ள பல கூலிப்படை அமைப்புக்கள் இவங்க ரெண்டு பேரோட கட்டுப்பாட்டுக்குள்ளேதான் இருக்கு... இவங்களோட கண்ணசைவுகள் எந்தப் பக்கம் போய் யார் மேல் பதியுதோ அவங்க ஒரு வார காலம்தான் உயிரோடு இருப்பாங்க.... போலீஸ் எஃப்.ஐ.ஆர் ஃபைல் பண்றதோடு சரி. அதுக்கப்புறமாய் பெயரளவுக்கு ஒரு இன்வெஸ்டிகேஷனை பண்ணிட்டு **'THE CASE CAN NOT BE FOUND'** என்கிற ஃபைல் லிஸ்ட்டுக்கு போயிடும்....''

நித்திலன் கோபமாய் குரலை உயர்த்தினான். ''ஸார், இது

ரொம்ப அநியாயம்..”

“இது எல்லார்க்கும் தெரியும்.... ஆனா யாரும் எதுவும் பண்ண முடியாது. வீ ஆர் ஹெல்ப்லஸ்...”

“ஸார்! பணம், பதவி, அதிகாரம் இந்த மூணும் யார்கிட்ட இருந்தாலும் அவங்ககிட்டே சட்டம் செல்லுபடியாகாது. நியாயம் தர்மம் எடுபடாது. முகில்வண்ணன்கிட்டே பதவியும் அதிகாரமும் இருக்கக் காரணம் அவர் முறைகேடாய் சம்பாதிச்சு வெச்சிருக்கிற கோடிக்கணக்கான பணம்தான். அதை முதல்ல பறிமுதல் பண்ணி அரசு கஜானாவுக்கு கொண்டு போயிட்டாலே போதும். முகில்வண்ணன் மாதிரி இருக்கிற நபர்களோட ஆட்டமெல்லாம் ஆடி அடங்கி காணாமல் போயிடும்...”

“யூ ஆர் கரெக்ட் நித்திலன்... பட் நம்மால் இது முடிகிற காரியமா...?”

“நானும் சாதுர்யாவும் இந்த அராஜகத்துக்கு முடிவு கட்றோம் ஸார்...!”

“நீ என்ன சொல்றே சாதுர்யா?”

“நான் களத்துல இறங்கி ரொம்ப நேரமாச்சு ஸார்”

“தட்ஸ் குட்... நாளைக்கு நம்ம ‘ஆப்ரேஷன் ஆக்டோபஸ்’ திட்டத்தோட முதல்கட்டம் ஆரம்பம். சரியா காலைல அஞ்சு மணிக்கெல்லாம் முகில்வண்ணனோட நீலாங்கரை பண்ணை வீட்ல இருக்கணும்.”

“இருப்போம் ஸார்”

● ● ●

காலை ஏழு மணி. அடையார் போட்ஸ் கிளப் ரோட்டிலிருந்த பெரிய பங்களாவின் பூஜையறையிலிருந்து வெளிப்பட்ட முகில்வண்ணன், அறைக்கு வெளியே நின்றிருந்த மகன் செந்தமிழையும், மருமகன் மணிமார்பனையும் ஆச்சர்யம் கலந்த கேள்விக்குறியோடு பார்த்தார்.

“என்ன.... செந்தமிழ்... நீயும் மாப்பிள்ளையும் இன்னுமா நீலாங்கரை பண்ணை வீட்டுக்குப் போகலை...?”

“இதோ போயிட்டிருக்கோம்....”

“கும்பகோணத்திலிருந்தும், வைத்தீஸ்வரன் கோயிலில் இருந்தும், மொத்தம் எத்தனை சிவாச்சாரியார்கள் ஹோமகுண்ட

பூஜை நடத்த வர்றாங்க...?"

"மொத்தம் பதினெட்டு.."

"அவங்க தங்கறதுக்கெல்லாம் இடம் ஏற்பாடு பண்ணியாச்சா?" முகில்வண்ணன் கேட்ட கேள்விக்கு ஆறடி இரண்டு அங்குல உயரத்தில் இருந்த மணிமார்பன் பவ்யமாய் குனிந்து சொன்னான்.

"எல்லா ஏற்பாடும் பண்ணியாச்சு மாமா"

"சரி... நாம எத்தனை மணிக்கு இங்கிருந்து நீலாங்கரை பண்ணை வீட்டுக்கு கிளம்புறோம்...!"

"அ...அ... அது.... வந்து.... மாமா..." நடந்து கொண்டிருந்த முகில்வண்ணன் சட்டென்று நின்று இருவரையும் ஒரு குழப்பப் பார்வை பார்த்தார்.

"என்ன ரெண்டு பேரும் முகத்தை தொங்கப் போட்டுகிட்டு இருக்கீங்க... ஏதாவது பிரச்சனையா?"

"கொஞ்சம் பிரச்சனைதான்," என்றான் செந்தமிழ்.

"என்ன?"

"நீங்க பூஜை ரூம்ல இருந்தப்ப டெல்லி மினிஸ்ட்ரி ஆஃப் ஃபைனான்ஸிலிருந்து, நம்ம ஆள் ஒருத்தர் போன் பண்ணியிருந்தார்ப்பா"

"என்னவாம்?"

" 'ஆப்ரேஷன் ஆக்டோபஸ்' என்கிற பேர்ல நம்ம பண்ணை வீட்ல ஐ.டி. ரெய்டு நடத்த திட்டம் தீட்டப்பட்டிருக்காம்... அதனோட முதல்கட்ட வேலைகள் ஆரம்பமாயிடுச்சாம்." செந்தமிழ் சொல்லச் சொல்ல முகில்வண்ணனின் முகம் அனல் குண்டமாய் மாறியது.

3

முகில்வண்ணனின் முகம் கோப ரத்தத்தில் சிவந்து, மாப்பிள்ளை மணிமார்பனையும் மகனையும் செந்தமிழையும் மாறி மாறிப் பார்த்தது.

"செந்தமிழ்! நீ என்ன சொல்றே.... ஆப்ரேஷன் ஆக்டோபஸ் என்கிற பேர்ல நம்ம பண்ணை வீட்ல ஐ.டி, ரெய்டு நடத்த திட்டம் தீட்டப்பட்டிருக்கா?"

"ஆமாப்பா..."

"உனக்குத் தகவல் கொடுத்தது யாரு?"

"மினிஸ்டரி ஆஃப் ஃபைனான்சில் இருந்து நமக்கு வேண்டிய தயான் வர்மா...."

"இது உறுதியான தகவல்தானா?"

"தயான் வர்மா சொன்னால் அது சரியாய்த்தான் இருக்கும், இதுக்கு முன்னாடி அவர் கொடுத்த எல்லாத் தகவல்களுமே சரியாய் இருந்திருக்குப்பா... ரெண்டு வருஷத்துக்கு முன்னாடி நூற்றுக்கும் மேற்பட்ட ஐ.டி. அதிகாரிகள் இதே பங்களாவுக்கு ஐ.டி. ரெய்டுக்கு வரப்போறதை முன்கூட்டியே சொன்னவர் தயான் வர்மா. அவர் அப்படி தகவல் கொடுத்ததினாலதான் நாம பதுக்கி வெச்சிருந்த 100 கோடி ரூபாயையும் 50 கிலோ தங்கத்தையும் உடனடியாய் இந்த இடத்திலிருந்து நங்கநல்லூரில் இருக்கிற நம்ம ஃபேமிலி ஃப்ரண்ட் தேவேந்திரன் வீட்டுக்கு கடத்தி அதைக் காப்பாத்தினோம்'.

மாப்பிள்ளை மணிமார்பன் குறுக்கிட்டான்.

"ஆமா மாமா.... தயான் வர்மா நமக்கு விசுவாசமானவர். இந்த ஆப்ரேஷன் ஆக்டோபஸ் நூறு சதவீதம் உறுதியான செய்தியாய்த்தான் இருக்கும்."

"சரி.... இப்ப பண்ணலாம்....?"

"மாமா.... நாளைக்கு உங்களுக்கு அறுபதுக்கு அறுபது சஷ்டியப்த பூர்த்தி. இந்த நேரத்துல நாம எந்த ஒரு டென்ஷனையும் காட்ட வேண்டாம், இப்போ தமிழ்நாட்ல நம்ம கட்சிதான் ஆட்சியில் இருக்கு. நீங்க பார்த்து ஓகே சொன்ன வஜ்ரவேலுதான் இங்கே முதலமைச்சர்.... சென்ட்ரல் கவர்மெண்ட்ல இருக்கிற காபினெட் மந்திரிகளில் பாதி பேர் நமக்கு விசுவாசமாய் இருக்காங்க.

இப்படி எல்லாமே நமக்கு சாதகமாய் இருக்கும் போது நாம ஏன் பயப்படணும்...?"

"நான் பயப்படலை மாப்பிள்ளை...," என்று சொன்னவர், சுற்றும் முற்றும் பார்த்துவிட்டு குரலைத் தாழ்த்திக் கொண்டார்.

"இந்த பண்ணை வீட்டுக்குள்ளேதான் நம்ம சம்பாதிப்புல முக்கால் பங்கு இருக்கு... இதை யார் எப்படி ஸ்மெல் பண்ணினாங்கன்னு தெரியலையே...."

"மாமா.... யார் ஸ்மெல் பண்ணினாலும் சரி நாம மறைச்சு வெச்சிருக்கிற இடத்திலிருந்து ஒரு நூறு ரூபாய் நோட்டைக் கூட அவங்களால எடுக்க முடியாது."

"அது எனக்கும் தெரியும் மாப்ளே.... ஆனா இப்ப எதுக்கு இந்த தேவையில்லாத ஆப்ரேஷன் ஆக்டோபஸ்....? நாம சொன்னபடி யார்க்காவது பணத்தை செட்டில் பண்ணாமே விட்டுட்டோமா....?"

இப்போது செந்தமிழ் குறுக்கிட்டான்,

"அப்பா.... நாம ஒழுங்கா மூச்சு விடறோமோ இல்லையோ தெரியாது. ஆனா மாசா மாசம் யார் யார்க்கு பணம் போய்ச் சேரணுமோ.... அவங்களுக்கு ஒழுங்கா பணம் போயிடுது. அதுல எந்த ஒரு தப்பும் நடக்க வாய்ப்பு இல்லை...!"

"பின்னே எப்படி...?"

"தெரியலை..."

"நீ வேணா வஜ்ரவேலுக்கு ஒரு போன் போட்டு குடு, பேசிப் பார்க்கலாம்...!"

செந்தமிழ் தன் செல்போனை எடுத்து முதலமைச்சர் வஜ்ரவேலுவின் 'ஹாட் லைன்' இணைப்புக்குத் தொடர்பு கொண்டான். மறுமுனையில் முதலமைச்சர் பேசினார்.

"என்ன தம்பி.... காலங்காத்தால போன்?"

"அப்பா பேசணுமாம்"

"குடு... குடு..."

செந்தமிழ் செல்போனை முகில்வண்ணனிடம் தர, அவர் வாங்கி வலது காதுக்கு ஒற்றினார்.

"வஜ்ரம்"

"வணக்கம்... தலைவரே.... சஷ்டியப்த பூர்த்தி விழா ஏற்பாடுகள் எல்லாம் எப்படி போயிட்டிருக்கு...!"

“ஒரு பத்து நிமிஷத்துக்கு முந்திவரை எல்லாமே நல்லபடியாய் போயிட்டிருந்தது வஜ்ரம். இப்ப ஒரு பிரச்சனை எட்டிப் பார்த்ததால சந்தோஷமே தடம் புரண்டிருச்சு வஜ்ரம்“.

“என்ன சொல்றீங்க தலைவரே....?”

முகில்வண்ணன் விஷயத்தை சுருக்கமாய் சொன்னார். முதலமைச்சர் வஜ்ரவேல் மறுமுனையில் ஆச்சர்யப்பட்டார்.

“என்னது ஆப்ரேஷன் ஆக்டோபஸ்ஸா?”

“ஆமா....”

“எனக்கு இதுவரைக்கும் ஒரு தகவல் கூட இல்லை.... தலைவரே. அப்படி ஏதாவது இருந்திருந்தா உளவுத்துறை மூலமாய் விஷயம் என்னோட காதுக்கு வந்து இருக்குமே....!”

“வஜ்ரம்....! உளவுத்துறை இப்போ நமக்கு விசுவாசமாய் இல்லை. நான் சி.எம்.மாய் இருந்த காலத்திலேயே அவங்க நிறைய பொய் பேசினாங்க. போன தடவை நடந்த எலெக்ஷன்ல 25 ஆயிரம் வோட்டு வித்தியாசத்துல நான் ஜெயிப்பேன்னு சொல்லி கற்பூரம் கொளுத்தி சத்தியம் பண்ணாத குறையாய் ரிப்போர்ட் கொடுத்தாங்க. ஆனா, நான் 50 ஆயிரம் வோட்டு வித்தியாசத்துல தோத்தேன். நீ தோப்பேன்னு சொன்னாங்க. ஆனா ஜெயிச்சே!’

“ஆனா தலைவரே... நம்ம கட்சிதான் ஆட்சியைப் பிடிக்கும்ன்னு சரியாய் சொன்னாங்களே?”

“இதோ பார் வஜ்ரம்.... கட்சி மேலிடம் என்மேல கொஞ்சம் அதிருப்தியாய் இருக்கிறதால் சி.எம்.மாய் நீ வர்றதுக்கு நான் பச்சைக் கொடி காட்டினேன்... டெல்லி மந்திரிகள் யார் தமிழ்நாட்டுக்கு வந்தாலும் நான் நல்லபடியாய் கவனிச்சு அனுப்பிச்சேன். அதுக்கு அவங்க காட்ற நன்றி இதுதானா?”

“நான் இப்ப என்ன பண்ணட்டும் தலைவரே?”

“உடனே டெல்லிக்கு போன் போடு. மினிஸ்ட்ரி ஆஃப் பைனான்ஸின் சீஃப் ஆபீஸர் கிட்டே பேசு. அந்த ஆக்டோபஸ் தமிழ்நாட்டுக்கு வரக்கூடாது.”

“அவ்வளவுதானே....! இப்ப பேசிட்டு அடுத்த பத்து நிமிஷத்துக்குள்ளே உங்க லைனுக்கு வர்றேன்!”

“வா.... வெயிட் பண்ணிட்டிருக்கேன்” சொன்ன முகில்வண்ணன் கையில் இருந்த செல்போனை மகனை நோக்கி வீசிவிட்டு சுவரோரமாய் போட்டிருந்த சோபாவில் போய்

சாய்ந்து கொண்டார். ஏ.ஸி., அந்த அறையை ஊட்டியாய் மாற்றியிருந்தாலும், முகமும் வழுக்கையும் வியர்வையில் மின்னியது. உதடுகளில் பத்து விநாடிகளுக்கு ஒரு முறை ஒரு கெட்ட வார்த்தை உற்பத்தியாகி வெளியே கோபத்தோடு வந்து விழுந்து காற்றை அசுத்தப்படுத்தியது.

சரியாய் பத்து நிமிஷம்.

செந்தமிழ் செல்போன் ரிங்டோனை வெளியிட்டது. எடுத்துப் பார்த்துவிட்டு சொன்னான்.

“அப்பா... போன்ல சி.எம்.”

செந்தமிழ் நீட்டிய போனை வாங்கி கோபம் தணியாமல் பேசினார்.

“சொல்லு வஜ்ரம்...”

“தலைவரே... மினிஸ்டர் கிட்டேயே பேசிட்டேன்”

“என்ன சொன்னார்?”

“அது வந்து....”

“வார்த்தைகளை முழுங்காமே பேசு வஜ்ரம்“

“மினிஸ்ட்ரி ஆஃப் பைனான்ஸுக்கு சீஃப் ஆபீஸராய் இப்போ ‘சதுர்புஜன்’ன்னு ஒருத்தர் வந்து இருக்காராம். அவரோட தாத்தா சுதந்திர போராட்ட கால வீரராம். போனவாரம்தான் ட்யூட்டியில் ஜாய்ன் பண்ணியிருக்கார், அன்னிக்கே **CLOSED FILES** செக்ஷனுக்குப் போய் ரேண்டமாய் ஒரு ஃபைலை எடுத்துப் பார்த்து இருக்கார். அப்படி அவரோட கைக்கு சிக்கின ஃபைல் உங்களோடதாம். அஞ்சு வருஷத்துக்கு முன்னாடி நீங்க சி.எம். மாய் இருந்தபோது காவல்துறைக்கு வாங்கிய அதிநவீன சாதனங்களில் பெரிய முறைகேடு நடந்ததை சரிவர விசாரிக்காமல் சி.பி.ஐ. க்ளோஸ் பண்ணின ஃபைல் அது. நிதானமாய் படிச்சுப் பார்த்துட்டு, மறுபடியும் ஃபைலை ஓப்பன் பண்ணனும்ன்னு சொல்லியிருக்கார். அதுக்கு முன்னாடி உங்களுக்கு சொந்தமான வீடுகளில் ஒரு ரெய்டு பண்ணணும்ன்னு முடிவு எடுத்து அதுக்கு ‘ஆப்ரேஷன் ஆக்டோபஸ்’ன்னு பேர் கொடுத்து இருக்கார்.”

“ஃபைனான்ஸ் மினிஸ்டர் அதுக்கு எதிர்ப்பு தெரிவிக்கலையா?”

“இல்லையாம் தலைவரே”

“ஏன்....?’

“அந்த சீஃப் ஆபீஸர் சதுர்புஜன் ஊழலற்ற இந்தியாவை உருவாக்கி காட்டறதாய் ஊடகங்களுக்கு பேட்டி கொடுத்து டெல்லி மக்களுக்கு மத்தியில் நல்ல செல்வாக்கோடு இருக்காராம். அப்படிப்பட்ட ஒரு நபர்கிட்ட போய் உங்க ஃபைலை விசாரிக்க வேண்டாம்ன்னு சொன்னால் மினிஸ்டரையே அவர் சந்தேகப்படுவாராம்.... அதனால....”

“எனக்குப் புரியுது.... நீ எதையும் விளக்கி சொல்ல வேண்டாம் வஜ்ரம்.... நீ உன்னோட வேலையைப் பாரு. ஐ.டி. காரங்க அவங்க வேலையை பார்க்கட்டும். நான் இனிமேல் என்ன வேலையை பார்க்கணுமோ அந்த வேலையை பார்க்கிறேன்.”கோபமாய்க் கத்தி செல்போனை அணைத்தார். பெருமூச்சு ஒன்றை நெருப்பாய் வெளியேற்றிவிட்டு செந்தமிழையும், மணிமார்பனையும் சைகையால் பக்கத்தில் அழைத்தார்.

இருவரும் நெருங்கினார்கள். முகில்வண்ணன் அடிக்குரலில் பேசினார். “நாளைக்கு பண்ணை வீட்டில் ஃபங்ஷன் நடக்கும் போது உங்க ரெண்டு பேர்க்கும் என்ன வேலை தெரியுமா....? அந்த கூட்டத்துல சந்தேகப்படற மாதிரி யார் இருந்தாலும் அவங்க உயிரோட வெளியே போகக் கூடாது!”

• • •

அடுத்த நாள் அதிகாலை. நேரம் 4.30 மணி. ஹெட்லைட்கள் வெளிச்சத்தில் ஈ.சி.ஆர் சாலையில், தன் ஸ்விஃப்ட் காரை மிதமான வேகத்தில் விரட்டிக் கொண்டிருந்தான் நித்திலன், அவன் அருகே இருந்த இருக்கையில் சாய்ந்து உட்கார்ந்தபடி, தன் செல்போனைத் தடவி எதையோ பார்த்துக் கொண்டிருந்த சாதுர்யாவை தொண்டையைக் கனைத்து ஈர்த்தான். சாதுர்யா கேட்டாள்.

“என்ன நித்தி.... தொண்டை சரியில்லையா?”

“அதெல்லாம் நல்லாயிருக்கு.... நீதான் சரியில்லை”

“எனக்கென்னவாம்?”

“கார்லதான் வேற யாரும் இல்லையே. அப்படியே தலையை ஒரு 45 டிகிரி கோணத்தில் சாய்ச்சு என் தோள் மேல....!”

“நித்தி....” என்று சொல்லி முறைத்த சாதுர்யா அவனுடைய வலுவான புஜத்தில் குத்தினாள். சொன்னாள்.

“நாம ஒண்ணும் டூர் போகலை. வீ ஆர் ஆன் ட்யூட்டி...”

“தெரியும் சாதுர்யா.... இருந்தாலும் முகில்வண்ணனோட பண்ணைவீடு வர்ற வரைக்கும் ஆன் ட்யூட்டியை பார்க்காமே நம்ம ட்யூட்டியை பார்ப்போமே!”

“டேய்.... உதை விழும்.... ரோட்டைப் பார்த்து வண்டியை ஓட்டு. இன்னும் சில நிமிஷங்கள்ல பண்ணைவீடு வந்துடும்... அதோ தூரத்துல பாரு வெளிச்சம்....”நித்திலன் பார்த்தான்.

“அவரோட பண்ணை வீட்டுக்கு இன்னும் அஞ்சு கிலோமீட்டர் தூரம் இருக்கே.... இங்கிருந்தே கொண்டாட்டத்தை ஆரம்பிச்சுட்டாங்க போலிருக்கே.”

கார் வெளிச்சத்தை நெருங்கியது. சாலையின் இரண்டு பக்கமும் பத்தடிக்கு ஒரு ட்யூப் லைட் கட்டப்பட்டு நூற்றுக்கணக்கான ட்யூப்லைட்டுகள் இலவச மின்சாரம் சாப்பிட்டு, அந்த விடியற்கால இருட்டை ஒரு பகல் நேரமாய் மாற்றியிருந்தன. விஸ்வரூபம் எடுத்து நின்ற ஃப்ளக்ஸ் போர்டு பேனர்களில், முகில்வண்ணன் விதவிதமாய் கும்பிட்டு சிரித்துக் கொண்டிருந்தார். கீழே எழுதப்பட்டிருந்த வாசகங்கள் பார்வையை உறுத்தின.

‘நடமாடும் பாரதமே

உன் பாதம் பணிந்தோம்.’

“நித்தி! பார்த்தியா கொடுமையை”

“இந்தப் பக்கம் என்ன பேனர்ன்னு பாரு சாதுர்யா?” காரின் வேகத்தைக் குறைத்தான். சாதுர்யா படித்தாள்.

‘தலைவா... இந்த தரணியில் உனக்கு

ஜனனம் மட்டுமே!

அந்த ஆண்டவனுக்கே ஆயுள் நிர்ணயம்

செய்பவன் நீ.’

நித்திலன் வாய்விட்டுத் திட்டினான்.

“அடப் பாவிகளா?”

சாதுர்யா ஏதோ சொல்ல முயன்ற விநாடி அவளுடைய செல்போன் ‘வாட்ஸ்அப்’பில் ஒரு மெஸேஜ் வந்ததற்கு அறிகுறியாய் ஓர் ‘அலர்ட் டோன்’ கேட்டது.

எடுத்து வாட்ஸ்அப் ஆப்ஷனுக்குப் போய் பார்த்தாள். ரத்தச் சிவப்பு நிறத்தில் ஒரு பெரிய ‘எக்ஸ்’ குறி தெரிந்தது.

4

தன்னுடைய 'வாட்ஸ்அப்'பில் தெரிந்த அந்த சிவப்பு 'எக்ஸ்' குறியைப் பார்த்ததும் லேசாய் முகம் மாறினாள் சாதுர்யா.

"நித்தி"

"ம்"

"காரை அப்படி ஓரமாய் நிறுத்து"

"ஏன் என்னாச்சு?"

"நம்ம பாஸ் அருள் என்னோட 'வாட்ஸ்அப்'புக்கு ரெட் எக்ஸ் குறி அனுப்பியிருக்கார்."

நித்திலனும் அதே விநாடி தன்னுடைய முக நிறத்தை தொலைத்துவிட்டு இடது பக்கமாய் காரை ஒடித்து ஒரு மரத்துக்கு கீழே கொண்டு போய் நிறுத்தினான்.

"அவர் உனக்கோ எனக்கோ வாட்ஸ்அப்'பில் ஒரு ரெட் எக்ஸ் குறி அனுப்பினால் நாம செல்போனில் பேசக்கூடிய நிலைமையில் இருந்தால் உடனே பேசணும்ன்னு அர்த்தம் இல்லையா?"

"ஆமா..."

"ம்... பேசு..."

சாதுர்யா சுற்றும் முற்றும் பார்த்து விட்டு செல்போனில் சீஃப் ஆபீஸர் அருளின் செல்போன் எண்ணைத் தொட்டாள். மறுமுனையில் ஒரே ஒரு முறை ரிங் போய் அருளின் குரல் கேட்டது.

ஸ்பீக்கரை ஆன் செய்தாள் சாதுர்யா.

"சாதுர்யா"

"குட் மார்னிங் ஸார்"

"என்னால குட்மார்னிங் சொல்ல முடியாது"

"ஏன் ஸார்?"

"இப்ப நீயும் நித்திலனும் எங்கே இருக்கீங்க?"

"முகில்வண்ணனோட பண்ணை வீட்டுக்கு அஞ்சு கிலோமீட்டர் தள்ளி."

"காரை ஓரமாய் நிறுத்திட்டீங்களா?"

"நிறுத்திட்டோம்."

“உங்களை யாரும் நோட் பண்ணலையா?”

“ஸார்.... ரோட்டோட ரெண்டு பக்கமும் நூற்றுக்கணக்கான ட்யூப்லைட்டுகளும், ராட்சஸ பேனர்களும்தான் இருக்கு... ஆள்நடமாட்டம் அறவே இல்லை.... ஏன் ஸார்.... அந்த ரெட் எக்ஸ்.... எனிதிங்க் இம்பார்ட்டண்ட்?”

“மோஸ்ட் இம்பார்ட்டண்ட்.”

“சொல்லுங்க ஸார்....”

“ஆப்ரேஷன் ஆக்டோபஸ் திட்டம் எப்படியோ கசிஞ்சு முகில்வண்ணனோட காதுக்குப் போயிடுச்சுன்னு டெல்லியில் இருந்து எனக்கு தகவல் வந்தது.”

“எ...எ... எப்படி ஸார்?”

“தெரியலை.... நம்ம நாட்ல 1947ல் தியாகிகள் இருந்தாங்க. இப்ப துரோகிகள்தானே இருக்காங்க... இந்தத் திட்டத்தை சதுர்புஜன் எவ்வளவோ ரகசியமாய் வெச்சிருந்தும் எப்படியோ கசிஞ்சு வெளியே வந்து யார் காதுக்கு விஷயம் போகக்கூடாதோ அவங்க காதுக்கு போயிடுச்சு”

“போனா என்ன ஸார்.... இது ஒண்ணும் அஃபிஷியல் ரெய்டு கிடையாதே... அந்த பண்ணை வீட்டை நானும் நித்திலனும் வேவு பார்க்கப்போறோம் அவ்வளவுதானே?”

“சாதுர்யா! நீ ஒரு விஷயத்தைப் புரிஞ்சுக்கணும்....”

“சொல்லுங்க ஸார்”

“முகில்வண்ணன் இந்நேரத்துக்கு ‘அலர்ட்’ ஆகியிருப்பார். பாதுகாப்பு ஏற்பாடுகள் பலப்படுத்தப் பட்டிருக்கும். உங்க ரெண்டு பேர் மேலேயும் கொஞ்சம் சந்தேகம் ஏற்பட்டாலும் விளைவுகள் வேறுவிதமாய் இருக்கும்“.

“எங்க உயிர்க்கு ஆபத்து ஏற்படலாம்ன்னு சொல்ல வர்றீங்களா ஸார்?”

“எஸ் ... நான் ஏற்கனவே சொன்னது போல் முகில்வண்ணன் வெரி பவர்ஃபுல் பர்சன்... ஏற்கனவே சி.எம்.மாய் இருந்தவர். அவர் பதவியில் இல்லைன்னாலும் இன்னிக்கும் அவர்தான் ஷேடோ சீஃப் மினிஸ்டர். அவர் நினைச்சா, எந்த ஒரு அநியாயத்தையும் பண்ணிட்டு அதை நியாயப்படுத்த முடியும்....!”

“ஸார்... எனக்கொரு சந்தேகம்?”

“என்ன?”

“இப்ப என்கூட போன்ல பேசிட்டிருக்கிறது சீஃப் கமிஷனர் ஆஃப் இன்கம்டாக்ஸ் எங்க பாஸ் அருள்தானே?”

“அதுல உனக்கென்ன சந்தேகம் சாதுர்யா?”

“இல்ல ஸார் அவர் இப்படியெல்லாம் டிஸ்கரேஜ் பண்ற மாதிரி பேச மாட்டாரே?”

“உன்னோட கேலி கிண்டல் எனக்குப் புரியுது சாதுர்யா.... ஆனா நேத்து காலையில் உங்ககிட்டே பேசின அந்த பாஸ் அருள் இப்ப இப்படி கோழைத்தனமாய் பேச வேண்டிய சூழ்நிலை ஏற்பட்டிருக்கு. நமக்கு தைரியம் வேண்டியதுதான். ஆனா, அந்த தைரியம் விவேகத்தோடு இணைஞ்சதா இருக்கணும்.”

“ஓ.கே. ஸார்.... நாங்க இப்ப என்ன பண்ணணும்....?”

“முகில்வண்ணனோட பண்ணை வீட்டுக்குப் போக வேண்டாம். காரை திருப்பிக்கிட்டு வந்துடுங்க...!” அதுவரைக்கும் எதுவும் பேசாமல் ஸ்பீக்கரில் அருள் பேசுவதைக் கேட்டுக் கொண்டிருந்த நித்திலன் தயக்கமாய் குறுக்கிட்டான்.

“ஸார்.... நான் நித்திலன்”

“சொல்லு நித்தி”

“நான் பேசலாமா ஸார்?”

“தாராளமாய்”

“ஸாரி ஸார்”

“எதுக்கு இப்போ ஸாரி?”

“முதல் தடவையாய் நானும் சாதுர்யாவும் உங்க பேச்சை மீறி நடக்கப்போறோமே அதுக்காக....!”

“நித்தி....நீ... என்ன சொல்ற?”

“ஸார்... இந்த “ஆப்ரேஷன் ஆக்டோபஸ்” சரியான நேரத்தில் எடுக்கப்பட்ட ஒரு முடிவு. அதுக்கான பிள்ளையார் சுழியை, இன்னிக்கு நாம போட்டுட்டோம். ஸ்டார்ட் பண்ணிடலாம். யார்க்காகவும் எதற்காகவும் நாம பயப்பட வேண்டியது இல்லை ஸார்.”

“எனக்கு பயம் எல்லாம் கிடையாது நித்தி. டெல்லியில் இருந்து இப்போதைக்கு இந்த ஆப்ரேஷன் வேண்டாமேன்னு தகவல் தரும்போது நான் என்ன செய்ய முடியும்....? அயாம் ஹெல்ப்லஸ்.... நீங்க ரெண்டு பேரும் புறப்பட்டு வந்துடுங்க....

இல்லேன்னா பாண்டிச்சேரி போய், ஒருநாள் ஜாலியாய் ஸ்பெண்ட் பண்ணிட்டு வாங்க... லீவ் சாங்ஷன் பண்ணிடறேன்...."

"ஆஹா... இப்ப நீங்க ரெண்டாவதாய் ஒண்ணு சொன்னீங்களே அது ஓ.கே. ஸார்..."

"ரெண்டு பேரும் சாயந்தரம் ஆறு மணிக்குள்ளே திரும்பிடுங்க... ஏழு மணிக்கு ஐ.டி. ஆபீஸர்ஸ் மீட் ஒண்ணு ஏற்பாடு பண்ணப்பட்டிருக்கு... அந்த மீட்டிங்க்ல சில விஷயங்களை பத்திப் பேசப் போறோம்."

"சரியாய் ஆறு மணிக்கெல்லாம் சென்னையில் இருப்போம் ஸார்....!"

"ஹேவ் ஏ ஜாய்ஃபுல் டே..." மறுமுனையில் அருள் செல்போனை அணைக்க, சாதுர்யா தன் செல்போனின் இணைப்பைத் துண்டித்து விட்டு நித்திலனை ஒரு தீப்பார்வை பார்த்தாள்.

நித்திலன் காரின் ஸ்டீரியங்கில் தாளம் போட்டுக் கொண்டே 'நிலவுக்கு என்மேல் என்னடி கோபம், நெருப்பாய் எரிகிறது' என்று பாடினான்.

"நித்தி .... உன்னோட வாயைக் கொஞ்சம் சாத்துறியா?"

"இதோ... சாத்திட்டேன்"

"நாம இப்போ பாண்டிச்சேரி போகப் போறதில்லை"

"போகப் போறதாய் நானும் சொல்லலையே...?"

"பின்னே... பாஸ் பாண்டிச்சேரிக்குப் போய் ஜாலியாய் ஒரு நாளை ஸ்பெண்ட் பண்ணிட்டு வாங்கன்னு சொன்னப்ப 'ஆஹா'ன்னு சந்தோஷப்பட்டியே?"

"சந்தோஷப்பட்டதாய் யார் சொன்னது?"

"பின்னே?"

"சந்தோஷப்பட்ட மாதிரி நடிச்சேன்"

"நடிச்சியா?"

"ஆமா...."

"ஏன்?"

"அப்பத்தான் அவர் நம்புவார்....!"

"நித்தி.... நீ இப்ப என்ன சொல்ல வர்றேன்னு எனக்குத் தெரியலை..."

"சாதுர்யா.... நாம இப்போ பாண்டிச்சேரி போகப் போறது

இல்லை.''

''சென்னை திரும்பறோமோ?''

''அதுவும் இல்லை....''

''அப்புறம்....?''

''ஆப்ரேஷன் ஆக்டோபஸை கண்டினியூ பண்றோம். நம்ம பாஸ் வேணுமின்னா மேலிடத்துக் கட்டளைக்குப் பணியலாம். நாம பணிய வேண்டியது இல்லை. பாஸ் நம்ம ரெண்டு பேர்க்கும் லீவு கொடுத்துட்டார். ஆனா, ஸ்டில் வீ ஆர் ஆன் ட்யூட்டி. திட்டமிட்டபடி முகில்வண்ணனோட பண்ணை வீட்டுக்குள்ள நுழையறோம். ஆப்ரேஷன் ஆக்டோபஸில் நாம் என்னென்ன பண்ணனும்னு பாஸ் அருள் சொல்லியிருந்தாரோ அதையெல்லாம் கச்சிதமாய் செஞ்சு முடிக்கப் போறோம்....!''

சாதுர்யா நித்திலனை இமைக்காமல் பார்த்தாள். அவன் சிரித்தான். ''இந்த பார்வைக்கு என்ன பொருள் என் பிரிய சகியே?''

''நி...த்...தி....!''

''சாதுர்யா! நீ ரொம்பவும் உணர்ச்சிவசப்படற மாதிரி தெரியுது. உன்னால பேச முடியலைன்னா பரவாயில்லை. ஒரு முத்தம் கொடுத்துடு.... அது டெபிட் கார்டாய் இருந்தாலும் பரவாயில்லை. கிரெடிட் கார்டாய் இருந்தாலும் பரவாயில்லை ஆல் கார்ட்ஸ் வில் பி டேக்கன் ஹியர்''

சாதுர்யா தன் மென்மையான முஷ்டியால் அவனுடைய இடது கன்னத்தில் குத்தினாள்.

''நித்தி....! உன்கிட்டே எனக்குப் பிடிச்சதே இந்த தைரியம்தான்... நம்ம பாஸ் பண்ணை வீட்டுக்கு போக வேண்டாம்ன்னு சொன்னா அங்கே ஏதோ ஆபத்து இருக்குன்னு நூறு சதவீதம் நம்பலாம். ஆனா, நீ ரிஸ்க் எடுக்கிறே... உனக்கு பயமாய் இல்லை....?''

''நான் பயப்பட்டு ரொம்ப நாளாச்சு. அதாவது போன வருஷம் ஜூன் மாசம் ஏழாம் தேதி காலை 11.15 மணியிலிருந்து நான் பயப்படறதை விட்டுட்டேன்.''

''ஏன் அன்னிக்கு என்ன நடந்தது?''

''அன்னிக்குத்தான் நீ என்னைப் பார்த்து நாம ரெண்டு பேரும் காதலிச்சா என்னடான்னு கேட்டே...!'' நித்திலன் சிரிப்போடு

சொல்லிக் கொண்டிருக்கும் போதே காரின் கண்ணாடி கதவு வேகமாய்த் தட்டப் படும் சத்தம் கேட்டது.

"யாரது?"

திடுக்கிட்டு போனவர்களாய் இருவரும் உற்றுப் பார்த்தார்கள். ட்யூப்லைட்களின் வெளிச்சத்தில் அந்தப் பெண் தெரிந்தாள்.

இளம் பெண்.

வியர்த்து வழிந்தபடி மூச்சு வாங்கிக் கொண்டிருந்தாள்.

5

காரின் கண்ணாடிக் கதவை வெளியே இருந்தபடி அந்தப் பெண் வேகமாய்த் தட்டிக் கொண்டிருக்க, கார்க்குள் உட்கார்ந்திருந்த நித்திலனும் சாதுர்யாவும் ஒருவரையொருவர் பார்த்துக் கொண்டார்கள்.

"சாதுர்யா... அது யார்ன்னு தெரியலையே..?"

"யாராய் இருந்தா என்ன நித்தி.. மொதல்ல கண்ணாடிய இறக்கு, யாரு என்னன்னு கேளு..."

கண்ணாடியை கீழே இறக்கினான் நித்திலன். அந்த ஒடிசலான இளம் பெண் பதறியபடி பார்வைக்குக் கிடைத்தாள். வியர்த்து வழியும் முகம்.

"ஸ...ஸ.... ஸார்.... ப்ளீஸ்....ஹெல்ப் மீ....."

"யார்... நீ.... என்ன ப்ராப்ளம் உனக்கு?"

"ஸார்... என் பேர் ரேகா. பிரச்சனை என்னன்னு அப்புறமாய் சொல்றேன்... நான் உங்க கார்க்குள்ளே ஏறி மறைஞ் சுக்கலாமா....? ஒரு பத்து நிமிஷ நேரம் தான்... அதுக்கப்புறம் நான் உங்களுக்கு தொந்தரவு தர மாட்டேன்.... என்னை ரெண்டு பேர் துரத்திட்டு வர்றாங்க"

"யா... யார்.....அவங்க...?"

"எ...எ....எல்லாமே சொ...சொல்றேன்....ஸார்... முதல்ல நான் கார்க்குள்ளே வந்துடறேன்... அவங்க வந்துட்டு இருக்காங்க"

"சரி ... உள்ளே வா....." நித்திலன் சொல்லிக் கொண்டே காரின் சென்ட்ரலைஸ்ட் லாக்கை விடுவித்தான்.

அவள் காரின் பின்பக்கக் கதவைத் திறந்து கொண்டு கிட்டத்தட்ட பாய்ந்து இருக்கைகளுக்கு கீழே இருந்த இடைவெளியில் ஒரு முயலைப் போல் உடம்பைக் குறுக்கி ஒளிந்து கொண்டாள். பெரிது பெரிதாய் மூச்சு வாங்கினாள்.

நித்திலன் அந்தப் பெண்ணிடம் பேச்சுக் கொடுக்க முயன்ற போது சாதுர்யா அவனுடையத் தோளைத் தட்டி எதிர்புற ரோட்டைக் காட்டினாள். "நித்தி...! அங்க பாரு... மொதல்ல" நித்தி பார்த்தான்.

சற்றுத் தொலைவில் இரண்டு பேர் ஓட்டமும் நடையுமாய் சுற்றும்

முற்றும் பார்த்தபடி வேகவேகமாய் வந்து கொண்டிருந்தார்கள்.

ஒருவனின் கையில் ஏதோ ஓர் ஆயுதம் இடம் பிடித்து இருந்தது.

"அந்த இரண்டு பேரும் இந்தப் பொண்ணைத்தான் தேடிக்கிட்டு வந்துட்டு இருக்காங்கன்னு நினைக்கிறேன்...."

"அப்படித்தான் இருக்கணும்."

"இப்ப என்ன பண்ணலாம்?"

"மொதல்ல அவங்க என்ன பண்றாங்கன்னு அப்ஸர்வ் பண்ணலாம்."

சாதுர்யாவும் நித்திலனும் பரஸ்பரம் பேசிக் கொண்டே பதட்ட நடையோடு வந்து கொண்டிருந்த அந்த இரண்டு பேரையும் பார்த்தார்கள்.

சாதுர்யா குனிந்து கிசுகிசுப்பான குரலில் அந்த பெண்ணிடம் கேட்டாள்.

"உன் பேர் என்ன சொன்னே?"

"ரேகா..."

"ரேகா! கொஞ்ச தூரத்துல ரெண்டு பேர் வேகவேகமாய் வந்துகிட்டு இருக்காங்க. வேஷ்டியை மடிச்சு கட்டியிருக்காங்க. சிவப்புக் கலர் சர்ட் போட்டிருக்காங்க. உன்னை துரத்திட்டு வந்தது அவங்கதானே?"

"ஆமா அவங்கதான்...."

"சரி ... நீ மூச்சு காட்டாம அப்படியே இரு...," சொன்ன சாதுர்யா நித்திலனை ஏறிட்டாள்.

"நித்தி! நீ காரை விட்டு இறங்கு. நான் காரோட பானட்டை ஓப்பன் பண்றேன். நீ காரை ரிப்பேர் பார்க்கிற மாதிரி பாவ்லா பண்ணு, அவங்க உன்கிட்டே ரேகாவைப் பத்தி விசாரிக்கிறாங்களான்னு பார்ப்போம்...!"

"இதுவும் நல்ல யோசனைதான்," நித்திலன் சொல்லிக் கொண்டே காரினின்றும் இறங்கினான். 'பானட்' க்ளிக் என்று விடுபட, காரின் வாயைப் பிளந்தான்.

செல்போனின் 'டார்ச்' வெளிச்சத்தோடு குனிந்து உள்ளே பார்வையைப் போட்டபடி சற்று தூரத்தில் வந்து கொண்டிருந்த அந்த இரண்டு பேர்களையும் கவனித்தான்.

அடுத்த சில நிமிடங்களில் அவர்கள் பக்கத்தில் வந்தார்கள். அதில் ஒருவன் கேட்டான்.

“கார்ல என்ன ப்ராப்ளம்?”

நித்திலன் இயல்பாய் பேசினான்.

“தெரியலை... திடீர்ன்னு ஸ்ட்ரக்காகி நின்னுடுச்சு. அதான் பார்த்துட்டிருக்கேன்...”

“கார் இங்கே எவ்வளவு நேரமாய் நின்னுட்டிருக்கு...?”

“ஏன்...?”

“ஒரு பொண்ணு இந்தப் பக்கம் ஓடி வந்தாளா?”

“பொண்ணா?”

“ஆமா.... சின்னவயசுப் பொண்ணு. இருபத்தஞ்சு வயசு இருக்கும்....!”

“அப்படியாரும் இந்தப் பக்கம் ஓடி வந்த மாதிரி தெரியலையே?”

“கார்க்குள்ளே இருக்கிறது யாரு?” ஒருவன் சாதுர்யாவைப் பார்த்துக் கொண்டே கேட்டான்.

“என்னோட ஒய்ஃப்”

“எங்கே போயிட்டு இருக்கீங்க...?”

அவன் கேட்ட கேள்விக்கு நித்திலன் பதில் சொல்வதற்குள், சாதுர்யா காரினின்றும் இறங்கி அவர்களை நோக்கி வந்தாள். குரலை சற்றே உயர்த்தினாள்.

“ஹலோ.... உங்களுக்கு இப்ப என்ன வேணும்... எதுக்காக எங்ககிட்ட இப்போ இந்த போலீஸ் மாதிரியான விசாரணை....?”

“இதோ பாருங்கம்மா.... நாங்க காரணம் இல்லாமே உங்ககிட்டே விசாரணை பண்ணலை. இன்னிக்கு எக்ஸ். சி.எம். முகில்வண்ணன் அய்யாவோட மணிவிழா. இந்த மணிவிழாவுக்கு நெருக்கமான முக்கியமான நபர்களுக்கு மட்டும்தான் அழைப்பு அனுப்பப்பட்டிருக்கு... அழைப்பிதழ் இல்லாமே யாரும் உள்ளே போக முடியாது. அப்படி யாராவது போக முயற்சி பண்ணினா அவங்களைத் தடுத்து நிறுத்தி திருப்பி அனுப்பி வைக்க வேண்டிய பொறுப்பு எங்களோடது. அரைமணி நேரத்துக்கு முந்தி ஒரு பைக் இந்த ஏரியாவுக்குள்ளே வந்தது. ஒரு பொண்ணை அதோ அந்த சவுக்குத் தோப்பு இருட்டுல ட்ராப் பண்ணிட்டு போயிடுச்சு. பைக்ல வந்த ஆள் யார்ன்னு தெரியலை. பொண்ணை மடக்க

முயற்சி பண்ணினோம். அவ எங்களைப் பார்த்ததுமே ஓட ஆரம்பிச்சா... நாங்க துரத்தினோம். அவ வேகத்துக்கு எங்களால ஓட முடியலை. ஆனா இந்த பக்கமாய்த்தான் ஓடி வந்தா...”

“அப்படி ஓடி வந்து இருந்தா எங்களோட பார்வைக்குப் பட்டிருப்பாளே... நாங்க யாரையும் பார்க்கலை...”

“சரி.... நீங்க ரெண்டு பேரும் இந்த நேரத்துக்கு எங்கே போய்கிட்டு இருக்கீங்க...?”

ஒருவன் சாதுர்யாவிடம் கேட்டுக் கொண்டு இருக்கும்போதே அந்த சத்தம் கேட்டது.

திரும்பிப் பார்த்தார்கள்.

ஹெட்லைட் வெளிச்சத்தோடு இரண்டு பைக்குகள் இரைச்சலாய் வந்து நின்றன. பெண்ணைத் தேடி வந்தவர்கள் அவர்களை நோக்கிப் போனார்கள்.

இரண்டு பேர்வழிகளில் ஒருவன் கேட்டான்.

“என்ன முருகேஷ்.... அவ கிடைச்சாளா?”

“இல்லையே.... சவுக்குத் தோப்பு பூராவும் பைக்கை ஓட்டிப் பார்த்தோம், எப்படியோ தப்பிச்சுட்டா....!”

“நாங்களும் ரோட் சைட் பூராவும் பார்த்துட்டோம். கண்ணுல படலை. பட்டிருந்தா இந்நேரம் ரெண்டு துண்டாக்கி புதைச்சிருப்போம்.”

“ஜெயபால்.... அவ மூஞ்சியை நீ பார்த்தியா?”

“பார்க்கலை...”

“முருகேஷ்.... நீ...?”

“நானும் பார்க்கலை”

“சரி ... அது யாரோட கார் அது...?”

“தெரியலை... கார்ல வந்தவங்க புருஷன் பொண்டாட்டி கார்ல ஏதோ ரிப்பேர்ன்னு சொல்லி பார்த்துட்டு இருக்காங்க”

“அந்தப் பொண்ணைப் பத்தி அவங்க கிட்ட விசாரிச்சியா?”

“ம்... விசாரிச்சேன். யாரும் இந்தப் பக்கம் ஓடி வரலைன்னு சொல்றாங்க...!”

“அவங்க எங்கே போறாங்கன்னு கேட்டியா...?”

“கேட்டுகிட்டு இருந்தேன்... அதுக்குள்ளே நீங்க ரெண்டு பேரும் வந்துட்டீங்க...”

“வா... கேட்டுருவோம்..... அய்யாவோட மணிவிழா ஃபங்ஷன் நடந்து முடிகிற வரைக்கும் யாரையும் நம்ப முடியாது.”

நான்கு பேரும் நித்திலன், சாதுர்யாவை நெருங்கினார்கள். சாராய நெடியோடு ஒருவன் கேட்டான்.

“கார்ல ரெண்டு பேர் மட்டும்தானா?”

“ஆமா...”

“எங்கே போறீங்க...?”

“எக்ஸ் சி.எம். முகில்வண்ணனின் சஷ்டியப்த பூர்த்தி ஃபங்ஷனுக்கு....!”

“எ...எ....என்னது ... அய்யாவோட ஃபங்ஷனுக்கா?”

“ஆமா....”

“அழைப்பிதழ் இருக்கா....?”

“இருக்கு...!”

“காட்டு...!”

முகத்தில் எந்தவிதமான சலனமும் இன்றி நித்திலன் சாதுர்யாவைப் பார்க்க, அவள் காரை நோக்கிப் போனாள். அதே விநாடி...

நான்கு பேர்களில் ஒருவன் குரல் கொடுத்தான்.

“ஒரு நிமிஷம்...”

“என்ன...?”

“கார்ல நீங்க ரெண்டு பேரும் மட்டும்தானே வந்தீங்க?”

“ஆமா...”

“கார்ல வேற யாரோ இருக்கிற மாதிரி தெரியுதே?”

“இல்லையே?”

“யாரோ இருக்காங்க..... கார் இப்ப லேசா அசைஞ்ச மாதிரி இருந்தது....!” சொன்ன அந்த பைக் பேர்வழி காரை நோக்கிப் போனான்.

“இரு.... நானும் வர்றேன்....!” அவனோடு இன்னொருவனும் சேர்ந்து கொண்டான்.

6

அந்த இருவரும் காரை நோக்கிப் போக நித்திலனும், சாதுர்யாவும் ஒருவரை ஒருவர் பதட்டப் பார்வைகளால் நனைத்துக் கொண்டார்கள்.அவர்களை நோக்கி நடந்தபடி, சாதுர்யா குரல் கொடுத்தாள்.

“கார்ல யாரும் இல்லை...”

“பார்த்துடலாம்....” சொல்லிக் கொண்டே ஒருவன் காரின் பின்பக்கக் கதவைத் திறந்து உள்ளே எட்டிப் பார்த்தான். பின்னால் நின்றிருந்தவன் கேட்டான்.

“என்ன ?”

“உள்ளே யாரும் இல்லை...”

“கார் லேசாய் அசைஞ்ச மாதிரி இருந்ததே?”

“ஆமா... நானும் நோட் பண்ணினேன்”

“டிக்கியை ஓப்பன் பண்ணச் சொல்லு.”

“அவங்களை என்ன கேட்கிறது.... நானே ஓப்பன் பண்றேன்” சொன்னவன் ட்ரைவிங் சீட்டுக்கு அடியில் இருந்த டிக்கியின் லாக்கரை விடுவித்தான்.டிக்கி உயர்த்தப்பட்டது.

உள்ளே டூல் செட்டும், ஸ்டெப்னி டயரும் தட்டுப் பட ஆத்திரத்தோடு சாத்தினான். நித்திலன் சாதுர்யா இரண்டு பேரும் பரஸ்பரம் கண்களால் பேசிக் கொண்டார்கள்.

“அந்தப் பொண்ணு கார்லதானே இருந்தா?”

“ஆமா”

“காணோம்”

“எப்படின்னு தெரியலையே?”

பைக் பேர்வழிகளில் ஒருவன் நித்திலனுக்குப் பக்கத்தில் வந்தான்.

“அய்யாவோட பொறந்தநாளுக்குப் போறதாய் சொன்னீங்க இல்லையா?”

“ஆமா....”

“அழைப்பிதழ் இருக்கா?”

“ம்... இருக்கு”

“காட்டுங்க”

நித்திலன் டாஷ்போர்டைத் திறந்து அழைப்பிதழை எடுத்துக் காட்டினான். அவன் பார்த்துவிட்டு கேட்டான்.

“அய்யாவுக்கு நீங்க சொந்தமா?”

“ஆமா..... ஆனா கொஞ்சம் தூரத்து சொந்தம்“

“உங்க பேரு....?”

“நித்திலன்”

“கார்ல என்ன ப்ராப்ளம்?”

“ட்ரான்ஸ்ஃபார்ம்ல ஒரு சின்ன பிரச்சனை இருந்தது. சரி பண்ணிட்டேன். நாங்க புறப்படலாமா.... இல்லை ... இன்னமும் என்கிட்ட கேட்க வேண்டிய கேள்விகள் ஏதாவது பாக்கியிருக்கா?”

“நீங்க போகலாம்....”

அவர்கள் சொல்லிவிட்டு பைக்குகளில் ஏறி கிளம்பி போய்விட காரின் பானட்டைச் சாத்தினான் நித்திலன். சாதுர்யா அவனுடைய தோளைத் தொட்டாள்.

“நித்தி! ஆச்சர்யமா இல்லை?”

“எது... அந்தப் பொண்ணு ரேகா கார்ல இல்லாததைத்தானே சொல்றே?”

“ஆமா... அவ கார்ல இல்லைன்னு எனக்கு முன்னாடியே தெரியும்.”

“என்னது தெரியுமா..... எப்படி...?”

“நான் பார்த்தேன்”

“பார்த்தியா.... எதை....?”

“அந்த ரேகா நம்ம காரோட அடுத்தப் பக்க டோரை சத்தம் வராதபடி மெதுவா திறந்துகிட்டு முட்டி போட்டு தவழ்ந்துகிட்டே போய்... அதோ அந்த வீராணம் ஏரி காலத்து காலியான சிமெண்ட் குழாய்க்குள்ள செட்டில் ஆயிட்டதை...!”

சாதுர்யா பிரமிப்போடு பார்த்தாள். “அந்தக் குழாயா?”

“ஆமா....” நித்திலன் சொல்லிக் கொண்டிருக்கும் போதே ரேகா அந்த வீராணம் குழாயிலிருந்து மெல்லத் தலையை நீட்டினாள். சாதுர்யா அவளை நோக்கிப் போய் கை கொடுத்து தூக்கி விட்டாள். ரேகா மூச்சு வாங்கிக் கொண்டே கேட்டாள்.

“அவங்க போயிட்டாங்களா?”

“போயிட்டாங்க..... வா.... இப்படி வந்து மறைவாய் உட்காரு.... இனிமே அவங்க வரமாட்டாங்க...!”

“உங்க உதவிக்கு ரொம்பவும் நன்றி.... உங்க காரை மட்டும் நான் பார்க்காமே இருந்திருந்தா அவங்ககிட்டே நான் மாட்டி இந்நேரம் உயிரை விட்டிருப்பேன்”

“அவங்க ஏன் உன்னைத் துரத்தணும்?”

“அது... வந்து....” என்றவள் பயத்தோடு சுற்றும் முற்றும் பார்த்துவிட்டு உதடுகளை ஈரப்படுத்திக் கொண்டு பேச்சைத் தொடர்ந்தாள். “ஸ்கை வ்யூ’ டிடெக்டிவ் ஏஜென்ஸியைப் பத்தி கேள்விப்பட்டு இருக்கீங்களா?”

“பெசன்ட் நகர்ல இருக்கே.... அதுதானே?”

“ஆமா.... அங்கதான் நான் ஸ்பை ஏஜெண்டாய் ஒர்க் பண்றேன். நேத்திக்கு எதிர்க்கட்சிப் பிரமுகர் ஒருத்தர் ஒரு அசைன்மெண்ட் கொடுத்தார். அந்த அசைமெண்ட்படி எக்ஸ் சிஎம் முகில்வண்ணனின் அறுபதாவது பிறந்த தின விழா நிகழ்வுகளை வீடியோவாய் எடுத்துத் தர வேண்டிய பொறுப்பு எனக்குத் தந்தாங்க. நானும் என்னோட கம்பெனி கலீக் அகிலன்னு ஒருத்தரும் ஒரு மணி நேரத்துக்கு முன்னால எக்ஸ் சி.எம். முகில்வண்ணனின் பண்ணை வீட்டுக்குப் பக்கத்தில் போனோம். அழைப்பிதழ் இல்லாமல் யாரும் உள்ளே போகமுடியாதுன்னு தெரிஞ்சதும் பண்ணை வீட்டுக்குப் பின்னாடி இருக்கிற சவுக்குத் தோப்பு வழியாய் நான் மட்டும் உள்ளே போக முடிவு பண்ணினேன். அகிலன் என்னை சவுக்குத் தோப்புக்குள்ளே இறக்கிவிட்டு பைக்ல போயிட்டார். இதை முகில்வண்ணனோட ஆட்கள் நாலு பேர் பார்த்துட்டாங்க. ரெண்டு பேர் என்னையும் ரெண்டு பேர் அகிலனையும் துரத்த ஆரம்பிச்சாங்க..... நான் காலேஜ் டேஸ்ல கோல்ட் மெடல் வாங்கின அத்லெட். மூணு கிலோமீட்டர் என்னைத் துரத்திட்டு வந்தாங்க. என்னோட வேகத்துக்கு அவங்களால ஈடு கொடுக்க முடியலை. அகிலன் அந்த பைக் பேர்வழிகள்கிட்டேயிருந்து எப்படியோ தப்பிச்சுட்டார்ன்னு நினைக்கிறேன். உங்க கார் மட்டும் என்னோட பார்வையில் படாமே இருந்திருந்தா, என்னால தப்பிச்சிருக்க முடியாது....”

சாதுர்யா ரேகாவிடம் கேட்டாள். “சரி.... உன்னோட அடுத்த மூவ் என்ன...?”

“எதிர்கட்சிப் பிரமுகர் கொடுத்த இந்த அசைன்மெண்டை கண்டினியூ பண்ணினால் நான் வெட்டுப்பட்டுத்தான் சாகணும். நூற்றுக்கும் மேற்பட்ட முகில்வண்ணனோட ஆட்கள் முதுகுல அரிவாளை சொருகிகிட்டு திரிஞ்சுட்டு இருக்காங்க... கையில் அழைப்பிதழ் இருந்தாலும் ஒரு நபரை அவங்க சந்தேகப்பட்டுட்டா கேள்விகளால துளைச்சு எடுத்துடறாங்க. இனிமே அந்த இடத்துக்கு நான் போக முடியாது. இன்னும் கொஞ்ச நேரத்துல இந்த ரோட்ல பஸ் போக்குவரத்து ஆரம்பமாயிடும். ஏதாவது ஒரு பஸ்ஸைப் பிடிச்சு நான் சென்னை போயிடுவேன்.”

“உன் கூட வந்த அந்த அகிலனுக்கு போன் பண்ணி வரச்சொல்லு”

“நான் போன் பண்ணி பேசிட்டேன். ஆனா, அவர் வரமாட்டார். டிடெக்டிவ் ஏஜென்ஸி ரூல்ஸ்படி ஒரு ஆபத்தான இடத்துல ரெண்டு பேர் மாட்டிகிட்டா ஒருத்தராவது தப்பிச்சடணும். மாட்டிகிட்ட நபரை காப்பாற்ற தப்பிச்ச நபர் அந்த இடத்துக்கு போகக் கூடாது. மாட்டிகிட்ட நபர் அவரோட சொந்த புத்திசாலித்தனத்தால தப்பிச்சு வரணும்....!”

“டிடெக்டிவ் ஏஜென்ஸியில் இப்படியொரு ரூல் இருக்கா ?”

“இது மாதிரியான ரிஸ்கி ரூல்ஸ் நிறைய இருக்கு,.... ஆனா, ரிஸ்க் எடுத்து ஒரு அசைன்மெண்டை முடிச்சுக் கொடுத்தா லட்சக்கணக்கில் ஃபீஸ் கிடைக்கும். அதிலும் பார்ட்டி அரசியல்வாதியாய் இருந்துட்டா ஒரு கோடி ரூபாயைக் கூட ஒருநாள் வருமானமாய் பார்த்துடலாம்!”

நித்திலனும் சாதுர்யாவும் ரேகாவை பிரம்மிப்பாய்ப் பார்த்துக் கொண்டிருக்கும்போதே அவள் பரபரத்தாள்.

“அதோ! ஒரு பஸ் வருது... நான் கிளம்பறேன். நீங்க பண்ணின உதவிக்கு என்னோட நன்றி.”

இருவரும் திரும்பி பார்த்தார்கள். ‘பாண்டிச்சேரி டு சென்னை’ பெயர்பலகை எலக்ட்ரானிக் புள்ளிகளில் மின்ன, அந்த ஸ்டேட் பஸ் வேகமாய் வந்து கொண்டிருந்தது.

ரேகா ஓடிப் போய் சாலையின் குறுக்கே நின்று கையைக் காட்ட பஸ் நின்றது. ஏறிக்கொண்டு ஜன்னல் வழியே கையசைத்தாள்.

பஸ் புறப்பட்டு தங்கள் பார்வையிலிருந்து மறையும் வரை பார்த்துக் கொண்டிருந்த நித்திலனும் சாதுர்யாவும் ஒரு சின்ன கலக்கத்தோடு காருக்குள் ஏறி உட்கார்ந்தார்கள்.

“நித்தி”

“ம்”

“என்ன பண்ணலாம்?”

“முகில்வண்ணனோட பண்ணை வீட்ல கெடுபிடிகள் நிறைய இருக்கும் போலிருக்கே...!”

“சென்னைக்கு போயிடலாம்ன்னு சொல்றியா?”

“இன்னொரு தடவை அப்படி சொல்லாதே. முகில்வண்ணனோட பண்ணை வீட்டுக்குள்ளே நாம நுழையறோம். எந்த ஒரு வேலையை முடிக்க வந்தோமோ அதை முடிக்கிறோம்.”

“நுழையறது முக்கியமில்லை. ஒரு நூலிழை பிசகினாலும் நம்ம ரெண்டு பேரையும் நாலு துண்டாக்கி சவுக்குமரத் தோப்புக்குள்ளே ஆழமாய் குழி தோண்டி புதைச்சுடுவாங்க....!”

“அப்படீன்னா நீ ஒரு காரியம் பண்ணு”

“என்ன...?”

“அந்த ரேகா பஸ்ஸைப் பிடிச்சு சென்னைக்கு போன மாதிரி நீயும் போயிடு....”

நித்திலனின் பின்னந்தலையைத் தட்டினாள் சாதுர்யா.

“எனக்கு பயம்ன்னு உன்கிட்டே சொன்னேனா?”

“பின்னே நீ பேசினதுக்கு என்ன அர்த்தம்?”

“இதோ பார் நித்தி.... முகில்வண்ணன் மாதிரியான ஒரு மோசமான அரசியல்வாதியை இந்த தமிழ்நாடு என்னைக்குமே பார்த்தது இல்லை. அவரோட மகன் செந்தமிழும் சரி, மருமகன் மணிமார்பனும் சரி பஞ்சமாபாதகங்களுக்கு அஞ்சாத ஆட்கள். சென்னையில் இருக்கிற பத்துக்கும் மேற்பட்ட கூலிப்படை அமைப்புகளை ஒண்ணாய் சேர்த்து ஒரு யூனியனை ஸ்டார்ட் பண்ணி அந்த யூனியனுக்குத் தலைவராய் இருக்கிற ஒரு எக்ஸ் சி.எம்மை நம்ம நாட்ல மட்டும்தான் பார்க்க முடியும்.”

“நீ இப்ப என்ன சொல்ல வர்றே சாதுர்யா?”

“அந்த ரேகா என்ன சொன்னாளோ அதைத்தான் நான் சொல்லப்போறேன். முகில்வண்ணனோட பண்ணை வீட்ல நாம மாட்டிக்கிற மாதிரியான ஒரு நிலைமை ஏற்பட்டா நம்ம ரெண்டு பேர்ல யாராவது ஒருத்தர் தப்பிச்சுடணும். அது நீயாக இருந்தாலும் சரி. என்னைக் காப்பாத்த நீயோ, உன்னைக்

காப்பாத்த நானோ முயற்சி எடுக்கக் கூடாது.”

“சா.... து...ர்...யா”

“என்ன?”

“இப்ப எனக்கு கொஞ்சம் பயம் வருது...!”

“அந்தக் கொஞ்ச பயம் நமக்கு அவசியம்... நீ காரை எடு...!”

கார் நகர்ந்தது. சிறிது சிறிதாய் வேகம் பிடித்து முகில்வண்ணனின் பண்ணை வீட்டை நோக்கிப் பறந்தது.

7

நித்திலனும் சாதுர்யாவும் முகில்வண்ணனின் பண்ணை வீட்டை நெருங்கிக் கொண்டு இருந்தார்கள். சாலையின் இரண்டு பக்கமும் பத்தடிக்கு ஒன்று வீதம் கட்டப்பட்ட ட்யூப்லைட்டுகள் ஃப்ளக்ஸ் பேனர்களோடு பிடிவாதமாய் வந்து கொண்டிருந்தன.

தெரு ஓரங்களில் வெளியூர் கட்சித் தொண்டர்கள் கொடி கட்டிய வேன்களில் க்வார்ட்டர்க்கும் சிக்கன் பிரியாணிக்கும் விசுவாசமாய் கோஷங்கள் போட்டபடி காத்துக் கொண்டிருந்தார்கள்.

ஃப்ளக்ஸ் பேனர்கள் நிறம் நிறமாய் பொய் பேசின.

வாழும் சரித்திரமே!
எதிரிகளின் சிம்ம சொப்பனமே!
முக்கனிச் சாறே!
மூவேந்தர்களின் ஒட்டுமொத்த உருவே!
அரசியலின் அதிசயமே!
நீ நினைத்தால் கங்கையும் இணையும்.
அந்த இமயமும் இரண்டாய் பிரியும்.

நித்திலன் காரை ஓட்டிக் கொண்டே சிரித்தான், "சாதுர்யா...! ஃப்ளக்ஸ் போர்டு வாசகங்களைப் படிச்சியா...?"

"ம்... படிச்சிட்டுத்தான் வர்றேன். ஒவ்வொரு போர்டையும் படிக்கும் போது ஒரு முழுநீள நகைச்சுவைப் படம் பார்த்த மாதிரி இருக்கு. எப்படி இவங்களால இப்படியெல்லாம் எழுத முடியும்..? ரெண்டு தடவை சி.எம்மாய் இருந்த முகில்வண்ணன் எப்படிப்பட்ட ஆளுன்னு எல்லார்க்கும் தெரியும். அவர்க்கு சொத்து எப்படி சேர்ந்ததுன்னும் தெரியும். இருந்தாலும் இந்த மாதிரியான ஆட்கள் ஏதோ ஒரு வகையில் ஜெயிச்சுட்டுத்தான் இருக்காங்க...!"

"காரணம் நம்ம மக்கள்தான்... நல்ல அரசியல்வாதிகளை இப்பக்கூட அவங்களால தேர்ந்து எடுக்க முடியும். ஆனா முடியாது. காரணம் ஒரு காலத்தில் வாக்குச் சீட்டு, கூர்மையான ஒரு ஈட்டி மாதிரி இருந்தது. ஆனா, இப்போ அது ரூபாய் நோட்டால செஞ்ச ஏரோவாய் மாறிடுச்சு...!"

"நித்தி...! தமிழ்பட ஹீரோ மாதிரி பஞ்ச் டயலாக் பேசி நாம பார்க்க வந்த வேலையைக் கோட்டை விட்டுடாதே.... பண்ணை

வீட்டை நெருங்கிட்டோம்.!”

நித்திலன் குனிந்து பார்த்தான். முகில்வண்ணனின் பண்ணை வீடு மின் விளக்குகளால் மொய்க்கப்பட்டு சொர்க்கபுரி போல் தெரிந்தது. இரண்டு அடுக்குகளில் வளையம் போட்டிருந்த போலீஸார், வந்து கொண்டிருந்த கட்சி பிரமுகர்களை தனிவழியில் அனுப்பிக் கொண்டு இருக்க மற்றவர்களை மெட்டல் டிடெக்டர் உடம்பு முழுவதும் முகர்ந்து பார்த்துவிட்டு உள்ளே அனுப்பியது.

“சாதுர்யா! உள்ளே போக கெடுபிடிகள் பலமாய் இருக்கும் போலிருக்கே...?”

“நம்மகிட்டதான் முறையான இன்விடேஷன், பேட்ஜும் இருக்கே...?”

“இருந்தாலும் மனசு உதறுது ... உன்னையும் என்னையும் ஐ.டி. பீப்பிள்னு யாராவது ஸ்மெல் பண்ணிட்டா இன்னிக்குத்தான் நம்ம வாழ்க்கையோட கடைசி நாள்....”

“ஆஹா...! இப்படிப்பட்ட ஒரு த்ரில்லான நாளைத் தான் இத்தனை நாளாய் எதிர்பார்த்துட்டிருந்தேன்... நித்தி...!”

“சாதுர்யா! உனக்கு கொஞ்சம் கூட பயமாய் இல்லையா?”

“நீ இருக்கும் போது எனக்கு என்னடா பயம்...? உன்னோட பலம் என்னன்னு உனக்குத் தெரியாது. எனக்குத்தான் தெரியும்.”

“அதானே பார்த்தேன்” சொல்லிக் கொண்டே நித்திலன் காரை பார்க்கிங்கில் நிறுத்தினான். இறங்க முயன்ற சாதுர்யாவைத் தடுத்தான். “ஒரு நிமிஷம் சாதுர்யா...”

“என்ன?”

“அந்த டேஷ்போர்டை ஓப்பன் பண்ணு,” அவன் சொல்ல சாதுர்யா முகம் நிறைய குழப்பத்தோடு காரின் டேஷ்போர்டைத் திறந்தாள்.

“எதுக்கு?”

“உள்ளே என்ன இருக்குன்னு பாரு”

பார்த்தான்.

ஒரு சிறிய பாலிமர் பெட்டி தீப்பெட்டி சைஸில் தெரிந்தது. எடுத்து திறந்து பார்த்தாள். உள்ளே அவரை விதை வடிவத்தில் அந்த கறுப்பு நிற வில்லைகள் தெரிந்தது.

“நித்தி ... என்ன இது...?”

“இன்விஸிபிள் ஹியரிங் எய்ட்...”

‘என்னது... ஹியரிங் எய்டா....?’

“ஆமா.... உனக்கு ஒண்ணு... எனக்கு ஒண்ணு”

“நமக்கென்ன காது செவிடா...?”

நித்திலன் புன்னகையொன்றை தன் உதடுகளால் பரவ விட்டான். சாதுர்யா எரிச்சலாகி முறைத்தாள்.

“நித்தி! அந்த மர்மயோகி புன்னகைக்கு எல்லாம் எனக்கு அர்த்தம் தெரியாது... இது எதுக்கு நமக்கு?”

“சாதுக்குட்டி! இது ஹியரிங் எய்ட் கிடையாதுடா”

“பின்னே”

“மினியேச்சர் சி.சி.டி.வி. காமிரா... இதை காதுக்குள்ளே ஃபிக்ஸ் பண்ணிகிட்டா டிவைஸ் மாதிரியே தெரியாது. நம்ம காதோட துவாரம் மாதிரிதான் தெரியும். இப்ப பாரு...,” சொன்ன நித்திலன் அந்த அவரை விதை வடிவத்தில் இருந்த டிவைஸை எடுத்து வலது காதின் துவாரத்தில் பொருத்திக் கொண்டான். சாதுர்யாவுக்கு காதைக் காட்டினான்.

“ஏதாவது வித்தியாசமாய் தெரியுதா?”

“ஆஹா .... எங்கடா பிடிச்ச இதை...?”

“கோலாலம்பூரிலிருந்து என்னோட ஃப்ரண்ட் கிருஷ்ணா அனுப்பி வெச்சான்.”

“நீ சொல்லவேயில்லை...!”

“இப்படிப்பட்ட ஒரு இக்கட்டான சந்தர்ப்பத்தில் இதுமாதிரியான விஷயங்கள் வெளியே வரணும். இந்தா நீயும் எடுத்து ஃபிக்ஸ் பண்ணிக்கோ... மொதல்ல லேசா உறுத்துற மாதிரி இருக்கும். பிறகு சரியாயிடும்.”

பிரமித்துப் போயிருந்த சாதுர்யா அந்த டிவைஸை எடுத்து வலது காதின் துவாரத்தில் வைக்க அது சரியாய் பொருந்திக் கொண்டது.

“நித்தி அற்புதம், எனக்கே அளவெடுத்து பண்ணின மாதிரி இருக்கு”

“இந்த விநாடியில் இருந்து அது ஒரு சி.சி.டி.வி.காமிரா மாதிரி ஒர்க் பண்ண ஆரம்பிச்சுடும். நம்ம செல்போன் காமிராக்களுக்கு வேலை கொடுக்க வேண்டிய அவசியமே இல்லை....! என்ன

சாது... தமிழ்பட ஹீரோயின் மாதிரி அப்படியொரு ரொமான்ஸ் லுக் விடறே... டுயட் பாடணும் போல் இருக்கா....!"

"நித்தி... நீ பார்க்கிறதுக்கு சுமாராய் இருந்தாலும் கூட உன்னை நான் ஏன் காதலிச்சேன் தெரியுமா... உன்கிட்டே இருக்கிற ஒரு விதமான புத்திசாலித்தனமான கெட்டிக்காரத்தனம்...."

"அது உன்கிட்ட இல்லேன்னு தெரிஞ்சுதான் நானும் உன்னைக் காதலிச்சேன். இப்போ, காரைவிட்டு இறங்கி ட்யூட்டியைப் பாப்போமா?"

இருவரும் காரை விட்டு இறங்கினார்கள். ஆர்ப்பாட்டமாய் அலங்கரிக்கப்பட்டு இருந்த முகப்பு வாயிலை நோக்கி நடக்க ஆரம்பித்தார்கள். வாயிலை நெருங்கும் முன்பாகவே உயர் போலீஸ் அதிகாரி ஒருவர் மறித்தார். "இன்விடேஷன் ப்ளீஸ்"

காட்டினார்கள். வாங்கி சரி பார்த்தவர் வாசலின் இரண்டாவது கேட்டை நோக்கி கைகாட்டினார்.

"அங்கே போய் வெரிஃபை பண்ணி சீல் போட்ட பின்னாடி நீங்க உள்ளே போகலாம்"

நித்திலனும் சாதுர்யாவும் வாசலின் இரண்டாவது கேட்டை நோக்கி நகர்ந்தார்கள். சாதுர்யா முனகினாள்.

"ஏர்போர்ட் இமிக்ரேஷன் ரேஞ்சுக்கு செக்கிங் இருக்கும் போலிருக்கே....நித்தி"

"மடியில் கனம். அதுதான் பயம்..."

இரண்டாவது கேட்டில் க்ரே நிற சபாரியில் தடித்தடியாய் நான்கு பேர் நின்றிருந்தார்கள். எஃக்கை உருக்கி வார்த்த மாதிரி உடம்பு வாகு. மௌனமான இரண்டு நிமிஷ அழைப்பிதழ் பரிசோதனைக்குப் பிறகு முத்திரை குத்தப்பட்டது. மண்டபத்தில் மூன்றாவது வரிசையில் இருக்கைகள் ஒதுக்கப்பட்டது. இருவரும் நிம்மதி பெருமூச்சொன்றை சத்தம் இல்லாமல் வெளியேற்றியபடி மண்டபத்தை நோக்கி நடந்தார்கள். ஒரு ஐம்பதடி நடந்து இருப்பார்கள்

நித்திலனின் இடது தோள்பட்டையின் மேல் ஒரு கை விழுந்தது. கழுத்து எலும்பு நொறுங்கிவிடும் அளவுக்கு கனம் தெரிந்தது. மூச்சுத் திணறிப் போய் திரும்பினான் நித்திலன்.

அந்த நடுத்தர வயது நபர் ஆஜானுபாகுவாய் ஆறடி உயரத்தில் நின்றிருந்தார். அரசியல்வாதிகளின் யூனிஃபார்மான

வெள்ளை சர்ட் வெள்ளை வேஷ்டியில் தெரிந்தார்.

முகத்தின் முப்பது சதவீத பரப்பை மீசை குத்தகைக்கு எடுத்திருக்க, நேற்றிரவு குடித்த சீமைச்சாராயம் சிவப்பேறிய கண்களில் தெரிந்தது. ஒரு பூசணிக்காயைத் திருடி வயிற்றுக்குள் ஒளித்து வைத்துக்கொண்டவர் போல் தொந்தியை வளர்த்து வைத்திருந்தார்.

அவருடைய கை இன்னமும் நித்திலனின் இடது தோள்பட்டையை அசுரத்தனமாய் பிடித்திருக்க, ஒரு கோணல் சிரிப்போடு சொன்னார்.

“நீ எல்லாரையும் ஏமாத்தலாம். என்னை ஏமாத்த முடியாது. இந்த கஜபதியை யார்ன்னு நினைச்சே!”

கல்லோடு கல் உரசிய தினுசில் அவர் பேச நித்திலன் உறைந்தான். காதில் பொருத்தியிருந்த ஹியரிங் எய்ட் அவர் உலுக்கிய உலுக்கலில் கழன்று விழுந்தது.

8

நித்திலனும் சாதுர்யாவும் அடிவயிற்றில் அமிலம் சுரந்து நிலைகுலைந்து போனவர்களாய் தங்களுக்கு எதிரே ஒரு மினி ராட்சஸனைப் போல் நின்றிருந்த அந்த கஜபதியை கலவர விழிகளோடு பார்த்தார்கள்.

நித்திலனின் தோள்பட்டையை இன்னமும் இறுக்கமாய் பிடித்து அழுத்திய அவர், தங்கப்பல் ஒன்று இடம் பிடித்து இருந்த தன்னுடைய பல்வரிசையைக் காட்டிச் சிரித்தார்.

“என்ன தம்பி... உங்க அப்பா முத்துப்பாண்டியன் உன்னை ஃபங்ஷனுக்கு அனுப்பிட்டு தன்னோட சுயமரியாதையை தக்க வெச்சுகிட்டார் போலிருக்கு...!”

நித்திலன் மனசுக்குள் ஓர் எச்சரிக்கை போஸ்டர் அவசர அவசரமாய் பசை போட்டு ஒட்டப்பட்டது.

“இந்த அரசியல் வெள்ளைச்சட்டை ராத்திரி குடித்த விஸ்கியின் போதை தெளியாமல் யாரோ ஒரு முத்துப்பாண்டியனை என்னுடைய அப்பாவாக நினைத்துக் கொண்டு பேசுகிறார்.”

முதுகில் ஒரு தட்டு விழுந்தது.

“என்ன தம்பி.... அப்படி பார்க்கிறே... நீ இங்கே யாரை வேணும்ன்னாலும் ஏமாத்தலாம். என்னை ஏமாத்த முடியாது....”

“அது வந்து....”

“இதோ பார் தம்பி.... உங்கப்பாவுக்கு பத்திரிக்கை அனுப்பும் போதே முகில்வண்ணன் என்கிட்டே ‘முத்துபாண்டியன் வரமாட்டார். அவரோட வீட்டிலிருந்து யாரையாவது ஒருத்தரையாவது அனுப்பி வைப்பார்’ன்னு சொன்னார். அவர் சொன்ன மாதிரியேதான் நடந்திருக்கு.... உங்கப்பாவுக்கு ரோஷம் அதிகமாய் இருந்தாலும் பாசம் உள்ள மனுஷன்.... அதான் தனக்கு வர மனசில்லேன்னாலும் உன்னையும் உன் கூட தன்னோட மருமகளையும் அனுப்பி வெச்சிருக்கார். உங்கப்பாவை ரெண்டு வருஷத்துக்கு முந்தி கட்சி மாநாட்டில் பார்த்தது. அப்ப அவர் கூட நீயும் இருந்தே. இந்த சுருட்டை முடி க்ராப் எனக்கு நல்லாவே ஞாபகம் இருக்கு....”

அந்த கஜபதி பேசிக் கொண்டே போக நித்திலனின் பார்வை கீழே விழுந்திருந்த இன்விஸிபிள் ‘ஹியரிங் எய்ட்’ நோக்கி

போயிற்று. அதைக் கவனித்துவிட்ட கஜபதி கேட்டார்.

“அது என்ன தம்பி கறுப்பா....?”

“ஹியரிங் எய்ட்”

“செவிட்டு மெஷினா...?”

“ஆ...ஆமா....” சொல்லிக்கொண்டே அதை குனிந்து எடுத்து பொருத்திக் கொண்டான்.

“என்ன தம்பி! இந்த சின்ன வயசிலேயே காது கேட்காத பிரச்சனையா?”

“இல்லை... காதுக்குள்ளே ஒரு சின்ன கட்டி. ஒரு ரெண்டு மாசம் இதை போட்டுகிட்டு இருந்தா அது சரியாயிரும்ன்னு டாக்டர் சொன்னார்.”

“அப்படியா... சரி... வாங்க...!”

நித்திலன் திகைத்து போனவனாய் “எங்கே?” என்றான்.

“தலைவரைப் பார்த்து ரெண்டு வார்த்தை பேசிட்டு ஃபங்ஷன் நடக்கிற இடத்துக்கு போயிடலாம்....”

“அவரை எதுக்கு பார்க்கணும்? வேண்டாமே!” நித்திலன் குரலை இழுத்தான்.

“அது மரியாதை இல்லை தம்பி... முத்துப்பாண்டியன் தன்னோட மகனையும் மருமகளையும் ஃபங்ஷனுக்கு அனுப்பி வெச்சிருக்கார்ன்னு தலைவர்கிட்டே சொன்னா அவர் ரொம்பவும் சந்தோஷப்படுவார். ரெண்டு பேர்க்கும் மத்தியில் இருக்கிற கொஞ்ச நஞ்சம் பகையும் போயிடும்...”

“அது வந்து....”

“அப்பா தலைவரை பார்க்க வேண்டாம்ன்னு சொன்னாரா?”

“அந்த மாதிரியெல்லாம் அவர் சொல்லல”

“அப்புறம் என்ன... வாங்க தம்பி...” சொல்லிக் கொண்டே அவர் முன்னால் நடக்க ஆரம்பித்துவிட வேறு வழியில்லாமல் நித்திலனும் சாதுர்யாவும் அவரை பின் தொடர்ந்தார்கள். சாதுர்யா நித்திலனின் காதருகே மெல்ல முணுமுணுத்தாள்.

“நித்தி...!”

“என்ன?”

“வாணலிக்குத் தப்பி அடுப்பில் விழப்போறோம்.”

“பயப்படாதே.... நான்தான் முத்துப்பாண்டியனோட

மகன்னு நினைச்சு கூட்டிட்டுப் போறார். இது நமக்கு ப்ளஸ் பாயிண்ட்தானே?"

"எப்படி ப்ளஸ் பாயிண்ட்ன்னு சொல்றே...? ஒருவேளை அந்த முத்துப்பாண்டியனே இந்த ஃபங்ஷனுக்கு வந்துட்டா...?"

"நீ வேற வயித்தைக் கலக்காதே.... எப்படியோ உள்ளே வந்துட்டோம். என்ன நடக்குதுன்னு பார்த்துடலாம்...."

முன்னால் போய்க் கொண்டிருந்த நபர் திரும்பி நின்று குரல் கொடுத்தார். "சீக்கிரம் வாங்க... தலைவர் ஃபங்ஷனுக்கு போயிடப்போறார்....!"

இருவரும் வேக நடை போட்டார்கள்.

உள்ளே போகப் போக பண்ணை வீடு ஏதோ ஒரு 'சினிமா செட்' போல் பிரம்மாண்டம் காட்டியது. பெரிய பெரிய தேக்குமரத் தூண்கள் பாலீஷ் ஏற்றப்பட்டு கண்ணாடி போல் பிம்பங்களைக் காட்ட, கூரைகளின் உச்சியிலிருந்து லஸ்தர் விளக்குகள் கொத்துக் கொத்தாய் காய்த்துத் தொங்கின. அந்த நீளமான ஹாலின் இரண்டு பக்கமும் நிறைய அறைகள். ஒவ்வொரு அறையும் கனமான பூட்டுகளோடு ரகசியம் காத்தன.

நித்திலன் தலையைச் சாய்த்து சாதுர்யாவிடம் கிசுகிசுத்தான்.

"எண்ணிட்டே...வா..."

"எதை...?"

"எத்தனை ரூம்ஸ் இருக்குன்னு"

"எண்ணிட்டேன்"

"எவ்வளவு"

"மொத்தம் 24 ரூம்.... வலது பக்கம் பனிரெண்டு இடது பக்கம் பனிரெண்டு. பண்ணை வீடு இவ்வளவு பெரிசாய் இருக்கும்ன்னு நான் நினைச்சே பார்க்கலை. இப்படி உள்ளே வர ஒரு வாய்ப்பை ஏற்படுத்திக் கொடுத்த அந்த முத்துப்பாண்டியனுக்கு நன்றி."

"யார் அந்த முத்துப்பாண்டியன்?"

"யார்க்குத் தெரியும்.... ஒரு பக்கம் சந்தோஷமாகவும் இன்னொரு பக்கம் திகிலாகவும் இருக்கு..."

மறுபடியும் கஜபதி திரும்பிப் பார்த்து குரல் கொடுத்தார்.

"கொஞ்சம் சீக்கிரமாய் வா தம்பி... தலைவர் ஃபங்ஷன்ல போய் உட்கார்ந்துட்டார்ன்னா இன்னிக்கு சாயந்தரம் வரைக்கும்

அவரை பார்க்க முடியாது...!"

"இதோ வந்துட்டோம்." நித்திலன் சொல்லிக் கொண்டே சாதுர்யாவோடு அவரைப் பின் தொடர்ந்தான்.

● ● ●

முகில்வண்ணனின் அறை.

அவர்க்கு முன்பாய் மகன் செந்தமிழும், மருமகன் மணிமார்பனும் சற்றே கலவரம் தோய்ந்த முகங்களோடு நின்றிருக்க அவர் சென்சார் செய்யப்படாத கெட்ட வார்த்தைகளோடு திட்டிக் கொண்டிருந்தார்.

"யாரோ ஒரு ரெண்டு பேர் அதுல ஒரு பொண்ணு நம்ம ஆட்களோட கண்காணிப்பையும் மீறி நம்ம பண்ணை வீட்டுக்குள்ளே நுழைஞ்சு வேவு பார்க்க முயற்சி பண்ணியி ருக்காங்க.... அவங்களை பார்த்த இடத்திலே போட்டுத்தள்ளி குழி தோண்டிப் புதைச்சுட்டு வராமே அவங்க தப்பிச்சுட்டுப் போயிட்டாங்கன்னு எம்முன்னாடி வந்து நின்னு சொல்ல உங்க ரெண்டு பேர்க்கும் வெட்கமாயில்லை?"

"அது வந்துப்பா....!"

"செந்தமிழ்,.... நீ எந்த சால்ஜாப்பையும் சொல்லி என்னை சமாதானப்படுத்த முயற்சி பண்ணாதே. தப்பிச்சுட்டு போன அந்த ரெண்டு பேரும் யாரு என்னாங்கிற விபரம் எனக்கு இன்னிக்கு சாயந்தரத்துக்குள்ளே தெரியணும். ஏன்னா இன்னிக்கு தமிழ்நாட்ல இருக்கிற அரசியல் நிலவரம் சரியில்லை. நமக்கு யாரு கறுப்பு ஆடு, எவன் விசுவாசின்னு சரியாய் கணிக்க முடியலை... ஒரு சமயத்துல எல்லாரையும் நம்ப வேண்டியிருக்கு. இன்னொரு சமயத்துல எல்லாரையும் சந்தேகப்பட வேண்டியதாய் இருக்கு..."

மாப்பிள்ளை மணிமார்பன் இப்போது குறுக்கிட்டான்.

"மாமா... இன்னிக்கு சாயந்தரம் ஆறு மணிக்குள்ளே தப்பிச்சுட்டு போன அந்த ரெண்டு பேர் யார்ங்கிறதை கண்டுபிடிச்சு உங்க முன்னாடி நிறுத்துறேன். அதுக்கப்புறம் உங்க கண் எதிரிலேயே ரெண்டு பேரையும் வெட்டிச் சாய்க்கிறேன்.... நீங்க கவலைப்படாமே இருங்க மாமா?"

"எப்படி மாப்ளே கவலைப்படாமே இருக்க முடியும்....?' இந்த பண்ணை பங்களாவுக்குள்ளே 500 கோடி ரூபாய் இந்த வீட்டு பத்தடி ஆழத்துக்குள்ளே கண்டெய்னர் சூட்கேஸ்களில்

தூங்கிகிட்டிருக்கு. அதை வருமானவரித் துறையும், சிபிஐயும் மோப்பம் பிடிச்சுட்டாங்களோன்னு நெஞ்சுக்குள்ள ஒரே உதறலாய் இருக்கு!"

"மாமா....! இது மாதிரியான சலசலப்புக்கெல்லாம் நீங்க பயப்படக்கூடாது. டெல்லியில் இருக்கிற மந்திரிகளில் மூணு முக்கியமான மந்திரிகள் நம்ம கையில்.... அங்கே நமக்கு எதிராய் சிறிய துரும்பு அசைஞ்சாலும் சரி உடனே நமக்கு தகவல் வந்துடும். அப்படியே வருமானத்துறை இந்த வீட்டை சோதனை போட வந்தாலும் வெளியே நின்னு வேடிக்கை பார்த்துட்டு போலாமே தவிர உள்ளே நுழைய முடியாது. டெல்லியிலும் சரி, தமிழ்நாட்டிலும் சரி யார் ஆட்சியில் இருந்தாலும் நமக்கு ஒரு குண்டூசி முனையளவு கூட பிரச்சனை வராது மாமா...!"

"மாப்ளே... நீங்க என்ன தைரியம் சொன்னாலும் சரி எம்மனசுக்கு நிம்மதியில்லை. இந்த வீட்டுக்கு வேவு பார்க்க வந்த அந்த ரெண்டு பேரும்....!" முகில்வண்ணன் குரலை உயர்த்தி கோபமாய் பேசிக் கொண்டு இருக்கும் போதே அவர்க்கு முன்பாய் டீபாயில் இடம் பிடித்திருந்த அதி நவீன செல்போன் ரிங்டோனை வெளியிட்டது.

மகனிடம் திரும்பினார் முகில்வண்ணன்.

"செந்தமிழ் போனை எடுத்து யார் கூப்பிடறாங்கன்னு பாரு...!"

செந்தமிழ் போனை எடுத்து டிஸ்ப்ளேயில் ஒளிர்ந்து கொண்டிருந்த பெயரை பார்த்துவிட்டு சொன்னான்.

"அப்பா லைன்ல யாரு தெரியுமா?"

"யாரு?"

"முத்துபாண்டியன்"

முகில்வண்ணன் சின்னதாய் மலர்ந்தார். "அட... நம்ம பழைய பங்காளி, அப்புறம் பகையாளி, போன வருஷம் மறுபடியும் பங்காளி. நடுவுல கொஞ்ச நாள் பகையாளி. இப்ப இவர் பங்காளியாய் போன் பண்றாரா பகையாளியாய் போன் பண்றாரான்னு தெரியலையே!"

"அப்பா...! அவர் பங்காளியோ பகையாளியோ நமக்கு தெரியாது. கட்சியில் பெரிய ஆள். தென் மாவட்டங்களில் செல்வாக்குள்ள மனுஷன். அவரோட தயவு நமக்கு வேணும்.... வாழ்த்துச் சொல்லத்தான் கூப்பிடறார்ன்னு நினைக்கிறேன். ரெண்டு வார்த்தை பேசிடுங்க....!"

“சரி போனைக் கொண்டா...!”

செந்தமிழ் நீட்டிய போனை வாங்கி காதுக்கு ஒற்றிய முகில்வண்ணன் உற்சாகமாய் பேச ஆரம்பித்தார்.

“வணக்கம்.... முத்துபாண்டியன்”

9

முகில்வண்ணன் “வணக்கம்.... முத்துபாண்டியன்” என்று சொல்ல, மறுமுனையில் அந்த முத்துபாண்டியன் சிரித்தார்.

“என்ன முகில்.... உன்னோட அறுபதுக்கு அறுபது சஷ்டியப்த பூர்த்தி அமர்க்களமாய் களை கட்டிடுச்சு போலிருக்கு,... சென்னையில் ஒரு சந்து பொந்து பாக்கி இல்லாமே எல்லா முச்சந்திலேயும் விதவிதமாய் போஸ் கொடுத்து சிரிச்சிட்டிருக்கே... எலக்ஷன் கூட பக்கத்துல இல்லை. எதுக்காக இப்படி பணத்தை வீணாய்....?”

“செலவு பண்றேன்னு கேட்கிறியா முத்துபாண்டி? காரணம் இல்லாமே நான் கரன்ஸியை வெளியே எடுப்பேனா,,...? நான் ஒருத்தந்தான் ஊழல் பண்ணி பணத்தைச் சேர்த்தவன் மாதிரியும், மத்தவன் எல்லாம் உத்தமன் மாதிரியும் நம்ம கட்சியோட பெரிசு, பொதுச் செயலாளர் எனக்கு மந்திரி பதவி கொடுக்காமே ஒதுக்கி வெச்சிருக்கார். அவர் ஒதுக்கி வெச்ச அன்னிக்கே நான் கட்சியை ரெண்டா உடைச்சு ஒரு புதிய கட்சி ஆரம்பிச்சிருப்பேன். அப்படி பண்ணியிருந்தா கட்சி ஆட்சி பண்ண முடியாம கவுந்து இருக்கும். ஆட்சியில நம்ம கட்சி இருந்தாத்தான் மத்திய அரசுக்கும் நம்ம கட்சி மேல ஒரு மரியாதை இருக்கும். நாம்பளும் நினைச்சதைச் சாதித்துக் கொள்ள முடியும்ன்னு நினைச்சு புதுக்கட்சி ஆரம்பிக்கிற முடிவுக்கு ஒரு முற்றுப்புள்ளி வெச்சுட்டு கட்சிக்கு விசுவாசமாய் இருக்கேன். இருந்தாலும் என்னோட தனிப்பட்ட பலம் எப்படியிருக்குன்னு நம்ம கட்சிக்கும், மத்தியில் இருக்கிற கட்சிக்கும் காட்ட வேண்டாமா என்ன...? அதுதான் இவ்வளவு தடபுடல்... அது சரி... முத்துபாண்டி நீ என்ன என்கூட போன்ல பேசிட்டு இருக்கே... ஃபங்ஷனுக்கு நீ வரலையா....?”

முகில்வண்ணன் அந்தக் கேள்வியைக் கேட்டுக் கொண்டு இருக்கும்போதே மாப்பிள்ளை மணிமார்பன் தன் கையில் வைத்திருந்த செல்போனோடு அவரிடம் குனிந்தான்.

“மாமா... சி.எம். வஜ்ரவேலு இன்னும் ரெண்டு நிமிஷத்துல வந்துடுவாராம். நாம எல்லாரும் வாசலுக்குப் போய் நின்னு வரவேற்பு கொடுக்கலைன்னா நல்லாயிருக்காது.... புறப்படலாமா?”

“ஆமா....மாப்ள....! வஜ்ரவேலு ஒரு மாதிரியான ஆளு.... அந்தாளை குளிப்பாட்டிகிட்டே இருந்தாத்தான் நாம ஒரு வாய்

நிம்மதியாய் சாப்பிட்டு எட்டுமணி நேரம் தூங்க முடியும்...'' முகில்வண்ணன் சொல்லிக் கொண்டே எழுந்தார். தன்னிடம் இருந்த செல்போனை மகன் செந்தமிழிடம் கொடுத்துக் கொண்டே, "இந்த போன் லைன்ல முத்துப்பாண்டியன் இருக்கான். ரெண்டு வார்த்தை பேசிட்டு கட் பண்ணிடு,'' குரலைத் தாழ்த்திப்பேசியவர் செல்போனை நீட்டினார்.

செந்தமிழ் செல்போனை வாங்கி தன் காதுக்கு ஒற்றி "ஹலோ'' என்றான்.

மறுமுனையில் மௌனம்.

"அப்பா ! முத்துபாண்டியன் போனை கட் பண்ணிட்டார் போலிருக்கு...''

"சரி.... சரி.... மறுபடியும் போன் வந்தா பேசு... இல்லேன்னா விடு....'' முகில்வண்ணன் பட்டு வேஷ்டியைத் தூக்கிக் கட்டிக் கொண்டு அறையினின்றும் வெளிப்பட, கஜபதி நித்திலன், சாதுர்யாவோடு எதிர்பட்டார்.

"தலைவரே...! யார் வந்திருக்காங்கன்னு பார்த்தீங்களா?'' இரண்டு பேரையும் காட்டிக் கொண்டே கேட்டார் கஜபதி.

முகில்வண்ணனின் பரந்த நெற்றி குழப்பமான வரிகளுக்கு உட்பட்டது.

"யாரு?''

"நம்ம முத்துப்பாண்டியனோட பையனும் அவரோட மருமகளும்...'' வேகவேகமாய் நடந்து கொண்டிருந்த முகில்வண்ணன் பிரேக் அடித்த மாதிரி நின்றார்.

"என்ன சொன்னே...?''

கஜபதி திரும்பவும் சொன்னார். முகில்வண்ணன் நித்திலனிடம் ஒரு சிரிப்புடன் திரும்பினார். "தம்பி... இப்பத்தான் ஒரு ரெண்டு நிமிஷத்துக்கு முன்னாடிதான் அப்பாகிட்டே பேசினேன். நீங்க வர்றதைப் பத்தி அவர் ஒண்ணுமே சொல்லலையே?''

நித்திலன் என்ன பதில் சொல்வது என்று திணறி கொண்டு இருக்கும்போதே செந்தமிழ் குறுக்கிட்டான்.

"அப்பா...! நீங்கதான் முத்துபாண்டியன் அங்கிள் கிட்டே போன்ல சரியா பேசலையே. சி.எம். வந்துட்டதால நீங்க புறப்பட்டீங்க. நான் அவர் கூட பேச முயற்சி செஞ்சேன். அதுக்குள்ளே லைன் கட்டாயிடுச்சு. பையனையும் மருமகளையும்

அனுப்பி வெச்சிருக்கேன்னு சொல்றதுக்காகத்தான் போன் பண்ணியிருப்பார் அங்கிள்.''

நித்திலனிடம் நிமிர்ந்தார் முகில்வண்ணன்.

''என்ன தம்பி அப்படியா....?''

''ஆமாம்.'' என்பது போல் வியர்வை மின்னும் முகத்தோடு தலையாட்டி வைத்தான் நித்திலன்.

''வாங்க தம்பி... போலாம்.... சி.எம்.மை வரவேற்க போக வேண்டியிருந்தாலே அப்பா கிட்டே சரியா பேச முடியலை. உங்க பேர் என்ன தம்பி....?''

''நித்திலன்''

''பேர் புதுசா இருக்கே....'' சொன்னவர் அவன் தோளில் கை போட்டபடியே நடக்க ஆரம்பித்தார்.

''தம்பி... நானும் உங்க அப்பாவும் இருபது வருஷ காலமாய் ஒரே கட்சியில் இருந்தோம். ஒற்றுமையாய்தான் இருந்தோம். கட்சியோட மாவட்ட செயலாளர் போஸ்ட்டுக்கு ரெண்டு பேருமே போட்டி போட்டோம். அன்னிக்கு எங்களுக்குள்ளே ஏற்பட்ட பகைதான் இன்னமும் முழுசா கரையாமே அப்பப்ப எட்டிப் பார்க்குது. இனிமே அந்தப் பகையும் இருக்காது. ஏன்னா நீதான் அவர்க்கு பதிலா உன் ஒய்ஃப்போடு வந்துட்டியே....?'' என்று சொல்லிச் சிரித்தவர் சாதுர்யாவிடம் திரும்பினார். ''ரெண்டு பேரும் மத்தியானம் வரைக்கும் இருந்து விருந்து சாப்பிட்டுத்தான் போகணும்... தலையைக் காட்டிட்டு போகிற வேலையெல்லாம் வேண்டாம்.''

திடீரென்று வெளியே பேண்ட் வாத்திய சத்தம் கேட்டது. மணிமார்பன் அவசரப்படுத்தினான்.

''மாமா... சி.எம். வந்துட்டார்ன்னு நினைக்கிறேன். சீக்கிரம் வாங்க....!''

முகில்வண்ணன் உட்பட எல்லோரும் வேக வேகமாய் நடக்க ஆரம்பித்துவிட நித்திலனும் சாதுர்யாவும் சற்றே பின்தங்கி ஒதுங்கினார்கள். சாதுர்யா சுற்றும் முற்றும் பார்த்துவிட்டு குரலைத் தாழ்த்தினாள்.

''நித்தி...! உன்னோட திடீர் அப்பா முத்துபாண்டியன் முகில்வண்ணனுக்கு போன் பண்ணி பேசியிருக்கார் போலிருக்கு. பேசப் பேச சி.எம். வந்துட்டதால தொடர்ந்து பேச முடியாமே

போயிருக்கு...''

“வாழ்க சி.எம்.....!''

“சரி... இனிமே என்ன பண்ணப் போறோம்?''

“ரெண்டு பேரும் மத்தியானம் வரைக்கும் இருந்து விருந்து சாப்டுட்டுபோறோம்.''

“நித்தி... கொஞ்சம் உன்னோட பார்வையை உயர்த்தி நம்ம ரெண்டு பேரோட தலைக்கு மேல என்ன தொங்கிட்டிருக்குன்னு பாரு...''

நித்திலன், தன்னுடைய விழிகளை உயர்த்திப் பார்த்துவிட்டு “ஒரு பெரிய லஸ்தர் லேம்ப்'' என்றான்.

“என்னோட பார்வைக்கு என்ன தெரியுது தெரியுமா?''

“என்ன?''

“அரிவாள்''

“பயப்படறியா?''

“பயப்படாமே என்ன பண்றது... அதிர்ஷ்ட தேவதை ஒரு தடவை ரெண்டு தடவை காப்பாத்துவா... எப்பவும் நம்ம பக்கத்திலேயே இருப்பான்னு நம்பிட்டு இருக்க முடியாது...''

“சி.எம். இப்போ ஃபங்ஷனுக்கு வந்துட்டதால இனிமேல் உன்னையும் என்னையும் யாரும் கவனிக்க மாட்டாங்க... நாம அபாயக்கட்டத்தைத் தாண்டிட்டோம்.. சாதுர்யா...''

“அப்படீன்னு நீ நினைச்சுட்டு இருக்கே. ஆனா, நீயும் நானும் இன்னமும் அபாயக் கட்டத்துக்குள்ளேதான் இருக்கோம்...''

“எதை வெச்சு சொல்றே ?''

“அந்த முத்துபாண்டியன் ஒருவேளை இந்த பங்ஷனுக்கு புறப்பட்டு வந்துட்டார்ன்னா....''

“அப்படி வர்றவராய் இருந்தா, இந்நேரம் வந்து இருப்பார். அந்த முத்துபாண்டியனை நீ மறந்துடு...!''

“டேய்... நித்தி... உனக்கு எமகாதக தைரியண்டா''

“எனக்கு பொன்னாடையைப் போர்த்தி ஒரு விழா எடுக்கிற வேலையெல்லாம் இப்ப வேண்டாம்.... வா... எதுக்காக வந்தோமோ அந்த வேலையைப் பார்ப்போம்... உன்னோட காதுக்குள்ளே ஃபிக்ஸ் பண்ணியிருக்கிற இன்விஸிபிள் ஹியரிங் எய்ட் பத்திரமாய் இருக்கான்னு ஒரு தடவை பார்த்துக்க''

“பார்த்துகிட்டேன்....!”

“கூட்டத்துல யாரும் உன் மேல மோதாதபடி பார்த்துக்க வேண்டியது முக்கியம். ஏன்னா, தோள்பட்டையில் யாராவது பலமாய் மோதிட்டா காதுக்குள்ளே இருக்கிற ஹியரிங் எய்ட் தெறிச்சு கீழே விழ வாய்ப்பு இருக்கு...”

“சரி இப்ப எங்கே போறோம்...?”

“சி.எம். உள்ளே வந்தாச்சுன்னு நினைக்கிறேன். இப்ப அந்த இடத்துக்குப் போறோம். வி.வி.ஐ.பிக்கள், முக்கிய அரசு அதிகாரிகள், ஐ.ஏ.எஸ், ஐ.பி.எஸ் அதிகாரிகள், பல்கலைக்கழக துணைவேந்தர்கள் இப்படி எல்லாரையும் கண்காணிக்கனும். முகில்வண்ணனோட கால்ல யார் யார் விழறாங்கன்னு லிஸ்ட் பண்ணி, அந்த வீடுகளை மட்டும் ஒரு நாள் சோதனை போட்டா போதும் கோடிக்கணக்கான பணத்தை வெளியே கொண்டு வந்துடலாம்.”

இருவரும் பேசிக் கொண்டே ஃபங்ஷன் நடக்கும் இடத்திற்கு வந்தார்கள். ஒட்டுமொத்த கூட்டமும் முதலமைச்சர் வஜ்ரவேலுவை வரவேற்க முன் வாசலுக்கு போயிருந்ததால், நாற்காலிகள் காலியாய் தெரிந்தன.

பின்வரிசை நாற்காலிப் பகுதிக்குப் போய் உட்கார்ந்தார்கள்.

அதே விநாடி...

வெள்ளுடுப்பு யூனிஃபார்ம் அணிந்த ஒரு நபர் ட்ரேயில் காப்பி டம்ளர்களோடு அவர்களுக்கு முன்பாய் வந்து நின்றார்.

“ஸார் காப்பி?”

“வேண்டாம்...”

“மேடம் உங்களுக்கு ?”

“நோ தேங்க்ஸ்...”

“ஏன் வேண்டாம்ன்னு சொல்றீங்க... ஏர்லி மார்னிங்ல காப்பி சாப்பிட்டால்தானே வந்த வேலையை சுறுசுறுப்பாய் பார்க்க முடியும்... உளவு வேலை பார்க்கிறது சாதாரணமான விஷயமா என்ன?”

10

நித்திலனும் சாதுர்யாவும் முகங்கள் மாறிப் போனவர்களாய் ட்ரேயில் காப்பி டம்ளர்களோடு நின்றிருந்த வெள்ளுடுப்பு யூனிஃபார்ம் அணிந்த நடுத்தர வயது பேரரையேப் பார்க்க, அவர் சுற்றும்முற்றும் பார்த்துவிட்டு ஒரு சிறிய புன்னகையோடு பேச்சைத் தொடர்ந்தார்.

"என்ன... ரெண்டு பேரும் பொறியில மாட்டிகிட்ட எலிகள் மாதிரி பார்க்கறீங்க..? இது முகில்வண்ணன் அய்யாவோட இரும்புக்கோட்டை. இந்த கோட்டைக்குள்ளே அநாவசியமாய் ஒரு துரும்பு நுழைஞ்சா கூட கண்டுபிடிச்சுடுவோம்... நீங்க ரெண்டு பேசும் ஐ.டி.டிபார்ட்மெண்ட்தானே...?"

"அது ... வந்து...."

"வீணாய் பொய் பேசி நேரத்தை வேஸ்ட் பண்றது எனக்குப் பிடிக்காது... உண்மையை சொல்லிட்டா இந்த இடத்தில் இருந்து நீங்க ரெண்டு பேரும், உயிரோடு போகலாம். இல்லேன்னா பண்ணை வீட்டுக்குப் பின்னாடி இருக்கிற சவுக்குத் தோப்புதான் உங்களுக்கு சமாதி"

"நித்தி! சொல்லிடு," என்றாள் சாதுர்யா.

நித்திலன் குரலைத் தாழ்த்தினான். "இதோ பார்! நாங்க ஐ.டி. டிபார்ட்மென்ட்தான். இந்த ஃபங்ஷனுக்கு யார் யார் வர்றாங்கன்னு பார்த்து லிஸ்ட் எடுக்க வந்தோம். மற்றபடி நாங்க எந்த ஒரு பிரச்சனையும் பண்ண வரல."

அந்த பேரர் சிரித்தார். "நீங்க இங்கே வந்ததே பிரச்சனைதானே.... அய்யாவோட மகனுக்கோ, மாப்பிள்ளைக்கோ இந்த விஷயத்தை தெரியப்படுத்தினா உங்க நிலைமை என்னாகும் தெரியுமா...?"

"தெரியுது.... இப்ப உனக்கு என்ன வேணும்...? பணமா...?"

"வேறென்ன வேணும்... பணம்தான். ஆனா எனக்கு அந்த பணம் வேண்டாம். வேற ஒருத்தருக்கு..."

"யார்க்கு...?"

"அதோ! அந்த டைனிங் ஹாலுக்குப் பின்னாடி பச்சைக் கலர் பெயிண்ட் அடிச்ச கதவு ஒண்ணை உங்களால பார்க்க முடியுதா?"

"முடியுது..."

“அந்த அறைக்குள்ளே உங்களுக்காக ஒருத்தர் வெயிட் பண்ணிட்டிருக்கார். போய்ப் பார்த்து டீலிங் பேசிட்டு வாங்க.... இன்னும் ஒரு அஞ்சு நிமிஷத்துக்குள்ளே முகில் அய்யாவும், சி.எம்.மும் இந்த இடத்துக்கு வந்துடுவாங்க... அதுக்குள்ளே அங்கே போய் டீலிங் பேசிட்டு வந்துடுங்க...”

“அந்த ரூம்ல இருக்கிறது யாரு?”

“போய்ப் பாருங்க தெரியும்,” பேரர் சொல்லிவிட்டு மெதுவாய் நகர்ந்து போய்விட நித்திலனும், சாதுர்யாவும் தயக்க நடை போட்டபடி அந்தப் பச்சைப் பெயிண்ட் அடித்த கதவை நோக்கிப் போனார்கள். சாதுர்யா அவன் தோளைப் பற்றினாள். “நித்தி... நாம ஏதோ ஒரு பிரச்சனையில் மாட்டிக்கப் போறோம்ன்னு தெரியுது...”

“பயப்படாதே... அந்த பேரர்க்கும் சரி இப்ப நாம் பார்க்கப் போயிட்டிருக்கிற நபர்க்கும் சரி, உன்னையும் என்னையும் முகில்வண்ணனுக்கு காட்டிக் கொடுக்கும் எண்ணம் இல்லை. அவங்க நோக்கம் பணம்.”

“நித்தி! இப்போ நம்ம கிட்டே நம்ம செலவுக்குத் தேவையான பணம் மட்டும்தானே இருக்கு. அந்த ஆள் ஒரு பெரிய தொகையை டிமாண்ட் பண்ணினா என்ன பண்றது....?”

“அதெல்லாம் அந்த நபர்க்குத் தெரியாமலா இருக்கு....? வா... மொதல்ல ஆள் யார்ன்னு பார்ப்போம்”

“நம்மை எப்படி அடையாளம் தெரிஞ்சுகிட்டாங்க?”

சாதுர்யா வியர்த்த முகத்தோடு கேட்டுக் கொண்டு இருக்கும்போதே நித்திலன் பச்சை நிற பெயிண்ட் அடித்த கதவுக்கு முன்பாய் போய் நின்று மெல்லத் தள்ளினான். அது சத்தமில்லாமல் உள்வாங்கியது.

நித்திலன் எட்டிப் பார்த்தான்.

சுத்தமான அந்த சிறிய அறையின் மூலையில் ஒரு மேஜை நாற்காலி போடப்பட்டிருக்க, நாற்காலியில் கஜபதி இறுக்கமான முகத்தோடு உட்கார்ந்திருந்தார்.

நித்திலனும் சாதுர்யாவும் அதிர்ந்து போனவர்களாய் கஜபதியைப் பார்த்துக் கொண்டு நிற்க, அவர் தனக்கு முன்னால் போடப்பட்டிருந்த நாற்காலிகளைக் காட்டினார். “ரெண்டு பேரும் உட்கார்ங்க....”

இருவரும் தயக்கமாய் உட்கார்ந்தார்கள்.

“நான் இங்கே இருப்பேன்னு நீங்க எதிர்பார்த்து

இருக்கமாட்டீங்க இல்லையா...?"

நித்திலன், "ஆ... ஆமா...!" என்றான் ஆச்சர்யமாய் தாளாமல்.

"தம்பி.... நீ முத்துப்பாண்டியனோட மகன் இல்லைன்னு எனக்கு நல்லாவே தெரியும். அப்படியிருந்தும் உன்னை அவரோட பையன்தான்னு முகில்வண்ணன்கிட்டே ஏன் பொய் சொன்னேன்னு உனக்குத் தெரியுமா?"

"தெ.... தெரியாது....!" நித்திலனின் தலையாடியது.

"உன்னால இந்த இடத்துல எனக்கு ஒரு வேலை ஆகணும்...!"

"எ...எ....என்ன வேலை....?" நித்திலன் குழப்பமான முகத்தோடு கேட்டுக் கொண்டிருக்கும்போதே வெள்ளுடுப்பு அணிந்த பேரர் கதவைத் தள்ளிக் கொண்டு உள்ளே வந்தார். தாழ்ப்பாளைப் போட்டபடி கேட்டார்.

"என்ன கஜபதி ... விஷயத்தை சொல்லிட்டியா?"

"இல்ல... பத்ரி... இப்பத்தான் பேச்சை ஆரம்பிச்சேன். என்ன சி.எம். உள்ளே வந்தாச்சா...?"

"வரலை.... எப்படியும் வரவேற்பெல்லாம் முடிஞ்சு ஃபங்ஷன் நடக்கிற இடத்துக்கு வர எப்படியும் பத்து நிமிஷமாயிடும். அதுக்குள்ளே இந்த ரெண்டு பேர் கிட்டேயும் சொல்ல வேண்டிய விஷயத்தைச் சொல்லிவிடுவோம்."

"நான் சொல்லிக்கிறேன் பத்ரி... நீ வெளியே போய் அங்கே நடக்கிற சம்பவங்களை கவனி. ஏதாவது பிரச்சனைன்னா மட்டும் எனக்கு போன் பண்ணு.... பேரர் வேஷம் போட்டிருக்கே. அதை மெய்ன்டைன் பண்ணு"

"ம்...ம்... நமக்கு வேலை நடந்தால் சரி."

பத்ரி சொல்லிவிட்டு வெளியேறிப் போக கஜபதி நித்திலனை ஏறிட்டார். மெதுவான குரலில் பேச ஆரம்பித்தார். "தம்பி.... நீயும் இந்தப் பொண்ணு சாதுர்யாவும் ஐ.டி. டிபார்ட்மெண்டில் இருக்கிற விஷயம் எனக்குத் தெரியும்.... கடந்த ஒரு மாச காலமாய் சென்னை ஐ.டி. டிபார்ட்மெண்டில் யார் யார் எந்தெந்த பதவிகளில் இருப்பாங்க... அவங்களோட அதிகாரங்கள் என்ன என்கிறதைப் பற்றியும் சர்வே எடுத்து லிஸ்ட் பண்ணியிருக்கேன். உங்க ரெண்டு பேரையும் இந்த இடத்துல பார்த்ததும் எனக்கு ஆச்சர்யம். கண்டிப்பாய் இந்த இடத்தை உளவு பார்க்கத்தான் வந்து இருப்பீங்க என்கிற உண்மையும் புரிஞ்சுகிட்டேன். என்ன நான் சொன்னது சரியா?"

"சரி..."

"எப்படி உள்ளே வந்தீங்க...?"

நித்திலன் விபரம் சொன்னான். கஜபதி, அவன் சொன்னதை கவனமாய் செவிமடுத்துவிட்டு பெருமூச்சு விட்டார்.

"நீங்க ரெண்டு பேருமே ரிஸ்க் எடுத்து உள்ளே வந்து இருக்கீங்க... நீங்க யார்ங்கிற உண்மை எந்த நிமிஷம் தெரிஞ் சாலும் சரி, அடுத்த நிமிஷமே உயிரோடு இருக்க மாட்டீங்க. ஏன்னா முகில்வண்ணனும் சரி, அவர் கூட இருக்கிற ஆட்களும் சரி ஈவு இரக்கம் இல்லாத, இதயத்தை கழற்றி வெச்சுட்ட ஆளுங்க. அவங்களுக்கு போலீஸ் டிபார்ட்மெண்ட் ஆட்கள், ஐ.டி. டிபார்ட்மெண்ட் ஆட்கள்ன்னாலே அலர்ஜி. அவங்களால பிரச்னை வர்றமாதிரி இருந்தா போட்டுத் தள்ளிட்டு சட்டத்தையும், கோர்ட்டோட தீர்ப்பையும் விலை கொடுத்து வாங்கிருவாங்க...."

சாதுர்யா குறுக்கிட்டாள். "அது எங்களுக்கும் தெரியும்.... இப்ப நீங்க எதுக்காக முகில்வண்ணன்கிட்டயிருந்து எங்களைக் காப்பாத்தி இந்த அறைக்கு வரவழைச்சு பேசிட்டு இருக்கீங்க...? எங்களால ஏதோ ஒரு வேலையாகணும்ன்னு சொன்னீங்க அது என்ன வேலை.?"

"சொல்றேன்... அதுக்கு முன்னாடி நான் கேட்கிற இந்த கேள்விக்கு பதில் சொல்லுங்க... நீங்க ரெண்டு பேரும் இங்கே வந்தது முகில்வண்ணனோட பினாமி ஆட்கள் யார் யார்ன்னு கண்டுபிடிக்கத்தானே?"

"ஆமா..."

"அந்த லிஸ்ட்டை நான் தர்றேன். அப்புறம் இன்னொரு விஷயத்திலும் உங்க ஐ.டி. டிபார்ட்மெண்டுக்கு உதவி பண்ணலாம்ன்னு இருக்கேன்".

"என்ன உதவி....?"

"முகில்வண்ணன் தான் முதல் அமைச்சராய் இருந்தபோது ஊழல் பண்ணி முறைகேடாய் சுருட்டின பணம் மட்டும் மொத்தம் 500 கோடியைத் தாண்டும்... மத்த சொத்தெல்லாம் தனி கணக்கு.. ரொம்ப சயிண்டிஃபிக்கா பண்ணி இருப்பார்.. கண்டுபிடிக்கறது கஷ்டம் அத விடுங்க. அந்தப் 500 கோடி பணத்தை எல்லாம் அவர் எங்கே எப்படி புத்திசாலித்தனமாய் பதுக்கி வெச்சிருக்கார்ன்னு எனக்குத் தெரியும். உங்க டிபார்ட்மெண்ட் நூற்றுக்கணக்கான அதிகாரிகளோடு தடாலடியாய் நான் சொல்ற இடத்துல 'ரெய்டு'

பண்ணினா போதும். அந்த பணத்தோட சேர்த்து தங்க பிஸ்கெட்களும் வெள்ளிக் கட்டிகளும் அள்ளிடலாம்."

நித்திலனும் சாதுர்யாவும் நிமிர்ந்தார்கள். "நீங்க சொல்றது உண்மையா?"

"போன மாசம் வரைக்கும் நானும் ஒரு பித்தலாட்ட அரசியல்வாதிதான். முகில்வண்ணனுக்கு இவ்வளவு பணம் சேர நானும் ஒரு காரணம். எத்தனையோ பேர்களை மிரட்டி சொத்துக்களை பறிமுதல் பண்ணியிருக்கேன். அப்படி சொத்துக்களை பறி கொடுத்தவங்கள்ல பாதிபேர் தற்கொலை பண்ணிட்டு செத்துப் போயிருக்காங்க. அந்த செய்தியை எல்லாம் பேப்பர்ல படிக்கும் போது எம்மனசுக்கு கஷ்டமாய் இருக்கும். பண்ணின பாவத்துக்கெல்லாம் பரிகாரம் தேடத்தான் இப்படி ஒரு முடிவு எடுத்திருக்கேன்."

நித்திலன் முகம் மலர்ந்தான்.

"நல்ல முடிவு....!"

கஜபதி மேற்கொண்டு பேசும் முன்பு பேரர் கதவைத் திறந்து கொண்டு பதட்டத்தோடு உள்ளே வந்தார். குரல் கம்மியது. "கஜபதி....!"

"என்ன பத்ரி...?"

"முகில்வண்ணனோட மாப்பிள்ளை மணிமார்பன் உன்னைத் தேடிகிட்டு இருக்கான்... எதுக்குன்னு தெரியலை"

11

பத்ரி சொன்னதைக் கேட்டு கஜபதி தன் முகத்தில் இருந்த ஒட்டுமொத்த ரத்தத்தையும் தொலைத்துவிட்ட தினுசில் நிலைத்த விழிகளோடு நிமிர்ந்தார்.

"பத்ரி! நீ என்ன சொல்றே.... மணிமார்பன் என்னைத் தேடிகிட்டே இருக்கானா?"

"ஆமா...."

"எதுக்கு...?"

"தெரியலை.... நான் ஃபங்ஷனுக்கு வந்துகிட்டு இருந்தவங்களைப் போய்ப் பார்த்து காப்பி வேணுமான்னு கேட்டுகிட்டு இருந்த போது மணிமார்பன் அந்தப் பக்கமாய் வேக வேகமாய் வந்தான். மேடைக்கு முன்புறமாய் உட்கார்ந்துகிட்டிருந்த ஒருத்தர் கிட்டே போய் 'கஜபதியை பார்த்தியா'ன்னு கேட்டான், அந்த ஆள் பார்க்கலைன்னு சொன்னதும் மணிமார்பன் உடனே தன்னோட செல்போனை எடுத்து யார்க்கோ டயல் பண்ணி 'அந்த கஜபதியை நான் உடனே பார்க்கணும். இந்த கூட்டத்துல எங்கே இருக்கார்ன்னு தெரியலை... நீ பார்த்தா எனக்கு போன் பண்ணு'ன்னு பேசிட்டே மண்டப வாசலை நோக்கிப் போயிட்டான்."

"சி.எம். உள்ளே வந்துட்டாரா?"

"இல்லை...."

"சி.எம்.மை வரவேற்று உள்ளே கூட்டிகிட்டு வரவேண்டிய இந்த நேரத்துல மணிமார்பன் எதுக்காக என்னைத் தேடிகிட்டு அலையணும்...."

பேரர் யூனிஃபார்மில் இருந்த பத்ரி, லேசாய் முகம் வியர்த்துப் போனவராய் தடுமாற்றமான குரலில் சொன்னார்.

"கஜபதி....! மணிமார்பன் கொஞ்சம் டென்ஷனோடு இருந்தான். அவன் உன்னை ஸ்மெல் பண்ணிட்டான்னு நினைக்கிறேன்."

"அதுக்கு வாய்ப்பு இல்லை பத்ரி... போன பத்து நிமிஷம் முன்னாடி வரைக்கும் அப்பா, மகன், மாப்பிள்ளை, மூணு பேரும் என்கிட்டே நல்லாத்தானே சிரிச்சு பேசிட்டுதானே இருந்தாங்க...? ஐ.டி. ஆபீஸர்ஸ் நித்திலன் சாதுர்யாவை முத்துப்பாண்டியனோட மகன் மருமகள்னு நான் சொன்னதையும் நம்பினாங்களே...?

இப்ப மட்டும் எப்படி சந்தேகம் வரும்?"

"இதோ பார் கஜபதி..... நீ இப்போ நிலைமை புரியாமே பேசிட்டு இருக்கே.... நீ, நான், நித்திலன், சாதுர்யா நாம நாலு பேருமே உடனடியாய் இங்கேயிருந்து தப்பிச்சுப் போயிடறது உத்தமம்.!"

"பத்ரி....! நீ ரொம்பவும் பயப்படறே... அந்த மணிமார்பன் என்னை ஸ்மெல் பண்றதுக்கு எந்த ஒரு முகாந்திரமும் இல்லை. அவன் எதுக்காக என்னைத் தேடறான்னு நேர்லயே பார்த்து கேட்டுடறேன். வேற ஏதாவது விஷயமாய் இருக்கும்...."

அதுவரைக்கும் ஒன்றும் பேசாமல் மௌனம் காத்த நித்திலன் பத்ரியை ஏறிட்டான்.

"மிஸ்டர் கஜபதி சொல்றதுதான் சரியாய் இருக்கும்ன்னு நினைக்கிறேன். அவர் மணிமார்பனைச் சந்திக்கட்டும்."

பத்ரியின் குரலில் லேசாய் கோபம் தெறித்தது.

"நித்திலன்...! உங்களுக்கு முழு விபரம் தெரிய வாய்ப்பில்லை. யூனிஃபார்ம் போட்டு பேரர் வேஷத்துல இருக்கிற நான் உண்மையிலேயே யார்ன்னு உங்களுக்குத் தெரியுமா?"

நித்திலன் தெரியாது என்பது போல் தலையாட்டினான்.

"என்னோட முழுப்பெயர் பத்ரிநாராயணன். விஜிலன்ஸ் அண்ட் ஆன்ட்டி கரப்ஷன் டிபார்மெண்டில் ஃபர்ஸ்ட் க்ரேட் ஆபீஸராய் இருக்கேன். கஜபதியும் நானும் ஒரே ஸ்கூல்ல டென்த் வரைக்கும் படிச்சோம். அதுக்கப்புறம், கஜபதிக்கு படிப்பில் நாட்டம் இல்லாமல் போக, நான் மட்டும் போஸ்ட் கிராஜுவேஷன் வரை படிச்சுட்டு, இந்த லஞ்ச ஒழிப்புத்துறையில் வேலைக்கு சேர்ந்தேன். ஆனா, கஜபதியோ அரசியலில் புகுந்து ஒரு அரசியல் கட்சிக்கு செயலாளராகி வாழ்க்கையில் செட்டில் ஆயிட்டான்."

"நாங்க ரெண்டு பேரும் வெவ்வேறு துறையில் இருந்தாலும் வாரத்துல ஒருநாளாவது மீட் பண்ணிப் பேசிக்குவோம். லஞ்சம் வாங்குறதும் சரி, கொடுக்கிறதும் சரி தப்பு இல்லைன்னு போயிட்டிருந்த கஜபதியை நான்தான் கொஞ்சம் கொஞ்சமாய் மாற்றி, எங்க டிபார்ட்மெண்ட்டுக்கு உதவி பண்ற அளவுக்கு கொண்டு வந்தேன். சட்ட விரோதமாய் 500 கோடி ரூபாய் ஊழல் செய்த முகில்வண்ணனை பொறி வெச்சு பிடிக்க திட்டமும் போட்டோம். அந்தத் திட்டத்தோட முதல் கட்டம்தான் இது. நான்

நேரிடையாய் இந்த ஃபங்ஷன்ல கலந்துக்க முடியாதுங்கிறதால தெரிஞ்ச கேட்டரிங் மூலமாய் ஒரு பேரராய் உள்ளே வந்தேன்."

நித்திலனும் சாதுர்யாவும் ஆச்சர்யத்தின் விளிம்பில் நின்று கொண்டிருக்க பத்ரிநாராயணன் தொடர்ந்தார்.

"உங்க ரெண்டு பேரை இங்கே பார்த்ததும் நீங்க ஐ.டி. டிபார்ட்மெண்ட் ஆட்கள் என்கிற உண்மையை நான்தான் கஜபதிகிட்டே சொன்னேன். எங்க நோக்கத்துக்கு நீங்களும் உதவியாய் இருப்பீங்க என்கிற நம்பிக்கையில்தான் கஜபதி முகில்வண்ணன்கிட்டே உள்ளே கூட்டிட்டுப் போய் முத்துப்பாண்டியனோட மகனும், மருமகளும்ன்னு அறிமுகப்படுத்தினார். முத்துப்பாண்டியனும் முகில்வண்ணனும் அரசியலில் பரம விரோதிகள். அவர் இந்த ஃபங்ஷனுக்கு வரமாட்டார் என்கிற தைரியத்துல கஜபதி அந்தப் பொய்யைச் சொன்னார். ஆனால், எதிர்பாராதவிதமாய் முத்துபாண்டியனே முகில்வண்ணனுக்கு போன் பண்ணிப் பேசினது ஒரு ஆச்சர்யமான விஷயம். நல்லவேளையாய் சி.எம். வந்துட்டதால அந்த ரெண்டு பேரும் தொடர்ந்து பேசலை. பேசியிருந்தா உண்மை வெளியாகியிருக்கும்."

நித்திலன் குறுக்கிட்டுக் கேட்டான். "இப்ப அந்த உண்மை வெளியாகியிருக்கும்ன்னு நினைக்கறீங்களா மிஸ்டர் பத்ரி நாராயணன்?"

"ஆமா....."

"எப்படி அந்த முடிவுக்கு வந்தீங்க?"

"அந்த முத்துப்பாண்டியன் மறுபடியும் போன் பண்ணிப் பேசியிருக்கலாம்.... அப்படிப் பேசும் போது அவர் நான் 'என்னோட மகனையும், மருமகளையும் ஃபங்ஷனுக்கு அனுப்பலையேன்னு சொல்லியிருக்கலாம்."

சாதுர்யா குறுக்கிட்டாள்.

"இதைத் தவிர வேற காரணம் இருக்க முடியாதுன்னு சொல்ல வர்றீங்களா?"

"கண்டிப்பாய்....!"

கஜபதி எழுந்தார்.

"ஓகே..... பத்ரி... இப்ப நாம என்ன பண்ணனும்ன்னு நினைக்கிறே....?"

“நாம நாலுபேரும் இந்தப் பண்ணைவீட்டை விட்டு உடனே கிளம்பிப் போயிடணும்.....”

“அப்படி போயிட்டா மட்டும் நம்ம மேல மணிமார்பனுக்கு சந்தேகம் வராதா...?”

“சந்தேகம் வந்தாலும் பரவாயில்லை. ஆனா நாம இங்கே இருந்தா உயிரோடு இருக்க முடியாது....மொதல்ல தப்பிச்சுப் போகிறவழியைப் பார்ப்போம்....”

“அந்த மணிமார்பன் எதுக்காக என்னைத் தேடறான்னு தெரிஞ்சுகிட்டா என்ன பத்ரி?”

“அது ரிஸ்க் கஜபதி.... நாம உயிரோடு இருந்தால்தான், நாளைக்கு இவங்களோட கோடிக்கணக்கான ஊழல் பணத்தை வெளியே கொண்டு வர முடியும்...ம்.... கிளம்பு”

பத்ரிநாராயணன் சொல்லிக் கொண்டே அந்த அறையினின்றும் வெளிப்பட மூன்று பேரும் பின் தொடர்ந்தார்கள், பிரகாசமான ட்யூப்லைட்களின் வெளிச்சத்தில், ஆட்களின் நடமாட்டம் ஆங்காங்கே தெரிந்தது.

வீட்டுக்கு வெளியே வாசலில் சி.எம்மை வரவேற்கும் விதமாக பேண்ட் வாத்திய சத்தமும், பட்டாசுகள் வெடித்துச் சிதறும் ஓசையும் விட்டு விட்டு கேட்டது.

நான்கு பேரும் வேக வேகமாய் நடந்தார்கள். பத்ரி குரலைத் தாழ்த்தினார். “கஜபதி....! உனக்குத்தான் இந்த வீட்டோட எல்லைகள் துல்லியமாய் தெரியுமே. எந்தப் பக்கமாய் போனால் நமக்கு பாதுகாப்பாய் இருக்கும்?”

“வீட்டோட வடகிழக்கு திசையில் கட்டப்பட்டு இருக்கிற காம்பௌண்ட் சுவர் கொஞ்சம் உயரம் கம்மியாய் இருக்கும். ஆட்கள் நடமாட்டமும் அதிகமாய் இருக்காது அந்தப்பக்கமாய் போயிடலாம்.”

வெளிச்சமான பகுதிகளை விட்டு விலகி இருட்டிலேயே நடந்தார்கள். யாரேனும் பார்வைக்குத் தட்டுப்படும் போது ஒரு சில விநாடிகள் மறைந்து நின்று பின் வேகமாய் நடந்தார்கள்.

ஒரு ஐந்து நிமிட ஜாக்ரதையான நடைக்குப் பின், பண்ணை வீட்டின் வடகிழக்கு மூலைக்கு வந்தார்கள்.வைகறை இருட்டு இன்னமும் கெட்டியாக கறுப்புச் சாயம் கரையாமல் இருக்க, கஜபதி நின்று சுற்றும் முற்றும் பார்த்து விட்டு குரலைத் தாழ்த்தினார்.

“பத்ரி... இந்த காலி இடத்துல மொதல்ல காய்கறித் தோட்டம் போட்டிருந்தாங்க.. இப்ப இல்லை. ஆனா இந்த இடம் கொஞ்சம் குண்டும் குழியுமாக இருக்கும்.. பார்த்து வரணும்.”

“காம்பௌண்ட் சுவர் எங்கே இருக்குன்னு தெரியலையே...”

“இன்னும் நூறடி தூரம் நடக்கணும்....”

கஜபதி சொல்லிக் கொண்டே முன்னால் நடந்தார்.

“பார்த்து வா.. இங்கே ஒரு பெரிய குழி இருக்கும்....”

கஜபதி சொல்லிக் கொண்டு நடக்க மூன்று பேரும் அவரை அடியொற்றி பின் தொடர்ந்தார்கள்.

சாதுர்யாவுக்குப் பின்னால் நடந்து கொண்டு இருந்த நித்திலன் சட்டென்று நின்றான்.

“ஒரு நிமிஷம்...!” என்றான்.

முன்னால் போய்க் கொண்டிருந்த கஜபதியும் பத்ரி நாராயணனும் திரும்பிப் பார்த்தார்கள்.

“என்ன....?”

“குழிக்கு உள்ளேயிருந்து ஏதோ சத்தம் கேட்குது”

“ச.... ச.... சத்தமா...?”

“ம்.... யாரோ முனகற மாதிரி....” நித்திலன் சொல்லிக் கொண்டே தன்னுடைய செல்போனை எடுத்து டார்ச்சை உசுப்பினான்.

பால் நிறத்தில் வெளிச்சம் பாய்ந்து அங்கிருந்த இருட்டை விரட்டியது. வெளிச்சத்தை அப்படியே குழிக்குள் கொட்டினான்.

உள்ளே ரத்தம் நனைந்த உடம்போடும், மரண முனகலோடும் மணிமார்பன் மல்லாந்து விழுந்திருந்தான்.

12

அதிர்ச்சியில் நான்கு பேரும் அந்தக் குழியைச் சூழ்ந்து நின்றார்கள்.

நித்திலனின் கையில் இருந்த செல்போனின் டார்ச் வெளிச்சம் குழிக்குள் விழுந்து கிடந்த மணிமார்பனை, இப்போது துல்லியமாய் காட்டியது. சாதுர்யா பயத்தில் உறைந்து போய் நிற்க கஜபதியும், பத்ரியும் சுற்றும்முற்றும் பார்த்தார்கள்.

கண்ணுக்கு எட்டிய தூரம் வரை யாரும் தட்டுப்படவில்லை. தொலைவில் முதல் மந்திரியை வரவேற்கும் ஆர்ப்பாட்டமான சத்தங்கள் மட்டும் விட்டு விட்டுக் கேட்டது.

“என்ன பண்ணலாம் பத்ரி.... மணிமார்பனோட உடம்புல இன்னமும் அசைவு இருக்கு.. குழிக்குள்ளே இறங்கி ஆளை எடுத்து வெளியே போடலாமா..?”

“வேண்டாம் கஜபதி... மணிமார்பனை யாரோ தாறுமாறாய் வெட்டி இருக்காங்க... ஏகப்பட்ட இடத்துல வெட்டு விழுந்திருக்கும் போலிருக்கு... உயிர் போய்கிட்டு இருக்கு... பிழைக்க வாய்ப்பில்லை.... நாம பார்த்தும் பார்க்காதது போல் கிளம்பிட வேண்டியதுதான். நாம இன்னமும் இதே இடத்துல நின்னுட்டிருந்தா, இந்தக் கொலைப் பழியிலேயும் மாட்டிக்க வேண்டியதுதான்... இந்த இடத்தை விட்டு எவ்வளவு சீக்கிரம் கிளம்புறோமோ அந்த அளவுக்கு நல்லது...!”

நித்திலனும், சாதுர்யாவும் குழிக்குள் விழுந்து கிடந்த மணிமார்பனையே பார்த்துக் கொண்டிருக்க பத்ரி, நித்திலனின் தோளில் கையை வைத்தார்.

“நித்திலன்! மணிமார்பன் செத்துக்கிட்டு இருக்கான். இரக்கம் காட்டவோ, மனிதாபமான முறையில் நடந்து கொள்ளவோ இது நேரம் இல்லை... அதோ இன்னும் கொஞ்சதூரம் நடந்தா போதும். காம்பௌண்ட் சுவர் வந்துடும். தாண்டி குதிச்சு போயிட்டே இருப்போம்.”

பத்ரி, நித்திலனின் கையைப் பற்றி இழுக்க அவன் தயங்கினான். “பத்ரி”

“என்ன...?”

“குழியில் விழுந்து கிடக்கிற மணிமார்பனுக்கு பக்கத்துல

செல்போன் ஒண்ணு இருக்கு. அது மணிமார்பனோட செல்போனாய் இருக்கலாம். அது நம்ம கைக்கு கிடைச்சா எக்ஸ் மினிஸ்டர் முகில்வண்ணன் பற்றியே பல விஷயங்கள் நமக்கு தெரிய வாய்ப்பு இருக்கு..."

பத்ரி குழிக்குள் எட்டிப் பார்த்து விட்டுச் சொன்னார்.

"நீங்க சொல்றது சரிதான் நித்திலன்... ஆனா, நாம இந்தக் குழிக்குள்ளே இறங்கி எப்படி அந்த செல்போனை எடுக்க முடியும்?"

"கொஞ்சம் முயற்சி பண்ணினா எடுத்துட முடியும். இதோ குழியோட இடது பக்கம் அவ்வளவு ஆழம் கிடையாது. நான் வேணும்ன்னா இறங்கி...!"

"வேண்டாம் நித்திலன்..... நாம இங்கே நின்னுட்டு இருக்கிற ஒவ்வொரு விநாடியும் நமக்கு ஆபத்து. உடனடியாய் மூவ் ஆயிடறது பெட்டர்..."

"ஒரே நிமிஷம்.....! செல்போனை எடுத்துட்டு வந்துடறேன்." நித்திலன் குழியின் இடது பக்கமாய் ஓடி, ஆழம் குறைவாய் இருந்த பகுதிக்குப் போய் மண்டியிட்டு உட்கார்ந்தான். பிறகு, வலது காலை குழிக்குள் மெதுவாய் இறக்கி சறுக்கிக் கொண்டே கீழே போனான். அவனுடைய கையில் இருந்த செல்போன் டார்ச் வெளிச்சத்தை சிதறடித்து குழிக்குள் இருந்த இருட்டை விரட்டிவிட்டு ரத்தத்தில் நனைத்து மல்லாந்திருந்த மணிமார்பனையும், அவனுக்குப் பக்கத்தில் விழுந்திருந்த செல்போனையும் காட்டியது.

செல்போனை கையில் எடுத்துக் கொண்ட நித்திலன் மணிமார்பனையும் பார்த்தான். உயிர்த் துடிப்பு அடங்கி விட்டதற்கு அடையாளமாய் அவனுடைய விழிகள் நிலைத்துப் போயிருந்தது.

சாதுர்யா பதட்டமாய் குரல் கொடுத்தாள்.

"நித்தி....! சீக்கிரம் மேலே வா...."

"இதோ வந்துட்டேன்...," நித்திலன் குழியினின்றும் எம்பி அதன் விளிம்பைப் பற்றிக் கொண்டு மூச்சிறைக்க மேலே வந்தான்.

"மணிமார்பன் இப்போ உயிரோடு இல்லை..."

"இனிமேல் நாம உயிரோடு இருக்கிறதுதான் முக்கியம். ம்...

வாங்க..”

“நித்திலன் ... மொதல்ல உங்க செல்போன் டார்ச் லைட்டை ஆ∴ப் பண்ணுங்க...” செல்போனின் டார்ச் அணைந்தது.

கஜபதி முதல் ஆளாய் ஓட, அவரைப் பின் தொடர்ந்து பத்ரி, நித்திலன், சாதுர்யா மூன்று பேரும் வியர்த்து வழிய ஓடினார்கள்.

நான்கடி உயரமே இருந்த காம்பௌண்ட் சுவரை நெருங்கினார்கள். சுவரின் ஓரமாய் கிடந்த ஒரு பெரிய கல்லின் மேல் ஏறி நின்று சுவரின் விளிம்பில் காலை வைத்து, மறுபக்கம் எட்டிப் பார்த்த கஜபதி அதிர்ந்து போனவராய் கீழே இறங்கினார்.

“பத்ரி... !”

“என்ன கஜபதி...?”

“நாம சுவர் ஏறி தப்பிக்க முடியாது போலிருக்கே?”

“ஏன்..?”

“அந்த கல்லு மேல ஏறி நின்னு பாரு”

பத்ரி பதட்டத்தோடு அந்தக் கல்லின் மேல் ஏறி நின்று மறுபக்கம் பார்த்தார். அவருடைய முதுகுத் தண்டுவடம் முழுவதும் மைனஸ் ஜீரோ டிகிரி குளிர் பாய்ந்த மாதிரியான உணர்வு.

சுவரின் மறுபக்கம் தெரிந்த சவுக்குமரத் தோப்பு பகுதியில், பத்துக்கும் மேற்பட்ட நபர்கள் ஒரு கையில் பெரிய டார்ச் லைட்டோடும், இன்னொரு கையில் அரிவாளோடும் சுற்றும் முற்றும் பார்த்தபடி நகர்ந்து கொண்டிருந்தார்கள்.

பத்ரியைத் தொடர்ந்து நித்திலனும், சாதுர்யாவும் ஏறிப் பார்த்துவிட்டு முகங்கள் மாறினார்கள்.

“இப்ப என்ன பண்றது..?”

“இந்த வழியில் தப்பிக்க முடியலைன்னா வேற எந்த வழியிலும் தப்பிக்க முடியாது...” கஜபதி சொல்லிக் கொண்டிருக்கும் போதே அவரின் சட்டைப் பையில், சைலண்ட் மோடில் இருந்த செல்போன் வெளிச்சமாய் ஒளிர்ந்தது.

‘யார் கூப்பிடறாங்கன்னு தெரியலையே’ பதட்டத்தோடு செல்போனை எடுத்துப் பார்த்தார்.

அது வாட்ஸ்அப் அழைப்பு. முகில்வண்ணனின் மகன் செந்தமிழ் அழைத்துக் கொண்டிருந்தான்.

“பத்ரி! செந்தமிழ் கூப்பிடறான்... பேசறதா வேண்டாமா...?”

“நல்லதோ... கெட்டதோ... பேசிடு... நிலைமையோட சீரியஸ்னஸ் தெரிஞ்சாத்தான் மேற்கொண்டு என்ன பண்ணலாம்ன்னு நம்மால யோசிக்க முடியும்...!”

கஜபதி வாட்ஸ் அழைப்பை அனுமதித்து விட்டு பேசினார். “எ...எ...என்ன செந்தமிழ்...?” ஸ்பீக்கர் ஆனில் இருந்தது.

“கஜபதியண்ணே.... நீங்க எங்கே இருக்கீங்க... கடந்த அரைமணி நேரமாய் பார்வையிலேயே தட்டுப்படலை...”

“நான் இங்கதான் இருக்கேன்”

“இங்கேன்னா எங்கே...?”

“டைனிங் செக்‌ஷன் பக்கம்... ஆட்கள் ஒழுங்காய் வேலை பார்க்கறாங்களான்னு பார்க்க வந்தேன்...!”

“மொதல்ல அந்த இடத்திலிருந்து கிளம்பி ஃபங்ஷன் நடக்கிற இடத்துக்கு வாங்க... சி.எம். மேடையில் உட்கார்ந்துட்டார். அவர் பேச ஆரம்பிக்கிறதுக்கு முன்னாடி, அவர்க்கு போட வேண்டிய ஊட்டி மெகா ரோஜாப்பூ மாலையும் வெள்ளிச் செங்கோலும் மேடைக்கு வரணும். அந்த ரெண்டும் உங்க பொறுப்பில்தானே இருக்கு..?”

“ஆமா... அந்த ரெண்டையும் நம்ம வீட்டு பூஜையறைக்குப் பக்கத்துல இருக்கிற ஒரு ரூம்ல வெச்சு பூட்டி, அந்த அறையோட சாவியை உங்க தங்கச்சிக்கிட்டே கொடுத்திருக்கேன்.”

“என்னண்ணே இது...! உங்ககிட்டே ஒரு பொறுப்பைக் கொடுத்தா அதை யார்கிட்டேயாவது கொடுத்துட்டு உங்களுக்கு சம்பந்தம் இல்லாத வேலையைப் பார்க்கப் போறீங்க...? ஆமா நம்ம மாப்பிள்ளை உங்களைப் பார்த்தாரா...?”

“இல்லையே...!”

“அவர் உங்களைத்தானே தேடிட்டு இருந்தார்.”

“எதுக்கு...?”

“வேற எதுக்கு... சி.எம்.முக்கு போட வேண்டிய மெகா மாலையும், கொடுக்க வேண்டிய செங்கோலும் எங்கே இருக்குன்னு கேட்கத்தான்”

“மாப்பிள்ளை மணிமார்பன் என் கண்ணுலயே படலையே?”

“நீங்க திடீர்ன்னு காணாம போயிட்ட மாதிரி அவரையும் இப்ப

கொஞ்ச நேரமாய் காணோம்... எங்கிருக்கார்ன்னும் தெரியலை. போன் பண்ணினா அவரோட செல்போன் 'ஸ்விட்ச் ஆஃப்'ல இருக்கு. யார்க்குமே பொறுப்பு இல்லாமே போச்சு...! அப்பாவுக்கு நடக்கிற ஒரு பெரிய ஃபங்ஷன் இது.. இந்த ஃபங்ஷனை பயன்படுத்தி சி.எம்.மை குளிப்பாட்டி வெச்சாத்தான் அப்பா சம்பாதிச்சு வெச்சிருக்கிற சொத்துக்கு எந்த ஒரு பயமுறுத்தலும் இல்லாம இருக்கும். உங்களுக்குப் புரியுதாண்ணே?"

"புரியுது..."

"உடனே புறப்பட்டு வாங்க.... நீங்களும் மேடையேறி சி.எம்.மை ரெண்டு வார்த்தை பாராட்டிப் பேசணும்."

"சரி.... வர்றேன் தம்பி..."

"வரும்போது அப்படியே மாப்பிள்ளை மணிமார்பன் கண்ணுல பட்டா, அவரையும் கூட்டிட்டு வாங்க... மாப்பிள்ளை எங்கே எங்கேன்னு அப்பா கேட்கிற கேள்விக்கு என்னால பதில் சொல்ல முடியலை."

"ம்... ம்..." என்று முனகிக் கொண்டே செல்போனை அணைத்தார் கஜபதி. பத்ரியைப் பார்த்தார்.

"இப்ப என்ன பண்றது....?"

"வேற வழியில்லை கஜபதி... நாம நாலு பேரும் ஃபங்ஷன் முடிகிற வரைக்கும் இந்த வீட்டை விட்டு வெளியே போக முடியாது."

"மணிமார்பன் கொலையானது யார்க்கும் தெரியலை போலிருக்கு...!"

"நாமும் தெரியாதது போல இருந்துட வேண்டியதுதான்.... ம்... வாங்க ஃபங்ஷனுக்குப் போலாம்."

நான்கு பேரும், அந்த வைகறை இருட்டில் வெளிச்சமாய் தெரிந்த வீட்டை நோக்கி மறுபடியும் நடந்தார்கள்.

13

ஏகிறும் இருதயத் துடிப்புகளோடு நித்திலன், சாதுர்யா, பத்ரி, கஜபதி நான்கு பேரும் விழா நடக்கும் இடத்தை நெருங்கிய போது, காற்றில் நாதஸ்வர இசை காயப்பட்டுக் கொண்டிருந்தது.

விழா மேடையில் கட்சிப் பிரமுகர்கள் நாற்காலிகளில் தொப்பைகளைத் தள்ளிக் கொண்டு உட்கார்ந்திருக்க, மையத்தில் முதல் அமைச்சர் வஜ்ரவேலு அவர்க்கென்று போடப்பட்டு இருந்த பிரத்யேக சோபாவில் சாய்ந்தபடி முகத்தில் எந்தவித சலனத்தையும் காட்டிக் கொள்ளாமல் இயந்திரத்தனமாய் யார் யாரையோ பார்த்து கும்பிடுகள் போட்டுக் கொண்டிருந்தார்.

மைக்கைப் பிடித்து இருந்த ஒரு மாவட்டச் செயலாளர் ஏற்ற இறக்கக் குரலோடு பேசிக் கொண்டிருந்தார்.

“நமது அன்புக்குரிய அண்ணன் முகில்வண்ணன் அவர்களுக்கு, இன்றைக்கு அகவை அறுபது. அவரைப் பொறுத்தவரை 60 என்பது ஒரு எண். அவ்வளவுதான். அவருடைய மனதுக்கு வயது 20. இன்றைக்கும் அவருடைய செயல்பாடுகளிலே அந்த 20 வயதைப் பார்த்துக் கொண்டிருக்கிறேன். தன்னுடைய பதினைந்தாவது வயதில் செய்யாத தவறுக்காக போலீஸாரால் கைது செய்யப்பட்டு சீர்திருத்த பள்ளிக்குச் சென்றவர். அங்கே நடக்கும் அநியாயங்களைத் தட்டிக்கேட்டு, அந்த பள்ளியையே சீர்திருத்திவிட்டு வந்தவர். அவர் அரசியலில் தமது இருபதாவது வயதில் நுழைந்தார். 22வது வயதிலே சட்டசபை உறுப்பினராக தேர்ந்து எடுக்கப்பட்டு மக்களுக்காக ஊண் உறக்கம் இன்றி உழைக்க ஆரம்பித்தார். அப்போது ஆட்சிக் கட்டிலில் இருந்தவர்களின் ஆணவத்தையும், அகந்தையையும் அழித்தவர். சட்டசபை தேர்தலுக்கு தன்னுடைய உழைப்பைக் கொட்டியவர். சட்டசபை உறுப்பினராக ஏழு முறை தேர்ந்து எடுக்கப்பட்டு, இரண்டு தடவை முதல் அமைச்சர் பதவி வகித்தவர். பத்தாண்டுகள் பதவியில் இருந்தாலும், பத்து பைசாவைக்கூட சொத்தாக சேர்க்காதவர். அவருடைய வேஷ்டியில் கரை இருக்கும். ஆனால், கறைபடாத கரங்களுக்கு சொந்தக்காரர். கட்சியின் தலைமைக்கு கட்டுப்பட்டு பாரி வள்ளலுக்கு நிகராய் முதலமைச்சர் பதவியை அண்ணன் வஜ்ரவேலு அவர்களுக்கு வழங்கி ஆட்சிக் கட்டிலில் அமர்த்தி அழகு பார்த்தவர்...!”

முதலமைச்சர் வஜ்ரவேலு தனக்குப் பக்கத்தில் உட்கார்ந்திருந்த முகில்வண்ணனின் பக்கம் தலையைச் சாய்த்தார்.

"என்ன முகில்... மைக்கை பிடிச்சு பேசிட்டு இருக்கிறவன் யாரு? சொல்லருவி மோகன்ராஜ்தானே?"

"அவன் தான்!"

"என்ன இப்படி பொய் பேசறான்...! இவனுக்கு சொல்லருவின்னு பட்டம் கொடுத்ததற்கு பதிலாய் 'பொய்யருவி'ன்னு கொடுத்து இருக்கலாம்.... பேச்சுன்னா நம்பற மாதிரிதான் இருக்கணும்..."

"அவன் பேச்சை நிப்பாட்டவா வஜ்ரம்?"

"வேண்டாம்... அவன் பேசட்டும். சினிமாவுல வடிவேலு பேசற மாதிரி இருக்கு... நமக்கும் பொழுதுபோக வேண்டாமா...?" என்ற வஜ்ரவேலு சுற்றும்முற்றும் பார்த்துவிட்டு கேட்டார்.

"எங்கே.... உன்னோட மாப்பிள்ளை மணிமார்பன்? வந்ததிலிருந்து நானும் பார்க்கிறேன். கண்ணுல படவேயில்லை.. ஏதாவது பிரச்சனையா...?"

"சேச்சே... அதெல்லாம் ஒண்ணுமில்லை. சில முக்கியமான வி.ஐ.பி.ஸ் வர்ற நேரம்.. அதான் வாசல்ல நின்னு அவங்களை ரிஸீவ் பண்ணிட்டிருப்பார்.!"

"அதெல்லாம் உன்னோட மாப்பிள்ளை பார்க்கிற வேலையா...? அவரை மேடைக்கு வரச் சொல்லு!"

"இதோ... இப்ப வரச் சொல்றேன்... வஜ்ரம்..." என்ற முகில்வண்ணன் தனக்கு பின்புறமாய் நின்றிருந்த மகன் செந்தமிழை கையசைத்துக் கூப்பிட்டார். அவன் வேகவேகமாய் பக்கத்தில் வந்து குனிந்தான்.

"அப்பா..."

முகில்வண்ணன் கிசுகிசுப்பாய் "மாப்பிள்ளை எங்கடா...?" என்று கேட்டார்.

"அதான் தேடிட்டு இருக்கேன்ப்பா"

"என்னது... தேடிட்டு இருக்கியா... அவர் காணாமே போறதுக்கு சின்னக் குழந்தையா என்ன...? வேண்டாத வேலையை ஏதாவது பண்ணிட்டு இருப்பார். போன்ல காண்டாக்ட் பண்ணு..."

"பண்ணினேன்ப்பா... போன் நாட் இன் யூஸ்ன்னு வருது....!"

"தங்கச்சி கயல்விழிக்கு போன் பண்ணி கேளு...!"

"கேட்டேன்... காலையில அஞ்சு மணிக்கு பார்த்தது. அப்புறம்

அவரைப் பார்க்கவேயில்லைன்னு சொல்றா....!"

"தினமும் காலையில் 'பெட்காபி'க்கு பதிலாய் ஷீவாஸ் ரீகல் விஸ்கி சாப்பிடற ஆளு... சாப்ட்டுட்டு எங்கேயாவது கவுந்துட்டாருன்னு நினைக்கிறேன்."

"இப்பப் பார்த்துடறேன்ப்பா...!"

"அ...அ.... அப்புறம்... கஜபதி எங்கே....?"

"அதோ முன்வரிசையில் உட்காந்திருக்கார். பக்கத்துல உட்கார்ந்து இருக்கிறது முத்துப்பாண்டியனோட மகனும் மருமகளும்...."

"சரி... சி.எம்.க்கு போட வேண்டிய மாலையும், கொடுக்கப் போகிற வெள்ளி செங்கோலும் ரெடியாய் இருக்கா?"

"இருக்குப்பா.... கொண்டாந்து வெச்சிருக்கேன்"

"இந்த சொல்லருவி மோகன் பேசினதும், கஜபதியை மேடையில் ஏத்திடு. நல்லா பேசுவான்"

"சரிப்பா..." சொன்ன செந்தமிழ் பின்னுக்கு நகர்ந்து மேடைக்கு பின்புறமாய் வந்தான். இன்ஸ்பெக்டர் ஒருவர் நின்றிருந்தார். செந்தமிழ் அவரைப் பார்த்துவிட்டு கேட்டான்.

"என்ன முஸ்தபா... இங்கே நின்னுட்டு இருக்கீங்க...?"

"ஸார்... கமிஷனர் உங்களை உடனே பார்த்து பேசணும்ன்னு சொல்றார்."

"எதுக்காக...?"

"தெரியலை ஸார்... ஏதோ ஒரு முக்கியமான விஷயத்தை பேசணும்ன்னு சொன்னார்."

"இங்கே எனக்கு தலைக்கு மேல ஆயிரம் வேலை இருக்கு... இந்த நேரத்துல இவர் வேற... கமிஷனர் இப்போ எங்கே இருக்கார்...?"

"அதோ... அந்த சி.சி.டி.வி. காமிரா மானிடரிங் அறைக்குப் பக்கத்துல உங்களுக்காக வெயிட் பண்ணிட்டிருக்கார்... ஏதோ ஒரு முக்கியமான விஷயம் இருக்கப் போய்த் தான் உங்களைக் கூப்பிடறார் ஸார்.... ஒரு அஞ்சு நிமிஷம் போய்ப் பார்த்து பேசிட்டு வந்துடுங்க..."

செந்தமிழ், சில விநாடிகள் யோசனையாய் இருந்துவிட்டு நூறடி தூரத்தில் தெரிந்த அந்த சி.சி.டி.வி. காமிரா மானிட்டரிங் அறையை நோக்கிப் போனான். வெளிச்சம் குறைவாய் இருந்த பகுதி அது.

ஒரு ட்யூப்லைட் மட்டும் பற்றாக்குறை மின்சாரத்தால் விட்டுவிட்டு எரிந்து கொண்டிருந்தது. மானிட்டரிங் அறை மூடப்பட்டு இருக்க, அதற்குப் பக்கத்தில் இருந்த ஷாமியானா தடுப்புக்கு அருகே போலீஸ் கமிஷனர் ஆதிமூலம் நடைபோட்டபடி காத்திருந்தார். செந்தமிழைப் பார்த்தும் நின்றார். தயக்கத்தோடு சொன்னார்.

“ஸாரி... உங்ககிட்டே ஒரு முக்கியமான விஷயம் பேசவேண்டியிருக்கு... ஃபங்ஷன் நடக்கிற இடத்துக்கு நான் வந்தா பேச முடியாது. அதான் உங்களை வரச் சொன்னேன்...”

செந்தமிழ் எரிச்சலோடு சொன்னான். “அதான் வந்துட்டேனே.... என்ன விஷயம் சொல்லுங்க...?”

கமிஷனர் ஆதிமூலம் சுற்றும்முற்றும் பார்த்துவிட்டு சொன்னார்.

“ஒரு பத்து நிமிஷத்துக்கு முன்னால் என்னுடைய செல்போனுக்கு ஒரு அழைப்பு வந்தது, கூப்பிட்டது யார்ன்னு பார்த்தேன். ஒரு புது எண். பொதுவாய் ஒரு புது நெம்பர் வந்தா அந்த நெம்பரோடு பேசும்போது அந்த ஆடியோ கான்வர்சேஷனை பதிவு பண்ணிடுவேன்.... அதேமாதிரி இந்த கான்வர்சேஷனையும் பதிவு பண்ணினேன். அந்த நபர் பேசிய விஷயம், எனக்கு பெரிய அதிர்ச்சியாய் இருந்தது. அந்தச் செய்தி எவ்வளவு நம்பகத்தன்மை வாய்ந்ததுன்னும் தெரியலை.... எனக்கும் அந்த நபர்க்கும் நடந்த ஆடியோ கான்வர்சேஷனை இப்ப ஆன் பண்றேன். கேட்டுப் பாருங்க” சொன்ன கமிஷனர் செல்போனின் ஆடியோ ஆப்ஷனை ஆன் செய்தார். ஒரு நபரின் குரலும் கமிஷனரின் குரலும் மாறிமாறி கேட்டது.

“காலை வணக்கம் கமிஷனர் ஸார்”

“பேசறது .... யாரு...?”

“என்னை அறிமுகப்படுத்திகிட்டாலும் நான் யார்ன்னு உங்களுக்குத் தெரியப்போறதில்லை. விஷயத்தை மட்டும் கேளுங்க ஸார்.”

“சரி... சொல்லு...!”

“துக்க வீட்ல எக்ஸ் மினிஸ்டர் முகில்வண்ணனோட சஷ்டியப்த பூர்த்தி விழா நடக்கலாமா கமிஷனர் ஸார்..?”

“ஏய் ... நீ என்ன சொல்றே?”

“முகில்வண்ணனோட மாப்பிள்ளை மணிமார்பன் இப்போ உயிரோடு இல்லை...”

14

செந்தமிழனின் விழிகளில் பயம் நிரம்பியது. கமிஷனரின் செல்போனில் ஆடியோ கான்வர்சேஷன் நிதானமான குரலில் போய்க் கொண்டிருக்க அதை உன்னிப்பாய் செவிமடுத்தான்.

“முகில்வண்ணனோட மாப்பிள்ளை மணிமார்பன் இப்போ உயிரோடு இல்லையா...?”

கமிஷனரின் குரல் நடுக்கமாய் கேட்க, மறுமுனையில் குரல் சிரித்தது.

“மணிமார்பனோட டெட்பாடியை பார்த்தால்தான் நம்புவீங்களா கமிஷனர் ஸார்?”

“மணிமார்பன் இப்ப எங்கே?”

“பாடி எங்கேன்னு கேளுங்க.... அவனோட உடம்பு, இந்த பண்ணை வீட்டுக்குள்ளேயேதான் இருக்கு... போய் தேடி எடுத்துக் கண்டுபிடிச்சு, முகில்வண்ணனோட சஷ்டியப்த பூர்த்தி சடங்குகளை நிறுத்திட்டு, மணிமார்பனோட காரியங்களைப் பண்ண ஆரம்பிங்க... இது விஷயமாய் வேண்டியவங்க யார்க்கும் சொல்லி அனுப்ப வேண்டியது இல்லை... ஏன்னா வேண்டியவங்க, சொந்தக்காரங்க எல்லாரும் இங்கேயே இருக்காங்க....!”

அத்தோடு செல்போனின் கான்வர்சேஷன் அறுந்து போயிற்று. செந்தமிழ், கமிஷனரிடம் திரும்பினான். முகம் வெள்ளமாய் வியர்த்திருந்தது. “ஸார்.... பேசினவனின் செல்போன் நம்பரை நோட் பண்ணீங்களா?”

“அவன் செல்போனிலிருந்து பேசலை.... ஏதோ ஒரு பி.சி.ஓவிலிருந்து பேசியிருக்கான். நான் உடனே கண்ட்ரோல் ரூமுக்குத் தகவல் அனுப்பி அந்த விஷயத்தை கன்ஃபர்ம் பண்ணிகிட்டேன். கோடம்பாக்கம் ஆற்காடு சாலையிலிருந்து போன் பண்ணியிருக்கான். இந்த ஃபங்ஷன்ல குழப்பம் பண்ண யாரோ முயற்சி பண்றாங்கன்னு நினைக்கிறேன்... மிஸ்டர் மணிமார்பன் மேடையில்தானே இருக்கார்?”

செந்தமிழ் நெற்றி வியர்வையை கர்ச்சீப்பால் ஒற்றிக்கொண்டே கமிஷனரை ஏறிட்டான்.

“ஸார்... மாப்பிள்ளை மணிமார்பனை ஒரு அரைமணி நேரமாய் காணோம். அவரைத்தான் தேடிகிட்டு இருக்கேன்...!”

“என்னது... தேடிட்டு இருக்கீங்களா... அப்படீன்னா என்கூட செல்போன்ல பேசினவனை, நாம அலட்சியம் பண்ண முடியாது. இதே பண்ணை வீட்டுக்குள்ளே, அவர்க்கு ஏதாவது ஒரு அசம்பாவிதம் நடந்து இருக்கணும்... உடனடியாய் சர்ச் ஸ்க்வாட் ஒண்ணை இன்ஃபார்ம் பண்ணி தேடச் சொல்லணும்.... நான் அதுக்கான முயற்சியில் இறங்கட்டுமா...?”

“ம்... செய்யுங்க... ஆனா வந்திருக்கிற யார்க்கும் தெரியாதபடி மணிமார்பனைத் தேடுங்க....”

கமிஷனர் தலையாட்டிவிட்டு நடந்துபோக, செந்தமிழ் தளர்ந்த நடையோடு ஃபங்ஷன் நடக்கும் இடத்திற்கு வந்தான். மேடையில் கஜபதி மைக்குக்கு முன்பாய் நின்றபடி ஆவேசமாய் பேசிக் கொண்டிருந்தார்.

“அண்ணன் முகில்வண்ணன் அவர்களை எதிர்க்கட்சித் தலைவர்கள் ஒரு மனிதனாக பார்த்துக் கொண்டிருக்கிறார்கள். ஆனால், நான் புனிதனாகப் பார்த்துக் கொண்டு இருக்கிறேன். நெருங்கிப் பழகியவர்களுக்கு மட்டுமே அந்த எளிய மனிதரின் அரிய குணநலன்கள் தெரியவரும். அவரைத் தேடி பதவிகள் வந்தன. ஒரே ஒரு தலையசைப்பால் வேண்டாம் என்று மறுத்து விட்டார். சென்ற வருடம் நள்ளிரவு பனிரெண்டு மணிக்கு டெல்லியில் இருந்து அவர்க்கு ஒரு செய்தி வருகிறது. செய்தியில் குறிப்பிட்டிருந்த வாசகம் என்ன தெரியுமா? பிரதமர் நாளை மாலை உங்களைச் சந்திக்க விரும்புகிறார் என்பதே.”

“பிரதமரின் வார்த்தைக்கு மதிப்பளித்து அண்ணன் முகில்வண்ணன், மறுநாள் மத்திய அரசே ஏற்பாடு செய்திருந்த தனிவிமானத்தில் டெல்லி புறப்பட்டுப் போனார். பிரதமரை அவருடைய வீட்டிலேயே சந்தித்தார். இந்த சந்திப்பு ரகசியமான முறையில் நடைபெற்றது. அந்தச் சந்திப்பின்போது பிரதமர் நம் அண்ணனிடம் குடியரசுத் தலைவர் பதவியை ஏற்றுக் கொள்ளச் சம்மதமா என்று கேட்டுள்ளார். அதற்கு அண்ணன் சொன்ன ஒற்றை வார்த்தை வேண்டாம் என்பதுதான். ஆனால் பிரதமர் விடவில்லை. ‘முகில்ஜி... ஏன் குடியரசு தலைவர் பதவியை வேண்டாம் என்று சொல்கிறீர்கள்?’ என்று கேட்டபோது நமது அண்ணன் என்ன பதில் சொன்னார் தெரியுமா?”

கஜபதியின் பேச்சைக் கேட்டுக் கொண்டிருந்த முதலமைச்சர் வஜ்ரவேலு முகில்வண்ணனின் காதருகே தலையைச் சாய்த்தார்.

“யோவ்... முகில் ... அந்த பிரதம மந்திரி இப்ப உயிரோடு இல்லேங்கற தைரியத்துல, உன்னோட ஆள் கஜபதி இப்படியெல்லாம் பொய் பேசறானே... கொஞ்சம் அடக்கி வாசிக்கச் சொல்லய்யா....”

“நான் என்ன பண்ணட்டும் வஜ்ரவேலு... எத்தனையோ தடவை சொல்லிப் பார்த்துட்டேன். ஒருத்தனும் காதுல போட்டுக்கிறதில்லை... மைக்கைப் பிடிச்சான்னா பொய் தானாவருது.... இந்தப் பொய்யையும் நம்பறதுக்கு ஒரு கூட்டம் இருக்கு....”

“சரி... சரி.... உன்னோட பையன் செந்தமிழ் ஏன் இப்படி பேய் அறைஞ்சமாதிரி வேர்த்து வழிஞ்சு வர்றான். விஷயம் என்னன்னு கேளு...!”

செந்தமிழ் கையில் இருந்த கர்ச்சீப்பால் முகத்தை ஒற்றிக் கொண்டே முகில்வண்ணனை நெருங்கி குனிந்தான். “அப்பா....”

“என்ன செந்தமிழ்... குரல் ஒருமாதிரி இருக்கு... மாப்பிள்ளையைப் பார்த்தியா....?”

“அது விஷயமாய்த்தான் பேசணும்... ஒரு நிமிஷம் உள்ளே வாங்கப்பா...”

“என்ன மாப்பிள்ளை ஏதாவது பிரச்சனை பண்றாரா?”

“சொல்றேன்... உள்ளே வாங்கப்பா....”

முகில்வண்ணன் முதலமைச்சரிடம் திரும்பினார்

“வஜ்ரம்...! பையன் ஏதோ பேசணுமாம். ஒரு ரெண்டு நிமிஷம் உள்ளே போய்ட்டு வந்துடறேன்...”

“போய்ட்டு சீக்கிரமா வா.... நீ பேசினதும் நான் பேசிட்டு வேற ஒரு கல்யாணத்துக்கு போகணும்.”

“இப்ப வந்துடறேன்...”

முகில்வண்ணன் எழுந்து பட்டுத் துண்டால் முதுகைப் போர்த்திக் கொண்டு செந்தமிழைப் பின்தொடர்ந்தார்.

• • •

விழா மேடையின் முன்னால் போடப்பட்டிருந்த முன்வரிசை நாற்காலிகளில் உட்கார்ந்திருந்த நித்திலனும் சாதுர்யாவும் ஒருத்தரையொருத்தர் கலக்கமாகப் பார்த்துக் கொண்டார்கள்.

“கவனிச்சியா சாதுர்யா....?” நித்திலன் கிசுகிசுத்தான்.

“ம்... கவனிச்சேன்.... முகில்வண்ணன் எந்திரிச்சு தன் பையன் பின்னாடி போறார்...”

“மணிமார்பன் கொலையான மேட்டர் செந்தமிழுக்கு தெரிஞ் சிடுச்சு போலிருக்கு...”

“விஷயம் தெரிஞ்சிருந்தா ஃபங்ஷன் நடக்காது. அதுக்கு முன்னாடி நாம இந்த இடத்தைவிட்டு கிளம்பிடணும்.... ஏன்னா மணிமார்பனோட செல்போன் என் கிட்டதான் இருக்கு....”

“சிம்கார்டைத்தான் வெளியே எடுத்திட்டியே... அப்புறம் என்ன பயம்....?”

“பயமில்லைதான்.... இருந்தாலும் ஒரு பயம் என்னோட மனசுக்குள்ளே நொண்டிகிட்டே இருக்கு....” நித்திலன் சொல்லிக் கொண்டிருக்கும்போதே கஜபதி அவர்களுக்குப் பக்கத்தில் வந்து உட்கார்ந்தார். அவர் முகம் இருண்டு போயிருந்தது.

நித்திலன் சொன்னான். “அருமையா மேடைக்கு ஏத்த மாதிரி பேசிட்டீங்க ஸார்”

“உங்க பாராட்டையெல்லாம் கேட்கிற மனநிலையில் நான் இல்லை நித்திலன். விஷயம், நம்ம தலைக்கு மேல் ஒரு விபரீதம் போயிட்டிருக்கு”

“என்ன ஸார்?”

“மேடையில் நான் பேசி முடிச்சதும், முகில்வண்ணனும் அவருடைய மகனும் என்னை மேடைக்குப் பின்புறம் இருக்கிற அறைக்கு வரச் சொன்னாங்க... நானும் போனேன். அங்கே போலீஸ் கமிஷனரும் இருந்தார்.

கமிஷனருக்கு, எவனோ ஒருத்தன் போன் பண்ணி மணிமார்பனோட டெட்பாடி இந்தப் பண்ணை வீட்டுக்குள்ளதான் இருக்குன்னு சொல்லியிருக்கான். பாதுகாப்புக்கு வந்து இருக்கிற போலீஸார் ரெண்டு குழுக்களாய் பிரிஞ்சு, டெட்பாடி எந்த இடத்துல இருக்குன்னு தேட ஆரம்பிச்சுட்டாங்க.... கொலையாளி இந்தப் பண்ணை வீட்லதான் இருக்கணும்ங்கிற சந்தேகத்தின் பேரில் இங்கே இருக்கிற யாரும் இன்னும் சில மணி நேரங்களுக்கு வெளியே போக முடியாதாம்...”

நித்திலனும் சாதுர்யாவும் சுவாசிக்கத் திணறினார்கள்.

“இப்ப என்ன ஸார் பண்றது?”

15

கஜபதி சுற்றும் முற்றும் பார்த்துவிட்டு நித்திலன், சாதுர்யா பக்கம் தலையைச் சாய்த்து கிசுகிசுப்பான குரலில் சொன்னார்.

"முகில்வண்ணனோட மாப்பிள்ளை மணிமார்பனோட டெட்பாடியை இன்னும் கொஞ்ச நேரத்துல போலீஸ் எப்படியும் கண்டுபிடிச்சு கொலையாளியைத் தேட ஆரம்பிச்சுடுவாங்க. நாம டென்ஷன் படாமே இருக்கணும்..." போலீஸ் கமிஷனர் ஆதிமூலம் சாதாரணப்பட்ட ஆள் கிடையாது. அவருடைய விசாரணை முறைகள் வேகமாகவும் வித்தியாசமாகவும் இருக்கும்..." கஜபதி பேசிக்கொண்டிருக்கும் போதே செந்தமிழ் மேடைக்குப் பக்கத்தில் இருந்து குரல் கொடுத்தான்.

"கஜபதியண்ணே... என்ன அங்கே போய் உட்கார்ந்துட்டீங்க.. மாப்பிள்ளையைக் காணோம்ன்னு எல்லாரும் தேடிகிட்டு இருக்கோம்... ம்... நீங்களும் வந்து தேடுங்க..."

"இதோ... வந்துட்டேன்... தம்பி..."

கஜபதி எழுந்து வேஷ்டியை மடித்து கட்டிக் கொண்டு செந்தமிழை நோக்கிப் போனார். ஒரு ஆறுதலுக்குப் பேசினார்.

"மாப்பிள்ளை மணிமார்பன் எங்கே போயிடப் போறார் தம்பி... ஏதாவது ஒரு பக்கம் விழா ஏற்பாடுகளை கவனிச்சுட்டு இருப்பார். தங்கச்சிகிட்ட கேட்டுப் பார்த்தீங்களா...?"

"ம்... கேட்டுப் பார்த்தேன். தங்கச்சி கயல்விழி கடந்த ஒருமணி நேரமாய் மாப்பிள்ளையைப் பார்க்கவே இல்லைன்னு சொல்றா..."

"சரிவாங்க தம்பி... பார்த்துடுவோம்..."

"ஒரு நல்ல காரியம் நடக்கற நேரத்துல இவர் வேற இப்படியொரு கண்ணாமூச்சி விளையாட்டு விளையாடிட்டு இருக்கார். தண்ணியைப் போட்டுகிட்டு எங்கேயாவது மட்டையாட்டம் விழுந்து கிடப்பார்ன்னு நினைக்கிறேன்..."

"சே.. சே.. என்ன தம்பி... நம்ப வீட்டு மாப்பிள்ளையைப் பத்தி அவ்வளவு மோசமாய் பேசறீங்க... இன்னிக்கு அப்பாவோட சஷ்டியப்த பூர்த்தி. எல்லா வி.ஐ.பீசும் வந்து போகிற நிகழ்ச்சி... அப்படி எல்லாம் அவர் தன்னைத்தானே அசிங்கப்படுத்திக்க மாட்டார்..."

“சரி சரி நிலவரம் என்னன்னு இன்னும் கொஞ்ச நேரத்துல தெரிஞ்சுடும். வாங்கண்ணே, மத்தவங்க தேடாத பக்கமாய் போய் தேடிப் பார்ப்போம்”

செந்தமிழும், கஜபதியும் பண்ணை வீட்டின் பின்புறத்தை நோக்கிப் போனார்கள்.

● ● ●

அறைக்குள் முகில்வண்ணன் பாறையாய் இறுகிப் போன முகத்தோடு உட்கார்ந்திருக்க, போலீஸ் கமிஷனர் ஆதிமூலம், தன் கையில் வைத்து இருந்த வாக்கிடாக்கியில் பதட்டமும் கவலையுமாய் அவர்க்கு முன்பாய் நின்றபடி பேசிக் கொண்டிருந்தார். அவர் கேட்ட கேள்விகளுக்கு வயர்லஸில் உடனுக்குடன் பதில் வந்தது.

“என்னாச்சு..?”

“ஸார்... நான் **B** ஸ்க்வாட் சைலேஷ்... பண்ணை வீட்டோட ஈஸ்டர்ன் சைடு முழுவதும் பார்த்துட்டோம் ஸார்.. டு நாட் நோ வேர் ஹி ஈஸ்?..”

“சரியாய் பார்த்தீங்களா..?”

“பர்ஃபெக்ட் சர்ச் ஸார்...” அவர் சொல்லச் சொல்ல இன்னொரு குரல் கேட்டது.

“ஸார்... நான் **A** ஸ்க்வாட் அப்துல் ரஹீம். மணிமார்பன் ஸாரை கண்டுபிடிக்க முடியலை. பண்ணை வீட்டில் இருக்கிற எல்லா அறைகளையும் செக் பண்ணி பார்த்துட்டோம். இப்போ பண்ணை பங்களாவோட பவுண்டரிக்கு போயிட்டிருக்கோம். இங்கே கொஞ்சம் இருட்டாய் இருக்கு. இருந்தாலும் “ஜெய்ண்ட் டார்ச்” வெளிச்சத்தோட உதவியால் எல்லா பகுதிகளையும் பார்க்க முடியும். எப்படியும் கண்டு பிடிச்சுடலாம் ஸார்”

“பேசிட்டு இருக்காதீங்க... ஐ வாண்ட் ரிசல்ட்” பேசிவிட்டு வாக்கிடாக்கியை அணைத்த கமிஷனர் ஆதிமூலம் முகில்வண்ணனிடம் பவ்யமாய் குனிந்தார்.

”ஸார்...”

முகில்வண்ணன் பெருமூச்சோடு நிமிர்ந்தார்.

“என்ன..? என்பது போல பார்த்தார்.

“சி.எம். கிளம்பிப் போயிட்டார். ஒரு ரிலேட்டிவ்வோட

கல்யாணத்தை அட்டெண்ட் பண்ணனுமாம்...”

“அவரோட பிரச்சினை அவர்க்கு... நம்ப பிரச்சினை நமக்கு...” என்று சொன்னவர் பெருமூச்சொன்றை வெளியேற்றிய படி கமிஷனரை கவலையோடு ஏறிட்டார்.

“நம்ம மாப்பிள்ளையை பற்றி உங்க கிட்ட போன்ல பேசின நபர் என்ன சொன்னான்னு மறுபடியும் ஒரு தடவை சொல்லுங்க. அவன் பேசின வார்த்தைகளை வெச்சு அவன் யார்னு கண்டுபிடிக்க முயற்சி பண்றேன்.”

கமிஷனர் சில விநாடிகள் யோசித்துவிட்டு சொன்னார்.

“மணிமார்பனோட உடம்பு இந்த பண்ணை வீட்டுக்குள்ளேதான் இருக்கு. போய் தேடி கண்டிபிடிச்சு, முகில்வண்ணனோட சஷ்டியப்த பூர்த்தி சடங்குகளை நிறுத்திவிட்டு மணிமார்பனோட காரியங்களை பண்ண ஆரம்பிங்க. இந்த விஷயமாய் வேண்டியவங்க யார்க்கும் சொல்லி அனுப்ப வேண்டியதில்லை. ஏன்னா வேண்டியவங்க, சொந்தக்காரங்க எல்லாரும் இங்கேயே இருக்காங்க...”

“இவ்வளவு தைரியமாய் ஒருத்தன் போன் பண்ணி பேசறான்னா அவன் சாதாரண ஆளாய் இருக்க மாட்டான். இவ்வளவு கட்டுக் காவல்களையும் மீறி ஒருத்தன் இந்த பண்ணை பங்களாவுக்குள்ளே நுழைஞ்சு என் மாப்பிள்ளை மேல கை வெச்சிருக்கான்னா அவன் நிச்சயமாய் என்னோட எதிரியாய் இருக்கமுடியாது. ஒரு நண்பனைப்போலத்தான் உள்ளே நுழைஞ்சிருக்கணும்...”

“ஸார்... இது வெத்து மிரட்டலாய் கூட இருக்கலாம்”

“அப்படி வெத்து மிரட்டலாய் இருந்தா, மாப்பிள்ளை மணிமார்பன் இப்ப நம்ம முன்னாடி நின்னுட்டு இருக்கணுமே....“

“இன்னும் கொஞ்ச நேரத்துல உண்மை என்னன்னு தெரிஞ்சிடும் ஸார்...” கமிஷனர் சொல்லிக் கொண்டிருக்கும் போதே, முகில்வண்ணன் மகள் கயல்விழியும், செந்தமிழின் மனைவி மலர்க்கொடியும் அடக்கிக் கொண்ட அழுகையோடு அவருக்குப் பக்கத்தில் வந்தார்கள்.

“அப்பா....” என்று கண்ணீரோடு விம்மியபடி முகில்வண்ணனை நெருங்கிய கயல்விழி, அவருடைய காலடியில் போய் உட்கார்ந்தாள். அவர் அவளுடைய தலையை நடுக்கமாய் வருடிவிட்டார்.

“பயப்படாதேம்மா... மாப்பிள்ளைக்கு ஒண்ணும் ஆகியிருக்காது. எனக்கு வேண்டாத யாரோ விளையாடறாங்க.

நீ தைரியமாய் இரும்மா'' அவருடைய ஆறுதல் பேச்சில் நேரம் கரைய அரைமணி நேரத் தேடலுக்குப்பின், **'A'** ஸ்க்வாட் **'B'** ஸ்க்வாட்டை சேர்ந்த போலீஸ் அதிகாரிகள் கமிஷனர்க்கு முன்பாய் வியர்வை முகங்களோடு வந்து நின்றார்கள்.

"என்ன..?"

"பண்ணை பங்களாவிலும், பங்களாவைச் சுற்றி இருக்கிற பகுதிகளிலும் தேடிப் பார்த்துட்டோம் ஸார். மணிமார்பன் ஸார் எங்கேயும் இல்லை.."

"ஸோ.. இது புரளிதான்"

"நோ .. டவுட் ஸார்.."

முகில்வண்ணன் கோபமாய் எழுந்து நின்றார். ஒட்டுமொத்த போலீஸையும் பார்த்து பெரிய குரலில் இரைந்தார்.

"அப்படீன்னா... என்னோட மாப்பிள்ளை மணிமார்பன் எங்கே..?"

● ● ●

நித்திலனும், சாதுர்யாவும் இன்னும் அதே நாற்காலிகளில் உட்கார்ந்திருக்க, கஜபதி சுற்றும் முற்றும் பார்த்தபடி அவர்களை நெருங்கி காலியாய் இருந்த நாற்காலியில் உட்கார்ந்தார். நடுக்கமான குரலில் கூப்பிட்டார்.

"நி... நி... நித்திலன்..."

"என்ன ஸார்..? மணிமார்பனோட டெட்பாடியை போலீஸ் பார்த்துட்டாங்களா...?"

"பாடியை தேடிக்கிட்டு இருக்காங்க..."

"என்ன ஸார்... சொல்றீங்க..? பண்ணை பங்களாவுக்கு பின்னாடி இருக்கிற ஒரு குழியில்தானே மணிமார்பனை வெட்டுப்பட்ட காயங்களோடு உயிர்விட்டதைப் பார்த்தோம்..?"

"ஆமா..."

"அந்த குழி உட்பட எல்லா பக்கமும் தேடிப் பார்த்துட்டாங்க. எங்கேயும் இல்லையாம்..."

16

அடுத்த ஒரு மணி நேரத்திற்குள் தமிழ்நாட்டில் இருந்த ஒட்டுமொத்த டி.வி.சானல்களும் வயிற்றைக் கலக்கும் பின்னணி இசையோடு பிரேக்கிங் நியூஸ் போட ஆரம்பித்துவிட்டன.

‘முன்னாள் முதலமைச்சர் முகில்வண்ணனின் மருமகன் மணிமார்பன் மாயம்’

‘அமைச்சரின் சஷ்டியப்த பூர்த்தி விழா நடந்து கொண்டு இருக்கும் போதே காணாமல் போன மர்மம்’

ஒரு பிரதான டி.வியில் மட்டும் நேரடி ஒளிபரப்பு ஆரம்பமாகி வர்ணனையாளர் ஒருவர் கையில் மைக்கை வைத்து பேசிக் கொண்டிருந்தார்.

“நாம் இப்போது பார்த்துக் கொண்டிருக்கும் இடம் கிழக்குக் கடற்கரை சாலையில் இருக்கும் முன்னாள் முதலமைச்சர் முகில்வண்ணன் அவர்களின் பண்ணை பங்களா. ஐந்து ஏக்கர் நிலப்பரப்பில் விஸ்தாரமாய்க் கட்டப்பட்ட பங்களா இது. இந்த பங்களாவில்தான் அமைச்சரின் அறுபதாவது பிறந்தநாள் விழா அதிவிமரிசையாக நடைபெற்றுக் கொண்டு இருந்தது. தற்போதைய முதலமைச்சரும் விழாவில் கலந்து கொண்டார். விழா நடைபெற்றுக் கொண்டிருக்கும் போதே, முகில்வண்ணன் அவர்களின் மாப்பிள்ளையான மணிமார்பன் மாயமாகிவிட்டார். அவர் எங்கே போனார் என்று தெரியாமல் எல்லோரும் தேடிக் கொண்டிருந்த வேளையில் போலீஸ் கமிஷனர் ஆதிமூலம் அவர்களுக்கு ஒரு மர்ம நபரிடமிருந்து அநாமதேய தொலைபேசி அழைப்பு ஒன்று வந்தது. செல்போனில் மறுமுனையில் பேசிய நபர் ‘மணிமார்பன் கொலை செய்யப்பட்டுவிட்டதாகவும், அவருடைய உடல் பண்ணை பங்களாவுக்குள்ளேயே ஏதோ ஒரு இடத்தில் இருப்பதாகவும், சஷ்டியப்தபூர்த்திக் கொண்டாட்டத்தை நிறுத்திவிட்டு மணிமார்பனுக்குச் செய்ய வேண்டிய காரியங்களை செய்யுங்கள்’ என்றும் போனில் பேசிய நபர் கூறியுள்ளார். இதைக்கேட்டு அதிர்ச்சியுற்ற போலீஸ் கமிஷனர் ஆதிமூலம் உடனடியாய் முகில்வண்ணன் மகன் செந்தமிழை வரவழைத்து விஷயத்தைச் சொல்லியிருக்கிறார். இந்த விழாவின் பாதுகாப்புக்காக வந்திருந்த ஒட்டுமொத்த போலீஸும் இரண்டாக பிரிந்து பண்ணை வீட்டின் மூலை முடுக்கெல்லாம்

புகுந்து மணிமார்பனின் உடலைத் தேடியிருக்கிறார்கள். உடல் கிடைக்கவில்லை. மணிமார்பன் என்ன ஆனார் என்பதும் தெரியவில்லை. இது குறித்து போலீஸ் கமிஷனரிடம் சில கேள்விகளை இப்பொழுது கேட்கப் போகிறோம்.''

டெலிவிஷன் திரையில் காட்சி மாற போலீஸ் கமிஷனர் ஆதிமூலம் இறுகிய முகத்தோடு பார்வைக்கு கிடைத்தார். அவருடைய முகத்துக்கு நேரே மைக்கை நீட்டியபடி வர்ணனையாளர் கேட்டார்.

“ஸார்... முன்னாள் முதலமைச்சர் முகில்வண்ணனின் மாப்பிள்ளை மணிமார்பனுக்கு என்ன நேர்ந்து இருக்கும் என்று நினைக்கிறீர்கள்..?''

“எந்த ஒரு முடிவுக்கும் வரமுடியவில்லை''

“அவர் உயிரோடு இருப்பாரா..?''

“தெரியவில்லை... அவர் கொலை செய்யப்பட்டிருந்தால், அவருடைய உடல் பண்ணை பங்களாவில் எங்களுக்குக் கிடைத்து இருக்கும்''

“அப்படியென்றால் உங்களுக்கு செல்போனில் வந்த தகவலில் உண்மை இல்லையென்று எடுத்துக் கொள்ளலாமா...?''

“ஆமாம் அது தவறான தகவலாய்த்தான் இருக்க வேண்டும்''

“முன்னாள் முதலமைச்சர் முகில்வண்ணன் மணிமார்பன் மாயமானதை பற்றி என்ன சொல்கிறார்?''

“அவருடைய ஒட்டுமொத்த குடும்பமும் இடிந்து போன மனநிலையில் உள்ளார்கள். முகில்வண்ணனுக்கு அரசியலில் எத்தனையோ எதிரிகள். அவர்களில் யாராவது சந்தோஷமான இந்த சஷ்டியப்தபூர்த்தி விழாவை மேற்கொண்டு நடத்த விடாமல் செய்ய வேண்டும் என்பதற்காக இப்படிப்பட்ட ஒரு குளறுபடியைச் செய்து இருக்கலாம்'' மேற்கொண்டு வர்ணனையாளர் கேள்வி கேட்கும் முன்பாக அஸிஸ்டண்ட் போலீஸ் கமிஷனர் சந்திரன் கமிஷனர்க்கு பக்கத்தில் வந்து நின்றார்.

“ஸார்.. ஒரு ரெண்டு நிமிஷம் தனியாய் பேசணும்''. கமிஷனர் டி.வியை விட்டு விலகி சந்திரனுடன் தனியாய் போனார்.

“என்ன விஷயம்..?''

சந்திரன் சுற்றும்முற்றும் பார்த்துவிட்டு குரலைத் தாழ்த்தினார். “ஸார்.. மணிமார்பன் உயிரோடு இருக்க வாய்ப்பு இல்லை''

"எப்படி சொல்றீங்க..?"

"பண்ணை பங்களாவுக்கு பின்புறம் இருக்கிற காலியான இடத்தில் ஒரு குழிவான பகுதியின் அருகே மோப்ப நாயைக் கொண்டு போன போது நாய் அந்த இடத்தை விட்டு நகராமல் அப்படியே படுத்துக்கிச்சு. அந்த இடத்தை சீன் ஆப் கிரைம் பார்த்தோம். மணலில் திட்டுத் திட்டாய் ரத்தம்"

● ● ●

நேரம் நள்ளிரவை நோக்கிப் போய்க் கொண்டிருக்க, சென்னையில் வருமானத்துறை அலுவலகத்தின் பின் வாசலில் இருட்டில், அந்த கார் வந்து நின்று என்ஜினை அணைத்துக் கொண்டு ஊமையானது. காரின் டிரைவிங் ஸீட்டில் இருந்து நித்திலன் இறங்க, பின் சீட்டிலிருந்து கஜபதியும், சாதுர்யாவும் கதவை திறந்துகொண்டு வெளிப்பட்டார்கள். அலுவலகத்தின் பின்பக்கக் கதவு லேசாய் திறந்திருக்க, மூன்று பேரும் பூனை நடை போட்டுக்கொண்டு உள்ளே போனார்கள். வாகனங்கள் நிறுத்தும் இடத்திலிருந்து சற்றுத்தள்ளி மாடிப்படிகள் ஆரம்பமாக அதனுடைய அரையிருட்டில் ஏறினார்கள். முதல் நபராய் முன்னால் போய்க் கொண்டிருந்த நித்திலனின் செல்போன் வைப்ரேஷனில் அதிர்ந்தது. எடுத்து அழைப்பது யார் என்று பார்த்துவிட்டு காதுக்கு கொடுத்தான்.

"ஸார்"

"என்ன நித்திலன்... வந்துட்டீங்களா... மூணு பேரும்?"

"வந்துட்டோம் ஸார்... பின்பக்க வாசல் வழியாய் வந்து மாடிப்படிகள் ஏறிட்டு இருக்கோம்."

"யார் கண்ணிலேயும் படலையே..?"

"இல்ல ஸார்"

"சரி வாங்க. வெயிட் பண்ணிட்டிருக்கேன்"

நித்திலன் செல்போனை அணைத்து பாக்கெட்டில் போட்டுக் கொண்டு கஜபதியைப் பார்த்துச் சொன்னான். "பேசினது எங்க பாஸ்தான்.. "

"தம்பி... இந்த விவகாரத்துல எனக்கு எந்த ஒரு பிரச்சினையும் வராதே?" கஜபதி சொல்ல சாதுர்யா சிரித்தாள்.

"பயப்படாமே வாங்க ஸார். வருமானவரித் துறைக்கு யார்

உதவி பண்ணினாலும் சரி, அவங்க எங்களுக்கு ஆருயிர் நண்பர்கள்.'' மூன்று பேரும் மாடி வராந்தாவில் நடந்து கடைசியில் இருந்த அந்த அறைக்கு முன்பாய் போய் நின்றார்கள். கதவு லேசாய்ச் சாத்தியிருந்தது. நித்திலன் கதவைத் தள்ளிக்கொண்டு உள்ளே போக, சாதுர்யாவும், கஜபதியும் பின் தொடர்ந்தார்கள். ஏர்கண்டிஷனர் லேசாய் உறுமிக் கொண்டிருந்த அந்த அறையில் மேஜைக்குப் பின்னால் சீஃப் கமிஷனர் ஆப் இன்கம்டாக்ஸ் அருள் சற்று பதட்டத்தோடு காணப்பட்டார். மூன்று பேரையும் பார்த்ததும் எதிரில் இருந்த காலியான நாற்காலிகளைக் காட்டியபடி "ப்ளீஸ்" என்றார். உட்கார்ந்தார்கள்.

நித்திலன் அருளை ஏறிட்டபடி சொன்னான். "ஸார்... இவர்தான் கஜபதி. முகில்வண்ணனுக்கு ரொம்பவும் வேண்டியவர். அந்த குடும்பத்தோடு நெருங்கி பழகுபவர். இவர் மட்டும் எங்களுக்கு சரியான நேரத்தில் ஒரு பொருத்தமான பொய்யைச் சொல்லி உதவி செய்யாமே இருந்திருந்தா நானும் சாதுர்யாவும் உங்க முன்னாடி இப்படி உட்கார்ந்து இருக்கமாட்டோம்''

அருள் சிறு சிரிப்போடு கஜபதியின் கையைப் பற்றி குலுக்கினார்.

"பொதுவா எனக்கு அரசியல்வாதிகள் மேல் தனிப்பட்ட முறையில் எந்தவிதமான மதிப்போ, மரியாதையோ கிடையாது. ஆங்கிலேயர் இந்த நாட்டை ஆண்ட வரை, நம் நாடு ஒரு நாடாய் இருந்தது. குற்றவாளிகள் யாராக இருந்தாலும், சட்டம் அவர்களை கடுமையாக பார்த்தது. அரசு அதிகாரிகளும் லஞ்சம் கேட்கமாட்டாங்க. ஆனால் இன்றைக்கு எல்லாமே தலைகீழாய் மாறிவிட்டது''

கஜபதி விரக்தியான புன்னகை ஒன்றை உதட்டில் காட்டிவிட்டு நிதானமான குரலில் பேச ஆரம்பித்தார்.

"ஸார்.. சில மாதங்களுக்கு முன்பு வரை நானும் ஒரு மோசமான அரசியல்வாதிதான். கட்சியில் எனக்கு பெரிய பதவி எல்லாம் கிடையாது. மாவட்ட கிளைச் செயலாளர் போஸ்ட் மட்டும் கிடைச்சது. அந்த போஸ்ட்ல இருந்துகிட்டே, நான் முறைகேடாய் பணம் சம்பாதிச்சேன். நான் சம்பாதிச்ச பணம் ஒரு அஞ்சு கோடி தாண்டும். எந்த ஒரு அதிகாரம் இல்லாத பதவியில் இருக்கிற என்னாலேயே இவ்வளவு பணம் சம்பாதிக்க முடியும்போது ரெண்டு தடவை முதலமைச்சராய் இருந்த முகில்வண்ணன் எவ்வளவு கோடி ரூபாய் கமிஷன் அடிச்சிருப்பாருனு சின்னதா

கெஸ் ஒர்க் பண்ணிப்பாருங்க."

"50 கோடி இருக்குமா?"

"500 கோடி ஸார்... அந்தப் பணம் எல்லாம் எந்த இடத்துல பத்திரமாய் பதுக்கி வைக்கப்பட்டிருக்குன்னு எனக்குத் தெரியும் ஸார்"

"எந்த இடத்துல..?"

"சொன்னா நம்பணும் ஸார்"

"சொல்லுங்க" கஜபதி சொன்னார்.

அருள், நித்திலன், சாதுர்யா மூன்று பேர்களின் முகங்களிலும் அதிர்ச்சி அலைகள் பரவ ஒருவரையொருவர் கலவரமாய் பார்த்துக் கொண்டார்கள்.

17

சீஃப் கமிஷனர் ஆஃப் இன்கம்டாக்ஸ் அருள் தன்னுடைய வியப்பைக் கட்டுப்படுத்திக் கொள்ள முடியாமல் கஜபதியை பார்த்தார்.

“நீங்க சொல்றது உண்மையா.......?”

கஜபதி ‘உச்’ கொட்டினார்.

“என்ன ஸார் நீங்க....? நான் இப்ப சொன்னது வடிகட்டின உண்மை ஸார். நான் யார்கிட்டே பொய் பேசணும் யார்கிட்டே உண்மை பேசணும்னு எனக்கு தெரியும். இப்ப உங்கிட்ட பேசிட்டிக்கிறது நான் இல்லை ஸார்.... என்னோட மனசாட்சி....”

அருள் தனக்குப் பக்கத்தில் உட்கார்ந்திருந்த நித்திலனையும், சாதுர்யாவையும் பார்வையால் நனைத்துவிட்டு கஜபதியிடம் குரலைத் தாழ்த்தினார்.

“நீங்க தப்பா நினைக்கலைன்னா நான் ஒரு விஷயம் சொல்லலாமா?....”

“சொல்லுங்க ஸார்...”

“எக்ஸ் சீஃப் மினிஸ்டர் முகில்வண்ணன் தன்னுடைய ஆட்சிகாலத்தில் முறைகேடாய் சம்பாதிச்ச 500 கோடி ரூபாயை எங்கே பதுக்கி வெச்சிருக்கார்ன்னு கேட்டப்ப நீங்க ஒரு விஷயம் சொன்னீங்க இல்லையா..?”

“ஆமா...”

“அதை ஒரு வாக்குமூலம் மாதிரி தர முடியுமா..?”

“இப்ப நான் சொன்னதே வாக்குமூலம் மாதிரிதானே ஸார்..?”

அருள் நித்திலனை பார்த்தார்.

“நித்தி ! நீ கஜபதிக்கு புரியற மாதிரி சொல்லு”

நித்திலன் கஜபதியை ஏறிட்டான்.

“கஜபதி ஸார்.... ஐ.டி. டிபார்ட்மெண்ட்டில் ஒரு புரொசீஜர் இருக்கு..... அதாவது முகில்வண்ணன் மாதிரியான பெரிய ஆட்களின் வீடுகளுக்கு ரெய்டு போகும் போது எங்களுடைய மேலதிகாரிகளுக்கு நாங்க ஒரு வலுவான ஆதாரத்தைத் தரணும். அந்த ஆதாரத்தின் அடிப்படையில்தான் வீட்டை ரெய்டு பண்ண அனுமதி கொடுப்பாங்க..... ஆனா அந்த ஆதாரம் எந்தக்

காரணத்தை முன்னிட்டும் வெளியே வராது. அதாவது நீங்கதான் வாக்குமூலம் கொடுத்தீங்கன்னு வெளியுலகத்துக்குத் தெரியாது. அந்த ரகசியம் கடைசி வரைக்கும் பாதுகாக்கப்படும்."

"அப்படீன்னா சரி....!"

"உங்க ஒத்துழைப்புக்கு ரொம்பவும் நன்றி கஜபதி" சொன்ன அருள் அந்த அறையில் இருந்த ஒரு காமிராவின் யூனிட்டை ஆன் செய்து விட்டு பேசினார்.

"இப்பநான் கேட்கிற கேள்விகளுக்கு பதில் சொல்லிட்டே வாங்க...... அது ஆடியோ வீடியோவாய் பதிவாயிடும்".

"கேளுங்க ஸார்."

"உங்க பேர் கஜபதிதானே...?"

"ஆமா ஸார்."

"எக்ஸ் சீஃப் மினிஸ்டர் முகில்வண்ணனை உங்களுக்கு எவ்வளவு வருஷமாய் தெரியும்..?"

"முப்பது வருஷமாய் தெரியும்"

"உங்க ரெண்டு பேரோட நட்பு எப்படிப்பட்டது ?"

"ரொம்பவும் உணர்வுப்பூர்வமான நட்புதான். ஆரம்பத்துல, அவர் பண்ணின ஊழல்களுக்கெல்லாம் நான்தான் மீடியேட்டராய் இருந்தேன். பணம் எட்டு திசையிலிருந்தும் வந்து கொட்டோ கொட்டுன்னு கொட்டிச்சு. எல்லாமே கோடிக் கணக்குலதான்.... தன்னோட அதிகாரத்தை முறைகேடாய் பயன்படுத்தி அவர் முதல் அமைச்சராய் இருந்த காலத்தில் கொள்ளையடிச்ச பணம் மட்டும் 500 கோடி இருக்கும் ஸார்."

கஜபதி சொல்லிக் கொண்டிருக்கும் போதே அவருடைய செல்போன் சைலன்ட் மோடில் இருந்தபடி யாரோ அழைப்பதற்கு அடையாளமாய் விட்டு விட்டு வெளிச்சம் அடித்தது.

எடுத்து அழைப்பது யார் என்று பார்த்தார். கஜபதியின் முதுகுத் தண்டுவடத்தில் லேசாய் மின்சாரம் பாய்ந்த உணர்வு.

முகில்வண்ணனின் பெயர் டிஸ்ப்ளேயில் தெரிந்தது.

கஜபதி அருளை ஏறிட்டார்.

"ஸார்... முகில்வண்ணன் கூப்பிடறார்"

"ஸ்பீக்கரை ஆன் பண்ணி பேசுங்க....!"

கஜபதி ஸ்பீக்கரை ஆன் செய்து விட்டு பேசினார்.

“அண்ணே..”

“கஜபதி! நீ இப்போ எங்க இருக்கே ?”

“வீட்ல தூங்கிட்டிருக்கேண்ணே !”

“சரி....! உடனே புறப்பட்டு நம்ம பண்ணை வீட்டுக்கு வா”

“எதுக்கண்ணே... இந்த ராத்திரியில...?”

“காரணம் சொன்னாத்தான் வருவியா...!”

“இதோ புறப்பட்டுட்டேண்ணே..!”

18

கஜபதி செல்போனை அணைத்து விட்டு அந்த குளிரான ஏஸி அறையிலும் வியர்த்துப் போயிருந்த முகத்தை மேல் துண்டால் ஒற்றிக் கொண்டு, அருளையும், நித்திலன், சாதுர்யாவையும் லேசான கலவரம் படிந்த விழிகளோடு பார்த்தார்.

“முகில்வண்ணன், இந்த நேரத்துல என்னை எதுக்காக கூப்பிட்டார்ன்னு தெரியலையே.......?”

அருள் கேட்டார் “நீங்க ஐ.டி.டிபார்ட்மெண்ட்டுக்கு ஆதரவாய் இருக்கிறது ஒருவேளை அவர்க்குத் தெரிந்து இருக்குமோ ......?”

“அந்த விஷயம் தெரிய வாய்ப்பில்லை ஸார். இந்த மிட் நைட் நேரத்துல எனக்கு போன் பண்ணி என்னை உடனடியாய் வரச்சொல்றார்ன்னா வேற ஏதாவது விஷயம் இருக்கலாம்...”

“வேற ஏதாவதுன்னா......?”

“என்னால யூகம் பண்ண முடியலை. அவரைப் போய்ப் பார்த்தாத்தான் தெரியும்...”

“இந்த நேரத்துல அவரைப் போய் நீங்க பார்க்கிறது என்னோட மனசுக்கு சரியாப்படலை.நாளைக்குக் காலையில் போய் பார்க்கலாமே ....?”

“வேண்டாம் ஸார்....அவர் கூப்பிட்ட நேரத்துக்கு நான் போய்ப் பார்க்கலைன்னாத்தான் அவர்க்கு என் மேல சந்தேகம் வரும். நான் கிளம்பறேன்...” கஜபதி சொல்லிக்கொண்டே எழுந்தார். சாதுர்யா குறுக்கிட்டாள்.

“ஒரு நிமிஷம் கஜபதி ஸார்...... “

“என்னம்மா ......?”

“எனக்கென்னமோ உங்க உயிர்க்கு ஆபத்து ஏற்படலாம்ன்னு என் மனசுக்குள்ளே ஒரு எண்ணம். நீங்க ஸ்பாட்டுக்குப் போய் முகில்வண்ணன்கிட்டே பேசும்போது உங்க செல்போனை ஆன் பண்ணி வையுங்க....அப்பத்தான் உங்களுக்குள்ளே எது மாதிரியான பேச்சுவார்த்தை நடந்துட்டு இருக்குன்னு எங்களுக்குத் தெரியும்...”

“அதெல்லாம் வேண்டாம்மா...”

“ஏன்...?”

“முகில்வண்ணனை சுற்றியிருக்கிற ஆட்கள் சாதாரண நபர்கள் இல்லை.... அவர்கள் ஒரு உளவுத்துறை மாதிரி செயல்படுவாங்க ..... நான் முகில்வண்ணன்கிட்டே பேசும்போது என்னோட செல்போனை ‘ஆன்’ல இருக்கிறதை ஒருத்தன் பார்த்துட்டான்னாலும் அது ஒரு பிரச்சினையாயிடும். அங்கே எதுமாதிரியான பிரச்சினை நடந்தாலும் நான் பார்த்துக்கிறேன். நீங்க என்னைப் பத்தி கவலைப் படாதீங்க ” சொன்ன கஜபதி துண்டை உதறி தோளில் போட்டுக்கொண்டு அறையை விட்டு வெளியேறினார்.

நித்திலன் எழுந்து பின்னாலேயே ஓடி வந்தான்.

“ஸார் ! நான் வேணும்ன்னா உங்களை ஈ.ஸி.ஆர் எல்லை வரைக்கும் கொண்டு வந்து விடட்டுமா ......?”

“வேண்டாம்.... நான் ஒரு டாக்ஸி பிடிச்சுப் போயிடறேன்..!”

“ஏதாவது பிரச்சினைன்னா எனக்கு போன் பண்ணுங்க ஸார்”

“கண்டிப்பாய்..!” சொல்லிக் கொண்டே மாடிப்படிகளில் இருட்டில் இறங்கி மறைந்தார் கஜபதி.

● ● ●

கஜபதி ஒரு டாக்ஸி பிடித்து ஒரு மணி நேரம் பயணம் செய்து ஈ.ஸி.ஆரில் இருந்த முகில்வண்ணனின் பண்ணை வீட்டை நெருங்கி நிசப்தமான நுழைவாயிலுக்கு முன்பாய் இறங்கிக் கொண்ட போது நேரம் இரண்டரை மணி.

குளிர்மிகுந்த கடல்காற்று சீராய் வீசி முகத்தை அலம்பிக் கொண்டிருந்தாலும் கஜபதிக்கு வியர்த்துக் கொட்டியது.

நுழைவு வாசலிலேயே முகில்வண்ணனுக்கு வேண்டிய ஒரு நபர் சிகரெட் பிடித்தபடி நின்றிருந்தான். கஜபதியைப் பார்த்ததும் கையில் இருந்த சிகரெட் துண்டை காலுக்கு கீழே போட்டு நசுக்கிவிட்டு “வாங்கண்ணே... உங்களுக்காகதான் வெயிட் பண்ணிட்டிருக்கேன்.” என்றான்.

“என்ன பிரச்சினை கோவிந்த்.... அண்ணன் இந்த ராத்திரி நேரத்துல என்னைப் புறப்பட்டு வரச் சொல்லியிருக்கார்...?”

“தெரியல்லேண்ணே... கமிஷனர் ஆதிமூலம் ராத்திரி பதினோரு மணியிலிருந்து இங்கேதான் இருக்கார்....” கோவிந்தராஜ் பேசிக் கொண்டே நடக்க, கஜபதி எகிறும் இருதயத்தோடு பின் தொடர்ந்தார்.

அடுத்த சில நிமிடங்களில், அந்த அரையிருட்டான அறை வந்தது. "ப" வடிவத்தில் போடப்பட்டு இருந்த சோபாக்களில் முகில்வண்ணனும், அவருடைய மகன் செந்தமிழும், மஃப்டி உடையில் போலீஸ் கமிஷனர் ஆதிமுலமும் நிழல் உருவங்களாய் உட்கார்ந்திருந்தார்கள்.

கஜபதி கும்பிடு போட்டார். "வணக்கம் அண்ணே."

முகில்வண்ணன் இறுகிப் போன முகத்தோடு கரகரப்பான குரலில் கேட்டார்.

"என்ன கஜபதி... நல்லா தூங்கிட்டிருந்தியா...?"

"ஆமாங்கண்ணே.... மனசு சரியில்லை. வருத்தமாய் இருந்ததாலே, ஒரு க்வார்ட்டர் அடிச்சுட்டுப் படுத்துட்டேன். நல்ல தூக்கம். உங்க போன் வந்ததும் தூக்கம் காணாமே போயிருச்சு.... சொல்லுங் கண்ணே என்ன விஷயம்......?"

"மொதல்ல இப்படி உட்காரு.... கஜபதி"

"பரவாயில்லைண்ணே.... இப்படியே நிக்கறேன்"

"பேச வேண்டியது நிறைய இருக்கு.... உட்காரு கஜபதி...!"

பதைபதைப்பை வெளியே காட்டிக் கொள்ளாமல் கஜபதி முகத்தை இயல்பாய் வைத்துக்கொண்டு எதிரில் காலியாக இருந்த நாற்காலியொன்றில் உட்கார்ந்தார்.

அறையில் சில விநாடிகளுக்கு ஒரு வேண்டாத நிசப்தம் நிலவ அதைக் கலைத்தார் முகில்வண்ணன்.

"நம்ம வீட்டு மாப்பிள்ளை மணிமார்பன், நேத்து காலையில் ஃபங்ஷன் நடந்துகிட்டு இருக்கும்போதே காணாம போயிட்டார். அது பத்தின விபரம் ஏதாவது உனக்குத் தெரியுமா கஜபதி......?"

"அதை நினைச்சுத்தாண்ணே மனசு உடைஞ்சு போயிருக்கிறேன்... அவர் அப்படி காணாமே போறதுக்கு ரெண்டு வயசு குழந்தையா... என்ன..?"

போலீஸ் கமிஷனர் ஆதிமுலம் இப்போது பேச்சில் குறுக்கிட்டார். "கஜபதி உங்களுக்கு ஒரு உண்மையைச் சொல்லட்டுமா.....!"

"என்ன ஸார்....?"

"மாப்பிள்ளை மணிமார்பனை பண்ணை வீட்டுக்குப் பின்னாடி இருக்கிற ஒரு பள்ளத்துல வெச்சு தாக்கியிருக்காங்க. அந்த இடத்துல உறைஞ்சு போயிருக்கிற ரத்தத்தைப் பார்க்கும் போது

அரிவாள் மாதிரியான ஆயுதத்தைப் பயன்படுத்தி யிருப்பாங்கன்னு நினைக்கிறேன்''

கஜபதியின் ஒட்டுமொத்த உடம்பும் ஒரு கலவர பூமியாய் மாறினாலும் அதை வெளிக்காட்டாமல் போலியான அதிர்ச்சியோடு கேட்டார்.

"எ....எ.. என்ன ஸார் ...... சொல்றீங்க......?''

"உண்மையைச் சொல்லிட்டிருக்கேன்... யாரோ திட்டம் போட்டு ஃபங்ஷன் நடக்கிற பண்ணை வீட்டுக்குள்ளே வந்து மணிமார்பனை தீர்த்துக் கட்ட நினைச்சு இருக்காங்க.... ரத்த சேத அளவை பார்க்கும்போது மணிமார்பன் உயிரோடு இருக்க வாய்ப்பு இல்லைன்னு, என்னோட மனசுக்குப்படுது.''

கஜபதி முகில்வண்ணனை ஏறிட்டார். "என்னண்ணே.... கமிஷனர் இப்படி சொல்றார்.....?'' அப்படி மாப்பிள்ளையை வெட்டியிருந்தா, அவரு அந்த இடத்துலதானே விழுந்து கிடந்து இருக்கணும்....?''

"உடம்பை கடத்தியிருக்காங்க.....!'' என்றார் முகில்வண்ணன்.

"அது எப்படி அண்ணே இவ்வளவு பாதுகாப்பு இருக்கிற இந்த இடத்திலிருந்து கடத்தியிருக்க முடியும்..?''

"இதுக்கே ஆச்சர்யப்பட்டா எப்படி கஜபதி..? அப்படி கடத்தினது யார்ங்கிறதையும் கண்டுபிடிச்சுட்டோம்''

"அ.. அப்படியா.... யார்ண்ணே அது......?''

"அதை நான் சொல்றதைவிட நீ சொன்னாத்தான் நல்லாயிருக்கும்.....!''

"என்னண்ணே.... சொல்றீங்க. ......?''

"உனக்கு அவனைத் தெரியும்ன்னு சொல்றேன் கஜபதி''

19

கஜபதி நிலை குலைந்து போனார். எழுந்து நின்று பதறினார்.

"அண்ணே, எனக்கு அவனைத் தெரியுமா..... என்னண்ணே சொல்றீங்க...?"

முகில்வண்ணன் அவரை இடது கையால் அமர்த்தினார். "கஜபதி, ஏன் இப்படி பதட்டப்படறே....? ஏதோ நீயே தப்பு பண்ணிட்ட மாதிரி புலம்பறே....! என்னோட மாப்பிள்ளை மணிமார்பனை தாக்கி கடத்திட்டு போன ஆளை உனக்குத் தெரியும். ஏன்னா, வாட்டர்கேன் சப்ளை பண்ற அந்தக் கம்பெனி ஓனரையும், அந்த கம்பெனியில் வேலை செய்யற ஆட்களையும் உனக்குத்தான் தெரியும்......!"

"என்னண்ணே சொல்றீங்க... எனக்கு ஒண்ணுமே புரியலை...!"

போலீஸ் கமிஷனர் ஆதிமுலம் இப்போது பேச்சில் குறுக்கிட்டார். "உங்களுக்குப் புரியும்படியா நான் சொல்றேன். நேத்து காலை மாப்பிள்ளை மணிமார்பனை காணோம்ன்னு எல்லோரும் தேடிகிட்டு இருக்கும்போது, குடிதண்ணீர் கேன்களை விழா மேடைக்குப் பின்னாடி அடுக்கி வெச்ச 'அமிர்தம் வாட்டர் சர்வீஸ்'கம்பெனிக்கு சொந்தமான வேன் ஒண்ணு இந்த வீட்டோட பின்பக்க மெயின் கேட் வழியா வெளியே போயிருக்கு. அந்த வேனை செக் பண்ண நிறுத்தியிருக்கார் நம்ம செக்யூரிட்டி வீராசாமி. ஆனா அந்த வேன் டிரைவர் வேனை நிறுத்தாம செக்யூரிட்டிகிட்ட 'இன்னும் நூறு கேன் வாட்டர் சப்ளை பண்ணணும். இப்படி நிறுத்தி நிறுத்தி சோதனை போட்டுகிட்டு இருந்தா, சரியான நேரத்துல எப்படி சப்ளை பண்றது'ன்னு சத்தம் போடவே செக்யூரிட்டி வேனை சோதனை போடாம அனுப்பிட்டார். அப்படி அனுப்பின பின்னாடிதான் செக்யூரிட்டிக்கு அந்த காட்சி ஞாபகத்துக்கு வந்து இருக்கு.....!"

அது என்ன காட்சி என்பது போல் கஜபதி போலீஸ் கமிஷனரை பார்க்க அவர் சில விநாடிகள் மௌனம் சாதித்துவிட்டு தொடர்ந்தார்.

"அந்த வேனை ஓட்டிட்டு வந்த டிரைவரின் இடது தோள் பட்டை சட்டையில் ரத்தக் கறைகள் இருந்ததை பார்த்து இருக்கார் செக்யூரிட்டி. அது அந்த சமயத்துல பெரிய விஷயமாத் தெரியல. ஆனா மாப்பிள்ளை மணிமார்பனை காணோம்ன்னு எல்லோரும்

தேடிகிட்டு இருந்தபோதுதான் அந்த ரத்தக் கறை விஷயம் ஞாபகம் வந்து இருக்கு. உடனே செக்யூரிட்டி வீராசாமி ரெண்டு மணி நேரத்துக்கு முன்னாடி வந்து என்கிட்டே விஷயத்தைச் சொன்னார். அவர் சொன்ன விபரங்களை வெச்சுப் பார்க்கும்போது மணிமார்பன் தாக்கப்பட்டு அந்த வேன் டிரைவரால் கடத்தப்பட்டு இருக்கலாம்ங்கற முடிவுக்கு வரவேண்டியிருக்கு. உங்களுக்கு அந்த அமிர்தம் வாட்டர் சர்வீஸ் கம்பெனியோட ஓனரைத் தெரியும்தானே.....?"

கஜபதி கலங்கிப் போனவராய் தலையாட்டினார்.

"தெரியும்..."

"அவரோட பேர் என்ன......?"

"அமிர்தலிங்கம்....."

"குடிதண்ணீர் கேன் ஏற்பாடுகளை எல்லாம் இந்த விழாவுக்காக பண்ணிக் கொடுத்தது நீங்கதானே......?"

"ஆமா...... ஸார்...... "

"மணிமார்பன் தாக்கப்பட்டு காணாமே போனதுக்கும் வாட்டர் சர்வீஸ் ஓனர் அமிர்தலிங்கத்துக்கும் ஏதாவது தொடர்பு இருக்கும்ன்னு நினைக்கிறீங்களா......?"

"நான் அப்படி நினைக்கலை ஸார்...... ஏன்னா அமிர்தலிங்கத்தை எனக்கு பல வருஷ காலமாய் தெரியும். எந்த ஒரு அரசியல் கட்சியையும் சேராதவர்... தான் உண்டு தன் தொழில் உண்டு என்று இருப்பவர். கடவுள் பக்தி ரொம்பவும் அதிகம். கோயில் விழாக்களுக்கெல்லாம் தண்ணீரை இலவசமாகவே சப்ளை பண்ணக்கூடியவர். அவர் இப்படிப்பட்ட படுபாதகமான வேலையை பண்ணியிருக்கமாட்டார்"

"ஒரு வேளை அவருக்கே தெரியாமே, அந்த வேன் டிரைவர் வேறு யாருடைய பேச்சைக் கேட்டு மணிமார்பனை தாக்கி வேன்ல கடத்திட்டுப் போயிருக்கலாமோ......?"

"அப்படியிருக்க சான்ஸ் இருக்கு ஸார்...!"

"சரி..அந்த வேன் டிரைவர் யாருன்னு உங்களுக்கு தெரியுமா கஜபதி......?"

"தெரியாது.... அமிர்தலிங்கத்தை கேட்டா தெரியும்..."

"ம்.... கேளுங்க..... நானோ, போலீஸ் டிபார்ட்மெண்ட்ல இருக்கற வேறு எந்த அதிகாரியோ இதுவரைக்கும் அமிர்தலிங்கத்துக்கு

போன் பண்ணியோ அல்லது நேரிடையாகவோ விசாரிக்கலை...... நீங்க போன் போட்டு பேசுங்க.... விஷயத்தை சொல்லாமே, அந்த வேன் டிரைவர் யார் எப்படிப்பட்டவன் மட்டும் விசாரிங்க"

"ஸார்......இந்த மிட் நைட்ல போன் பண்ணி பேசினா அது சரியாய் இருக்குமா......?"

"இது மாதிரியான விஷயங்களுக்கு இதுதான் சரியான நேரம்.... ம்.... போன் பண்ணுங்க....... "

கஜபதி, சில விநாடிகள் தயங்கிவிட்டு தன் செல்போனை எடுத்து அந்த அமிர்தலிங்கத்தை தொடர்பு கொண்டார். நல்ல தூக்கக் கலக்கத்தில் அவர் பேசினார். செல்போனின் ஸ்பீக்கர் ஆனில் இருந்தது.

"என்ன கஜபதி... இந்த அகால வேளையில் எனக்கு போன் பண்றே...ஏதாவது மோசமான சம்பவமா.......?"

"ஆமா... ஒரு சரியான விபரம் உன்கிட்டயிருந்து எனக்கு வேணும். எதையும் மறைக்காமல் சொல்லணும்... பொய் சொல்லிடாதே, பிரச்சினையாயிடும்."

"நீ பேசற விஷயத்தை பார்த்தா விவகாரம் பெரிசாயிருக்கும் போலிருக்கே......?"

"பெரிசுதான்...... எக்ஸ் சீஃப் மினிஸ்டர் முகில்வண்ணன் வீட்டு விசேஷத்துக்கு வாட்டர் கேன் சப்ளை பண்ண எந்த வேன் டிரைவரை நீ அனுப்பி வைச்சேன்னு உனக்கு ஞாபகம் இருக்கா......?"

"இருக்கே....."

" யாரு.."

"நீலகண்டன்."

"ஆள் எப்படி....?"

"எப்படின்னா...?"

"பழக்கவழக்கம்தான்."

"அவன் வேலைக்கு சேர்ந்து ஆறுமாசம்தான் ஆச்சு. நல்ல டைப். சொன்ன வேலையைப் பண்ணிட்டு போயிட்டே இருப்பான்."

"அந்த நீலகண்டனை வேலைக்கு சேர்க்கிறதுக்கு முந்தி அவனோட பின்னணி விசாரிச்சிங்களா....?"

"ம்.... விசாரிச்சேன்..... ஆறுமாசத்துக்கு முன்னாடி வரை

ஃபர்ஸ்ட் அண்ட் பெஸ்ட் ட்ராக் கால்டாக்ஸியில் வேலை பார்த்து சம்பளப் பிரச்சினையில் வெளியே வந்திருக்கிறான். கல்யாணம் இன்னும் இல்லை.... சொந்த ஊர் நாகர்கோவில். இதுவரைக்கும், அவன் மேல எந்த ஒரு ரிமார்க்கும் இல்லை.... ஆனா நீ இப்போ போன் பண்ணியிருக்கிறதைப் பார்த்தா அங்கே ஏதாவது பிரச்சினை பண்ணியிருப்பான் போல தெரியுது.''

"அமிர்தம்.....இன்னிக்கு ராத்திரி நீ டி.வி. நியூஸ் பார்த்தியா...?''

"ம்.... பார்த்தேன். எக்ஸ் சி.எம். முகில்வண்ணனோட மாப்பிள்ளை மணிமார்பன் காணாம போன நியூஸ்தானே...?''

"ஆமா...... அந்த சம்பவத்துக்கும், நீலகண்டனுக்கும் ஏதோ ஒரு வகையில் சம்பந்தம் இருக்குன்னு போலீஸ் சந்தேகப்படுது....''

"எப்படி சொல்றீங்க...?''

"வாட்டர் கேன்களை சப்ளை பண்ணிட்டு வெளியே போகும் போது வேனை சோதனை போடக்கூடாதுன்னு நீலகண்டன் செக்யூரிட்டிகிட்டே விவாதம் பண்ணியிருக்கான்.... அதனால செக்யூரிட்டி விட்டுட்டார். ஆனா நீலகண்டனின் சட்டையில ரத்தக் கறை இருந்ததை செக்யூரிட்டி பார்த்து இருக்கார்.. இந்த விபரங்கள் எல்லாம் இப்பத்தான் தெரிய வந்தது''

"இந்த பிரச்சினையெல்லாம் வெச்சு பார்க்கும் போது மணிமார்பன் தாக்கப்பட்டு கடத்தப்பட்டதற்கும், நீலகண்டனுக்கும் சம்பந்தம் இருக்குன்னு நீ சந்தேகப்படறே இல்லையா கஜபதி...?''

"ஆமா....''

மறுமுனையில், அமிர்தலிங்கம் குரலைத் தாழ்த்தினார்.

"கஜபதி.... நீ இப்ப எங்கேயிருந்து போன் பண்ணி பேசிட்டிருக்கே...?''

"என்னோட வீட்லயிருந்துதான்.''

"நான் இப்ப சொல்லப்போற விஷயத்தை கேட்டு நீ ஷாக் ஆக வேண்டாம்.''

"சொல்லு.... என்ன விஷயம்?''

"நான் இப்போ ராயப்பேட்டை ஜெனரல் ஹாஸ்பிடல்ல இருக்கேன்.''

"ஹாஸ்பிடல்ல இருக்கியா..?''

"ஆமா...''

“யார்க்கு என்ன உடம்பு..?”

“நீலகண்டன் இப்போ உயிரோட இல்லை... பாடி மார்ச்சுவரியில இருக்கு...”

20

செல்போனில், மறுமுனையில் அமிர்தம் சொன்னதைக் கேட்டு முகில்வண்ணன், போலீஸ் கமிஷனர் ஆதிமூலம், செந்தமிழ் மூன்று பேரும் அதிர்ச்சியில் நிமிர்ந்து உட்கார்ந்து நேர்கோடுகளாய் மாறினார்கள்.

கஜபதியும் திகைத்து மேற்கொண்டு பேச முடியாமல் திணற கமிஷனர் மேற்கொண்டு பேசுமாறு கண்ணால் சைகை காட்டினார்.

கஜபதி தோளில் போட்டிருந்த துண்டால் முக வியர்வையை ஒற்றியபடி பேச்சைத் தொடர்ந்தார்.

“அமிர்தம்.... நீ என்ன சொல்ற......? அந்த வேன் டிரைவர் நீலகண்டன் இப்போ உயிரோட இல்லையா...?”

“ஆமா...... நான் இப்போ இந்த ராத்திரி நேரத்துல ராயப்பேட்டை ஜி.எச்.சிலிருந்துதான் பேசிட்டிருக்கேன்.”

“ஏன் ..... என்னாச்சு...... அவனுக்கு......?”

“ஒரு மணி நேரத்துக்கு முன்னாடிதான், ஒரு டாஸ்மாக் கடை பாரில் இருந்து யாரோ ஒருத்தர் எனக்கு போன் பண்ணி உங்ககிட்ட வேன் டிரைவராய் வேலை பார்க்கிற நீலகண்டன் இங்கே குடிச்சுட்டு போதை தெளியாமே ரோட்டோரமாய் விழுந்து கிடக்கிறார். அவர்க்கு மனைவி குடும்பம்ன்னு எதுவும் இல்லாததினால, உங்களுக்கு தகவல் தர்றேன்னு சொல்லிட்டு போனை கட் பண்ணிட்டார்”

“பேசினது யாரு ......?”

“தெரியலை....”

“எந்த நெம்பரிலிருந்து உனக்கு போன் வந்தது....?”

“நீலகண்டனோட செல் நெம்பரில் இருந்துதான்....”

“அதாவது நீலகண்டனோட செல்போனையே எடுத்து, உனக்கு போன் பண்ணி தகவல் சொல்லியிருக்கான்?”

“ஆமா....”

“சரி, அந்த நீலகண்டன் எப்படி செத்தான்....? போதை அதிகமாய் இருந்ததுதான் காரணமா....?”

“இல்லை.....”

“பின்னே.....?”

“அவன் தலையோட பின்பக்கத்துல ஒரு பெரிய ரத்த காயம் இருந்தது. நீலகண்டனை, மொதல்ல ஒரு பிரைவேட் ஹாஸ்பிடலுக்கு கொண்டு போனேன். அங்கிருந்த டாக்டர்ஸ் ரத்த காயத்தை பார்த்துட்டு ராயப்பேட்டை ஜி.ஹெச்சுக்கு கொண்டு போகச் சொல்லிட்டாங்க...... கொண்டு போனேன்”

“அந்த சமயத்துல நீலகண்டனோட உடம்புல உயிர் இருந்ததா......?”

“ம்.... லேசா முனகிட்டு இருந்தான், அவன்கிட்ட பேச்சு கொடுத்து பார்த்தேன். எந்த பதிலும் இல்லை... ராயப்பேட்டை ஜி.ஹெச்ல டாக்டர்ஸ் ட்ரீட்மெண்ட் கொடுத்துட்டு இருக்கும்போதே உயிர் போய்டுச்சு. பாடியை போஸ்ட்மார்ட்டம் பண்ணாமே கொடுக்க முடியாதுன்னு டாக்டர்ஸ் சொல்லிட்டாங்க... பாடி இப்ப மார்ச்சுவரியில இருக்கு. எனக்கு என்ன பண்றதுன்னு தெரியல கஜபதி. நீலகண்டனுக்கு குடும்பம்ன்னு எதுவும் இல்லை. சிந்தாரிப்பேட்டை கூவம் கெனால் ரோட்ல ஒரு வீடு எடுத்து தங்கியிருக்கான். இப்ப நீ சொல்ற விஷயங்களை எல்லாம் கேட்டா என்னோட அடி வயிறு கலங்குது.... விவகாரம் பெரிசாயிருக்கும் போலிருக்கே.....!”

“அமிர்தம்.... நீ பயப்படாதே..... இன்னும் ஒரு பத்து நிமிஷம் கழிச்சு உனக்கு போன் பண்றேன்...” சொல்லி செல்போனின் இணைப்பை துண்டித்த கஜபதி முகில்வண்ணனை ஏறிட்டார்.

“அண்ணே... நான் ராயப்பேட்டை ஹாஸ்பிடலுக்கு போய் அமிர்தத்தை பார்க்கட்டுமா....?”

முகில்வண்ணன் இருண்டு போயிருந்த முகத்தோடு கமிஷனரிடம் திரும்பினார்.

“என்ன பண்ணலாம் ஆதிமூலம்......?”

“ஸார்.... கஜபதி இப்போ ராயப்பேட்டை ஜி. ஹெச்சுக்கு போறதால, எந்த ஒரு பிரயோஜனமும் இல்லை. உங்க மாப்பிள்ளை மணிமார்பனுக்கு என்ன நடந்ததுன்னு தெரிஞ்சுக்க வேற ஒரு வழியில்தான் முயற்சி பண்ணனும்....” சொன்ன கமிஷனர் ஆதிமூலம் செல்போனை எடுத்துக் கொண்டார். காண்டாக்ட் ஆப்ஷனுக்குப் போய் ஒரு எண்ணைத் தொட்டுவிட்டு பேச ஆரம்பித்தார்.

“க்ரைம் ப்ராஞ்ச்”

"எஸ்...... ஸார்"

"மிஸ்டர் வேல்முருகன்....?"

"ஸ்பீக்கிங் ஸார்....."

"வேல்முருகன்..... திஸ் ஈஸ் வெரி இம்பார்ட்டண்ட். நீங்க உடனடியாய் ஒரு இன்வெஸ்டிகேஷன்ல இறங்கணும். நாளைக்குக் காலை சூரியன் உதிக்கிறதுக்கு முன்னால எனக்கு ஒரு யூஸ்ஃபுல்லான ரிப்போர்ட் வேணும்.....! நான் சொல்றதை கவனமாய் கேளுங்க...."

"எஸ்...... ஸார்.."

• • •

அழைப்பு மணி கதறும் சத்தம் கேட்டு அப்போதுதான் ராயப்பேட்டை ஹாஸ்பிடலில் இருந்து திரும்பியிருந்த அமிர்த லிங்கம் போய்க் கதவைத் திறந்தார்.

வெளியே...

கஜபதியும், அவரோடு திடகாத்திரமான ஒரு இளைஞனும் நின்றிருப்பதை பார்த்துவிட்டு முகம் மாறினார்.

"என்ன கஜபதி..... மறுபடியும் போன் பண்ணுவேன்னு நினைச்சேன்...."

"அதான் நேர்லயே வந்துட்டேனே.....! இது பெரிய இடத்து விவகாரம். காணாமே போனது சாதாரண ஆள் கிடையாது. முன்னாள் முதலமைச்சரோட மாப்பிள்ளை...... அதுதான் நேரம் காலம் பார்க்காம இன்வெஸ்டிகேஷன் போயிட்டிருக்கு.... இவர் க்ரைம் ப்ராஞ்ச் அதிகாரி. பேரு வேல்முருகன். இவரோட விசாரணைக்கு நீ ஒத்துழைப்பு தரணும்....!"

அமிர்தலிங்கம் அந்த இளைஞனைப் பார்த்து ஒரு கும்பிடு போட்டார். "வணக்கம் ஸார்.."

வேல்முருகன் பதிலுக்கு "வணக்கம்" சொல்லி கைகளை குவித்துவிட்டு அதிரடியாய் அந்த கேள்வியை கேட்டார்.

"வேன் டிரைவர் நீலகண்டனோட பின்னந்தலையில் ஒரு ரத்த காயம் இருந்ததாய் சொல்லியிருக்கீங்க. அந்தக் காயம் எப்படி ஏற்பட்டதுன்னு டாக்டர்ஸ்கிட்டே கேட்டீங்களா......?"

"கேட்டேன் ஸார்."

"அவங்க என்ன சொன்னாங்க......?"

“போஸ்ட்மார்ட்டம் பண்ணின பிறகுதான் அதைப் பத்தி சொல்ல முடியும்ன்னு சொல்லிட்டாங்க.....! ”

“நீலகண்டனுக்கு அரசியலில் ஈடுபாடு இருந்ததா......?”

“அப்படியெல்லாம் இருந்த மாதிரி தெரியலை ஸார்”

“முன்னாள் முதலமைச்சர் முகில்வண்ணனோட மாப்பிள்ளை மணிமார்பனை பற்றி நீலகண்டன் என்னிக்காவது உங்ககிட்ட பேசியது உண்டா......?”

“இல்லை ஸார்”

“சரி ..... அவன் வீடு சிந்தாரிப்பேட்டையில் எங்கே இருக்குன்னு தெரியுமா......?”

“தெரியும் ஸார்”

“வாங்க வந்து காட்டுங்க......”

“இப்பவேவா......?”

“ஆமா... இதுக்கெல்லாம் நேரங்காலம் பார்த்துட்டு இருக்க முடியாது. புறப்படுங்க..... அவன் வீட்டை உடைச்சு உள்ளே போய் பார்த்தாத்தான்... ஏதாவது தடயம் கிடைக்கும்.”

புறப்பட்டார்கள்.

● ● ●

அந்த நள்ளிரவு நேரத்து சென்னையின் போக்குவரத்தற்ற சாலையில் போலீஸ் ஜீப் புயல் காற்றாக சீறி, அரைமணி நேரம் பயணித்து சிந்தாரிப்பேட்டையின் எல்லைக்குள் நுழைந்தது.

காற்றில் நிரந்தரமாய் உறைந்து போயிருந்தது கூவத்தின் மணம். சாலையின் இரண்டு பக்கமும் குடிசைகள் விடாப்பிடியாய் வந்து கொண்டிருக்க, அமிர்தலிங்கம் டிரைவருக்கு வழி சொல்லிக் கொண்டே வந்தார்.

“இன்னும் நேரா போங்க. கூவம் கெனால் ரோடு வரும்... ரோட்டுக்கு முன்னாடியே முப்பாத்தாள் கோயில் வரும். அதுக்கு பக்கத்து சந்துல, கடைசி வீடு. சந்துக்குள்ள ஜீப் போகாது. கோயிலுக்குக் கொஞ்சம் முன்னால நிறுத்திவிட்டு நடந்துதான் போகணும்.....!”

அவர் சொன்னபடியே ஜீப் பயணித்து கோயிலுக்குப் பக்கத்தில் போய் நின்றது. அமிர்தலிங்கம் முதல் ஆளாய் இறங்கி, அந்த சந்துக்குள் நடந்தார். கஜபதியும், வேல்முருகனும் அவரைப்

தொடர்ந்தார்கள்.

குப்பைத்தொட்டி அருகே படுத்து இருந்த நாய் ஒன்று எழுந்து நின்று குரைக்கலாமா வேண்டாமா என்று சில விநாடிகள் யோசித்துவிட்டு, மறுபடியும் படுத்துக்கொண்டது.

ஒரு நிமிட நடை.

அமிர்தலிங்கம் நின்றார். "இந்த வீடுதான் ஸார்."

வேல்முருகன் அந்த வீட்டை பார்த்தார். பழைய வீடு. சிதிலமான படிக்கட்டுகள்.

அரையிருட்டில் நிதானமாய் படிகளில் ஏறினார். வீடு பூட்டி இருப்பதற்கு அடையாளமாய் ஒரு பூட்டு தொங்கிக் கொண்டிருந்தது. தன் பேண்ட் பாக்கெட்டில் பத்திரப்படுத்தி வைத்து இருந்த "மாஸ்டர் கீ பன்ச்"சை எடுத்துக்கொண்ட வேல்முருகன் அந்த பூட்டை திறப்பதற்கு தகுதியான ஒரு சாவியைத் தேடிக்கொண்டிருந்த போது...

அந்தச் சத்தம் கேட்டது.

வீட்டுக்குள் யாரோ நடக்கும் சத்தம். அதைத் தொடர்ந்து ஒரு நாற்காலி இழுபடும் சத்தம்.

21

வேல்முருகன் சற்றே அதிர்ந்து போனவராய் கையில் சாவிக்கொத்தோடு கஜபதியையும், அமிர்தலிங்கத்தையும் மாறி மாறி பார்த்தபடி கேட்டார்.

"வீட்டுக்கு உள்ளேயிருந்து ஏதோ சத்தம் வர்ற மாதிரி இல்லை......?"

"ஆமா ஸார்..... யாரோ நடக்கிற மாதிரியும், நாற்காலியை தள்ளிப்போடற மாதிரியும் இருக்கு."

"இப்ப என்ன பண்ணலாம்......?"

"ஸார்.... உள்ளே இருக்கிறது திருடனாய் இருக்கலாம்"

"பூட்டின வீட்டுக்குள்ளே எப்படி திருடன்....?"

"வீட்டுக்கு பின்புறமாய் வந்திருக்கலாம் ஸார்" கஜபதி சொல்ல, அமிர்தலிங்கம் குறுக்கிட்டு மறுத்தார்.

"ஸார்..... நான் இந்த வீட்டுக்கு இரண்டு தடவை வந்திருக்கேன். வீட்டுக்கு பின்புறம் வழி கிடையாது"

"நிச்சயமாய் தெரியுமா....?"

"தெரியும் ஸார்"

"சரி..... நான் இப்ப இந்த 'மாஸ்டர் கீ பன்ச்'சால் இந்தப் பூட்டை 'அன்லாக்'பண்றேன். உள்ளே இருக்கும் நபர் நம்மைத் தாக்க முயற்சி பண்ணலாம். அலர்ட்டாய் இருக்கணும்."

வேல்முருகன் சொல்லிக்கொண்டே, எதிரில் தொங்கிக் கொண்டிருந்த பூட்டுக்கு நான்கைந்து சாவிகளை கொடுத்த பிறகு, ஒரு சாவியின் நுழைவுக்குப்பின் சுலபமாய் திறந்து கொண்டது.

வேல்முருகன் காலால் தள்ளினார். அது உள்வாங்கிக் கொண்டது.

வீட்டுக்குள், ஒரு ஜீரோ வாட்ஸ் விளக்கு மட்டும் எரிந்து கொண்டிருக்க, அந்த சோகையான வெளிச்சத்தில் ஒரு சிறிய பீரோ, மேஜை, டீபாய், டி.வி. தெரிந்தது. வேல்முருகன், தன்னிடம் இருந்த பிஸ்டலை சற்றே உயர்த்திப் பிடித்துக்கொண்டு எச்சரிக்கையோடு உள்ளே அடி எடுத்து வைத்தார்.

அவரைத் தொடர்ந்து கஜபதியும், அமிர்தலிங்கமும் மிரண்ட

பார்வைகளோடு பின் தொடர்ந்தார்கள்.

இரண்டே அறைகள்.

முதல் அறையில் யாரும் இல்லை. இரண்டாவது அறையான படுக்கையறையில் கட்டிலும், மெத்தையும் பார்வைக்கு தட்டுப்பட்டது. வேல்முருகன், சுவரில் இருந்த சுவிட்சைத் தேய்க்க ஒரு எல்.இ.டி. பல்பு ஒளிர்ந்து வெளிச்சத்தில் அறையை நிரப்பியது.

"வீட்டுக்குள்ளே யாரும் இருக்கற மாதிரி தெரியல ஸார்"

"சத்தம் கேட்டதே......?"

"அது பக்கத்து வீட்டிலிருந்து வந்த சத்தமாய் கூட இருக்கலாம் ஸார். பொதுவாக இது மாதிரியான ராத்திரி வேளைல பக்கத்து வீடுகள்ல கேட்கிற சத்தம்கூட, நம்ம வீட்ல கேட்கிற மாதிரி இருக்கும்"

"மே..... பி......" என்று தலையசைத்த வேல்முருகன், அந்த அறையிலிருந்து நகர முயன்ற விநாடி சட்டென்று நின்றார். கஜபதி குழப்பமாய்ப் பார்த்தார்.

"என்ன ஸார்......?"

"ஏதோ வாசனை வரலை......?"

"வாசனையா......?"

"எஸ்...... ஏதோ பூவாசனை........ அநேகமாய் மல்லிப்பூ வாசனை....!"

"எனக்கு வரலை ஸார்......?"

"ஒரு போலீஸ்காரனுக்கும், மத்தவங்களுக்கும் உள்ள வித்தியாசம் இதுதான்...." சொன்னவர் சட்டென்று குனிந்து கட்டிலின் அடியில் பார்த்தார்.

மஞ்சள் நிற சேலையில், ஒரு பெண் பிராக்கெட் குறியைப்போல் உடம்பை வளைத்து படுத்திருந்தாள்.

வேல்முருகன் குரல் கொடுத்தார்.

"பார்த்துட்டோம்....... வா...... வெளியே......"

சில நொடிகளுக்குப்பின், அந்தப்பெண்ணின் உடம்பு மெல்ல அசைந்தது. மெதுவாய் ஊர்ந்து வெளியே வந்தாள். தடுமாற்றமாய் எழுந்து நின்றாள். கை நடுக்கத்தோடு கும்பிட்டாள். அவள் தலையில் இருந்த மல்லிகைச்சரம் மூச்சையடைக்கிற மாதிரி மணத்தது.

“ஸார்..... என்னை ஒண்ணும் பண்ணிடாதீங்க ஸார்”

அவளை நெருங்கினார் வேல்முருகன். தன் சுட்டுவிரலை உயர்த்தினார்.

“ஏய்..... நீ யாரு...? பூட்டியிருக்கிற இந்த வீட்டுக்குள்ளே என்ன பண்ணிட்டிருக்கே....... எப்படி உள்ளே வந்தே......?”

“ஸ... ஸ....ஸார்..... என்னை வீட்டுக்குள்ளே வெச்சு பூட்டிட்டு போனது நீலகண்டன்தான்...... என்னை தப்பா நினைக்காதீங்க ஸார்.”

“நீலகண்டன் உன்னை பூட்டி வெச்சுட்டு போனானா......?”

“ஆமா ஸார்..... நீலகண்டனுக்கும் எனக்கும் ரொம்ப நாளாவே பழக்கம்...”

“பழக்கம்ன்னா......?”

“அது..... அது... வந்து......”

“புரியுது...... நீ தொழில்காரியா......?”

“ஆமா ஸார்..... வாரத்துக்கு ஒரு தடவை என்னை இதுமாதிரியான ராத்திரி நேரத்துல வரச் சொல்லுவார். நானும் வருவேன். விடிகிற வரை இருந்துட்டு போவேன்.... இன்னிக்கும் அது மாதிரிதான் வந்தேன். சரக்கும், சாப்பிட பிரியாணியும் வாங்கி வர்றேன்.... நீ வீட்டுக்குள்ளே இருக்கிறது பக்கத்து வீட்டுகாரங்களுக்குத் தெரிய வேண்டாம்..... பூட்டிட்டு போறேன்னு சொல்லிட்டுப் போனவர் ரெண்டு மணி நேரமாய் வரலை... அவரோட செல்போனை காண்டாக்ட் பண்ணினேன்..... போன் ‘சுவிட்ச் ஆஃப்’ன்னு வந்தது. எனக்கு என்ன செய்யறதுன்னு தெரியலை. எப்படி வெளியே போறதுன்னும் புரியலை. பயத்துல எதுவும் செய்யத் தோணலை. உட்கார்ந்துட்டு இருக்கும்போதுதான், உங்க பேச்சுக்குரலும், பூட்டை அசைக்கிற சத்தமும் கேட்டது. எந்திரிச்சு வந்து கதவோட சந்து வழியாக உங்க மூணு பேரையும் பார்த்தேன். நீங்க யாரு.... எதுக்காக வந்து இருக்கீங்கன்னு தெரியலை..... அதுதான் பயந்து போய் கட்டிலுக்கு அடியில் ஒண்டிக்கிட்டேன்“

வேல்முருகன், அந்தப் பெண்ணையே சில விநாடிகள் வரை பார்த்துக்கொண்டு இருந்துவிட்டு கேட்டார்.

“உம் பேர் என்ன ......?”

“லலிதா ஸார்”

“நீலகண்டனை உனக்கு எத்தனை வருஷமாய் தெரியும்......?”

“ஒரு ஆறுமாசமா தெரியுங்க”

“அவனோட பழக்கவழக்கமெல்லாம் எப்படி......?”

“ஸார்..... அந்த ஆளு என்னோட கஸ்டமர். வாரத்துக்கு ஒரு தடவை வந்துட்டு போவேன். பீடி, சிகரெட், டாஸ்மாக் சரக்குன்னு எல்லா கெட்ட பழக்கமும் இருக்கு.......”

“அவனோட ப்ரெண்ட்ஸ் யார் யார்ன்னு தெரியுமா......?”

“அதெல்லாம் தெரியாது ஸார்”

“அரசியல் பற்றியோ, கட்சித் தலைவர்களைப் பற்றியோ உன்கிட்ட பேசியிருக்கானா...?”

“இல்லை ஸார்”

“சரி.... இந்த ஆறுமாச காலமாய் நீ நீலகண்டனோடு நெருக்கமாய் இருந்திருக்கே.... அவனோடு இந்த வீட்ல இருக்கும்போது, அவனுக்கு வெளியில் இருந்து செல்போன் அழைப்புகள் வந்து இருக்கும். அவனும் அந்த போன் கால்ஸை அட்டெண்ட் பண்ணி பேசியிருப்பான். அப்படி அவன் பேசும்போது அந்த பேச்சை நீ நோட் பண்ணியிருக்கியா...?”

“இல்லை ஸார்”

“நல்லா யோசனை பண்ணிப்பாரு ”

“இதுல யோசனை பண்ண என்ன ஸார் இருக்கு......?”

“சரி... லாக்கப்புக்குள்ளே வந்து உட்கார்ந்து நிதானமா யோசனை பண்ணிச் சொல்லு......”

அந்த லலிதாவின் முகம் கலவரத்துக்குப் போக, வேல்முருகன் தொடர்ந்தார்.

“இதோ பார்....... உன்னை வீட்ல வெச்சு பூட்டிட்டு சரக்கும், பிரியாணியும் வாங்கப்போன நீலகண்டன் இப்ப உயிரோடு இல்லை. டாஸ்மாக் கடை வாசலிலே செத்துப்போயிருக்கான். பின்னந்தலையில் பெரிய ரத்தக்காயம். யாரோ அடிச்சு கொன்னுருக்காங்க .”

லலிதா உறைந்து போயிருந்தாள். முகம் வியர்க்க ஆரம்பித்து இருந்தது.

“ஸார்..... எனக்கு ஒண்ணும் தெரியாது, நீலகண்டன் எனக்கு ஒரு கஸ்டமர். அவ்வளவுதான்.....”

அதுவரை மௌனமாய் இருந்த கஜபதி, லலிதாவிடம் ஏதோ பேச முயற்சித்தபோது அந்த சத்தம் கேட்டது. “ர்ர்ர்ர்ர்ர்”

ஏதோ ஒன்று உறுமியது போன்ற சத்தம்.

வேல்முருகன் திரும்பி பார்த்தார். அறையின் இடது பக்க மூலையில் பழைய நியூஸ் பேப்பர்கள் போடப்பட்டு குவியலாய் தெரிய, அதற்குள்ளேயிருந்து அந்த “விர்ர்ர்ர்ர்ர்” சத்தம் கேட்டது.

வேக நடையில் போய் அந்த பழைய செய்திதாள்களை விலக்கினார் வேல்முருகன்.

செல்போன் ஒன்று வெளிச்சமாய் ஒளிர்ந்து வைப்ரேஷன் மோடில் கூப்பிட்டுக்கொண்டிருந்தது. எடுத்து “ஆன்” செய்துவிட்டு காதுக்கு ஒற்றினார். “ம்ம்ம்” என்று மட்டும் குரல் கொடுத்தார். மறுமுனையில் ஒருவன் சிரித்தான்.

“என்ன நீலு..... ஃபுல் மப்பா...? அந்த ஃபோனு ஸ்விட்ச் ஆஃப்னு வருது.. அதான் இந்த நம்பருக்கு அடிச்சுட்டேன்.... அப்பறம் நீ சொன்னபடி வேலையை முடிச்சாச்சு... ஆனா, ரொம்ப தூரம் தள்ளித்தான் மணிமார்பனோட பாடியை டிஸ்போஸ் பண்ண வேண்டியதாப் போச்சு‘‘

வேல்முருகனின் ஒட்டுமொத்த உடம்பும் 144 தடைச் சட்டத்துக்கு உட்பட்டு எச்சரிக்கையாயிற்று.

22

வேல்முருகன் செல்போனை தன் காதோடு ஒட்ட வைத்தபடி ஜாக்கிரதை காத்தார். தன்னுடைய குரலை மறுமுனையில் பேசுபவன் சந்தேகப்பட்டுவிடக்கூடாது என்று பேசாமல் மௌனிக்க, அவன் சிரித்தான்.

“என்ன நீலு..... சரக்கை ஃபுல்லா ஏத்திக்கிட்டே போலிருக்கு...... பேசவே மாட்டேன்கிற......?”

இனியும் பேசாமல் இருப்பது சரியில்லை. குடிபோதையில் இருப்பவனைப்போல் குழறி குழறி பேச ஆரம்பித்தார் வேல்முருகன்.

“ம்.... சொ...ல்....லு......!..... ம....ம......மணி மார்பனோட பா.... பா.....பாடியை எங்க வெச்சு டிஸ்போஸ் பண்ணினே......?”

“வில்லிவாக்கத்துக்கு பக்கத்துல ஒரு குப்பைமேடு இருக்கே......?”

“ஆ...ஆமா...”

“அங்கே புளியமரத்தையொட்டி ஒரு பள்ளம். அந்தப் பள்ளத்துல வெச்சுத்தான் வேலையை முடிச்சோம்....”

“யாரும் பார்த்துடலையே....?”

“ஒருத்தரோட பார்வையில பட்டுட்டோம் நீலு.”

“யாரது......?”

“உச்சிவானத்து நிலா......!” என்றவன் சிரித்தான். “சும்மா தமாஷுக்கு சொன்னேன். சரி... பேசின பணம் என்னோட கைக்கு எப்ப வரும்...?”

“இப்பவே என்னோட வீட்டுக்கு வா. முழு பணத்தையும் செட்டில் பண்ணிடறேன்...!”

வேல்முருகன் குரல் கொடுத்தார்.

“என்ன பேச்சையே காணோம்....?”

மறுமுனையில், அந்த குரல் தயக்கமாய் வெளிப்பட்டது.

“நீலு ......பேசிட்டிருக்கிறது நீதானே......?”

“அதுல என்ன சந்தேகம்....... ஒரு ஃபுல் உள்ளே போயிருக்கிறதால பேசறதுக்கு வாய் ஒத்துழைக்க

மாட்டேங்குது.......”

“இல்லை நீலு....... எனக்கு வித்தியாசம் தெரியுது. மணிமார்பனை தீர்த்து கட்டி டிஸ்போஸ் பண்ற வேலைக்கு நாம ஒரு கோடுவேர்ட் வெச்சுகிட்டோம். அந்த கோடுவேர்ட் என்னன்னு சொல்லு. பார்க்கலாம்.....”

வேல்முருகன் அமைதியாய் இருந்தார்.

“என்ன நீலு பேச்சையே காணோம்...?”

“அது வந்து.... வந்து....”

“சொல்லு......... இன்னிக்கு நீ குடிச்சிருந்தாலும் எனக்கென்னமோ நீ பேசற மாதிரியே இல்லை..... அதுதான் கோடுவேர்ட் கேட்டேன்.... நாம தொடர்ந்து பேசணுன்னா நீ அந்த கோடுவேர்டைச் சொல்லணும்....”

வேல்முருகன் சில விநாடிகள் தயங்கிவிட்டு, சற்று திணறலான குரலில் சொன்னார்.

“ஞாபகத்துக்கு வரலை......!”

“என்னது....... ஞாபகத்துக்கு வரலையா......?”

“ஆமா........”

“எப்படி வரும்..? அப்படியொரு கோடுவேர்டே இல்லையே...?” என்று சொல்லி, மறுமுனையில் சிரித்தவன் அடுத்த விநாடியே அடிக்குரலில் கேட்டான்.

“யார்ரா .... நீ..... நீலகண்டனோட செல்போன் உன்னோட கைக்கு எப்படி வந்தது.....”

“நீலகண்டனோட வீட்டுக்கு வா....... நான் யார்ன்னு உனக்குத் தெரியும்......!”

வேல்முருகன் சொல்லிக் கொண்டிருக்கும்போதே, மறுமுனையில் செல்போன் இணைப்பு துண்டிக்கப்பட்டது.

வேல்முருகன் செல்போனை அணைத்துவிட்டு கலவரத்தோடு நின்றிருந்த லலிதாவைப் பார்த்தார்.

“போன்ல பேசினவன் நீலகண்டனை ‘நீலு, நீலு’ன்னு உரிமையோடு சொல்லி பேசறான். அவன் யார்ன்னு உனக்கு தெரியுமா...?”

“எனக்குத் தெரியாது ஸார்”

“ஆறு மாசமாய் அவன் கூட பழகிட்டு இருக்கிறே....

ஆனா எந்தக் கேள்வியைக் கேட்டாலும் தெரியாதுன்னு ஒற்றை வார்த்தையில் பதில் சொல்லி தப்பிச்சுக்கிறே........ "

"சத்தியமாய் எனக்குத் எதுவும் தெரியாது ஸார். நான் ஒரு தொழில்காரி...... அவ்வளவுதான்...."

"சரி .... சரி.... அப்படி ஓரமாய் போய் உட்கார். உன்னோட செல்போன் எங்கே......குடு.. "

அவளுடைய இடுப்பின் மறைவில் ஒளித்து வைத்திருந்த ஸ்மார்ட்போனை எடுத்து கொடுத்தாள். அதை வாங்கி பத்திரப்படுத்திக் கொண்ட வேல் முருகன், தன்னுடைய செல்போனை எடுத்து வில்லிவாக்கம் போலீஸ் ஸ்டேஷனின் கண்ட்ரோல் ரூமைத் தொடர்பு கொண்டு தான் யார் என்பதை சொல்லிவிட்டு பேசினார்.

"நான் சொல்ற ஸ்பாட்டுக்கு உடனடியாக போங்க. வில்லி வாக்கம் குப்பைமேடு ஒட்டி புளியமரம். அதற்குப் பக்கத்துல ஒரு பள்ளம். அந்தப் பள்ளத்துக்குள்ளே, எக்ஸ் சி.எம். முகில்வண்ணனோட மாப்பிள்ளை மணிமார்பனோட உடல் புதைக்கப்பட்டு இருக்கிறதாய் தகவல் கிடைச்சிருக்கு. லேட் பண்ண வேண்டாம். சீன் ஆஃப் க்ரைம் பார்க்க, ஃபாரன்ஸிக் பீப்பிள் போறது அவசியம். அப்படியே ஒரு மொபைல் நம்பர் தரேன்.. அதை ட்ராக் பண்ணி சொல்லுங்க யாருன்னு.. நான் இங்கே ஒரு என்கொயரியை முடிச்சுட்டு நேரா ஸ்பாட்டுக்கு வந்துடறேன். இப்ப வில்லிவாக்கம் ஸ்டேஷன் இன்ஸ்பெக்டர் யாரு....?"

"ஜெயச்சந்திரன் ஸார்."

"சரி.... ஸ்பாட்டுக்கு போய் பாடியைத் தோண்டி எடுத்ததும், எனக்கு இன்ஃபார்ம் பண்ணச் சொல்லுங்க...."

வேல்முருகன் செல்போனில் அந்த நம்பரை சொல்லி பேச்சை முடித்துக்கொண்டு தனக்கு இடதுபுறம் நின்று கொண்டிருந்த கஜபதியையும், அமிர்தலிங்கத்தையும் பார்த்தார்.

"நீலகண்டனோட செல்போனில் பேசினவன் தொடர்ந்து பேசியிருந்தா உண்மைகள் வெளியே வந்து இருக்கும்... அதுக்குள்ளே அவன் என்மேல சந்தேகப்பட்டுட்டான்..."

கஜபதி பெருமூச்சொன்றை வெளியேற்றிவிட்டு சொன்னார். "ஸார், மணிமார்பன் கொலை செய்யப்பட்டதும், அவனுடைய உடல் புதைக்கப்பட்ட இடமும் தெரிஞ்சிருச்சு. ஆனா ஒரு தண்ணி கேன் வேன் ட்ரைவர் எதுக்காக மணிமார்பனை கொலை

செய்யணும்......? மணிமார்பனுக்கும், நீலகண்டனுக்கும் நடுவில் எது மாதிரியான பகை இருந்து இருக்க முடியும்ன்னு என்னால கெஸ் பண்ண முடியலை ஸார்..... நீலகண்டன் யாரு ...... அவன் பின்னணி என்னன்னு கிளறிப்பார்க்க வேண்டியது ரொம்பவும் அவசியம் ஸார்.....!"

"எஸ்...... மொதல்ல இந்த வீட்டை சர்ச் பண்ணி ஏதாவது தடயம் தட்டுப்படுதான்னு பார்ப்போம்." வேல்முருகன் சொல்லிக் கொண்டு இருக்கும்போதே லலிதாவின் குரல் பின்னாலிருந்து கேட்டது.

"ஸார்..."

திரும்பினார்.

"என்ன......?"

"இப்பத்தான் ஒரு விஷயம் ஞாபகத்துக்கு வருது ஸார்..."

"சொல்லு..."

"போன மாசத்துல, ஒருநாள் சாயந்தரம் நாலு மணி இருக்கும் ஸார். கோடம்பாக்கத்துல ஒரு பார்ட்டியைப் பார்த்துட்டு, வீட்டுக்கு ஆட்டோவில் போய்க்கிட்டிருந்தேன். யுனைடெட் இந்தியா காலனிப் பக்கம் வந்துட்டிருந்த போது, அங்கே இருக்கிற ஸ்கூல் வாசல்ல நீலகண்டன் நின்னு யார்க்கோ வெயிட் பண்ணிட்டு இருக்கிற மாதிரி தெரிஞ்சுது. நான் ஆட்டோவை ஓரமாய் நிறுத்தி வெயிட்டிங்ல போட்டுட்டு நீலகண்டன்கிட்டே போனேன். என்னைப் பார்த்ததும், நீலகண்டனோட முகத்துல பெரிய அதிர்ச்சி. இருந்தாலும் அதைக் காட்டிக்காமே சிரிச்சான். 'என்ன லலிதா இந்தப் பக்கம்?'ன்னு கேட்டான். நான் பதிலுக்கு 'நீ இங்கே ஸ்கூல் வாசல்ல யார்க்காக நின்னு வெயிட் பண்ணிட்டிருக்கே'ன்னு கேட்டேன். அதுக்கு அவன் 'நான் வேலை செய்யற கம்பெனி முதலாளியோட பொண்ணு இந்த ஸ்கூல்ல படிக்குது. இன்னிக்கு அவரோட கார் ரிப்பேர். அதனால நான் வேன்ல கூட்டிட்டு போக வந்தேன்னு சொன்னான்"

கேட்டுக்கொண்டிருந்த அமிர்தலிங்கம் அதிர்ச்சியோடு குறுக்கிட்டார். "எனக்கு ரெண்டும் பசங்கதானே...! பொண்ணு கிடையாதே....? அதுவும் இல்லாமே பசங்க ரெண்டு பேரும் வெளியூர்ல காலேஜ்ல படிச்சுட்டு இருக்காங்க.... எதுக்காக அப்படி பொய் சொன்னான்னு தெரியலையே......?"

லலிதா தொடர்ந்தாள்.

“எனக்கும் அந்த சந்தேகம் வந்தது ஸார். ஆனாலும், அந்த சந்தேகத்தை முகத்துல காட்டிக்காமே சரின்னு சொல்லி தலையாட்டிட்டு ஆட்டோவுக்குள்ள போய் உட்கார்ந்துகிட்டேன். ஆட்டோவில் புறப்பட்டு போற மாதிரி போக்கு காட்டிட்டு ரோட்டோட மறுபக்கத்துக்கு ஆட்டோவை கொண்டு போய் நிறுத்திகிட்டு நீலகண்டனை வாட்ச் பண்ணினேன். ஒரு பத்து நிமிஷத்துக்கு அப்புறம் ஸ்கூல் உள்ளேயிருந்து ஒரு பொண்ணு வெளியே வந்தது. அது படிக்கிற பொண்ணு மாதிரி தெரியலை. வயசு முப்பது இருக்கும். சிவப்பாய் அழகாய் இருந்தா... சுருட்டை முடி... நேராக நீலகண்டனுக்கு பக்கத்துல போய் நின்னா. ஒரு அஞ்சு நிமிஷம் பேசியிருப்பாங்க. அதுக்கப்புறம்தான் அந்த எதிர்பாராத சம்பவம் நடந்தது.”

23

லலிதா பேச்சை நிறுத்த, வேல்முருகன் அவளை அதிர்ச்சியோடு பார்த்தார்.

"எதிர்பாராத சம்பவமா......?"

"ஆமா ஸார்....... அந்தப் பொண்ணு நீலகண்டன்கிட்டே பேசிட்டு இருக்கும்போதே, அவ தன் காலில் இருந்த ஸ்லிப்பரை கழற்றி அவனை அடிக்க ஆரம்பிச்சா.... அந்த அடியில் நிலை குலைஞ்சு போன நீலகண்டன் பின் வாங்கி ஓடிட்டான். ரோட்ல போயிட்டிருந்த யாருமே அந்தச் சம்பவத்தை கவனிக்கலை. நான் மட்டுந்தான் நோட் பண்ணினேன்."

"இந்த சம்பவத்தைப்பற்றி நீ அடுத்த முறை நீலகண்டனை சந்திக்கும்போது கேட்டியா......?"

"கேட்கலை ஸார்"

"ஏன் கேட்கலை....."

"ஸார் நான் நீலகண்டனோட தாலி கட்டின பெண்டாட்டி கிடையாது. ஒரு பொண்ணுகிட்டே நீ ஏன் ஸ்லிப்பர்ல அடி வாங்கினேன்னு நீலகண்டன்கிட்டே நான் கேட்டா அந்த ஆளுக்கு கோபம் வரும். நீ என்னை வேவு பார்த்தியான்னு கேட்பான். அதுக்கு அப்புறம் அவன் என்னைக் கூப்பிடமாட்டான். அவன் அடி வாங்கினது எனக்கு தேவையில்லாத விஷயம்ன்னு நினைச்சேன். கேட்கலை...!"

சில விநாடிகள் மௌனம் சாதித்த வேல்முருகன் லலிதாவை ஏறிட்டார். "இந்த சம்பவம் எப்ப நடந்ததுன்னு சொன்னே......?"

"போன மாசத்துல ஒரு நாள்"

"தேதி ஞாபகம் இருக்கா....?"

"இல்லை ஸார்.."

"சம்பவம் நடந்த நேரம்.....?"

"சாயங்காலம் நாலு மணி"

"அது எந்த ஸ்கூல்......?"

"யுனைடெட் இந்தியா காலனிக்குப் பக்கத்துல அந்த ஸ்கூல் இருக்கு ஸார். ஸ்கூல் பேரு தெரியாது....!"

"அந்தப் பொண்ணை மறுபடியும் பார்த்தா உனக்கு

அடையாளம் தெரியுமா...?"

"தெரியும் ஸார்.... அந்தப் பொண்ணு ரொம்பவும் அழகாய் இருந்ததாலே முகம் நல்லாவே ஞாபகம் இருக்கு. டீச்சராய் வேலை பார்க்கிறான்னு நினைக்கிறேன் ஸார்."

"நாளைக்கு காலையில் ஏழு மணிக்கெல்லாம் நீயும், நானும் அந்த ஸ்கூலுக்கு ஒரு காரில் போறோம். ஸ்கூலுக்கு எதிர்ல காரை நிறுத்திவிட்டு அந்தப் பொண்ணை வாட்ச் பண்றோம்...."

"ஸார்..... என்னை இந்தப் பிரச்சினையில் மாட்டி விட்டுடாதீங்க ஸார்...... நீலகண்டன் ஒரு தப்பான ஆளுன்னு தெரிஞ்சிருந்தா அவன் கூட பழகியிருக்கவே மாட்டேன்......!"

"இதோ பார்..... நீலகண்டன் பண்ணியிருக்கறது திருட்டு இல்லை. கொலை.... அதுவும் கொலை செய்யப்பட்டவர் சாதாரண நபர் கிடையாது. முன்னாள் முதலமைச்சரோட மருமகன். இந்தக் கொலையை நீலகண்டன் மட்டும்தான் தனித்து பண்ணியிருக்க முடியாது. அவனுக்குப் பின்னாடி யாரோ சிலர் இருக்காங்க..... அவங்க யார்ன்னு கண்டு பிடிக்கற வரை நீயும் விசாரணை வளையத்தை விட்டு வெளியே வர முடியாது. உனக்கு வீடு எங்கே.....?"

"சூளைமேட்ல ஸார்."

"நீ ரெண்டு நாளைக்கு வீட்டுக்கு போக முடியாது. பெண் போலீஸோட கஸ்டடியில்தான் இருக்கணும்."

வேல்முருகன் அவளைப் பார்த்து கடுமையான குரலில் சொல்லிக்கொண்டிருக்கும் போதே, அவருடைய செல்போன் அழைத்தது.

எடுத்து அழைப்பது யார் என்று பார்த்தார். டிஸ்ப்ளேயில் இன்ஸ்பெக்டர் ஜெயச்சந்திரனின் பெயர் தெரிந்தது.

செல்போனை காதுக்கு ஒற்றினார் வேல்முருகன்.

"சொல்லுங்க ஜெயச்சந்திரன்."

"ஸார்.... நான் இப்ப ஒரு போலீஸ் டீமோடு வில்லிவாக்கம் வந்து நீங்க சொன்ன குப்பைமேட்டு ஸ்பாட்டுக்கு பக்கத்துல நின்னுட்டிருக்கேன். ஒரு இடத்துல மட்டும் மண் கொஞ்சம் இளகியிருக்கிறதால அந்த இடத்தை தோண்டற வேலை நடந்துட்டிருக்கு.... நீங்க ஸ்பாட்டுக்கு வர்றீங்களா...?"

"நான் இன்னும் அரை மணி நேரத்துக்குள்ளே புறப்பட்டு வர்றேன்.... இங்கே ஒரு என்கொயரி போயிட்டிருக்கு. அதை

முடிச்சுட்டு வந்துடறேன்...!"

"எஸ் ஸார்.. அயாம் வெயிட்டிங்....." செல்போனை அணைத்த வேல்முருகன், லலிதாவிடம் திரும்பினார்.

"இதோ பார்.... நீலகண்டனைப் பற்றி தெரிஞ்ச ஒரே நபர் இப்போதைக்கு நீ மட்டும்தான்...... போலீஸுக்கு நீ முழு ஒத்துழைப்பு கொடுத்தால் தான், முதலமைச்சரோட மருமகனை கொலை பண்ணினது யார்ங்கிற உண்மை தெரிய வரும். நீ ஏதாவது ஒரு விஷயத்தை மறைச்சாலும், அதுவே உன்னை இந்த கேஸ்ல மாட்ட வெச்சுடும்..... என்ன நான் சொல்றது புரியுதா ......?"

"பு...பு...புரியுது ஸார்....... !"

"இன்னும் கொஞ்ச நேரத்துல பெண் போலீஸ் வருவாங்க. அவங்க கூட போயிடு."

லலிதா மிரட்சியோடு தலையாட்டிக்கொண்டு இருக்கும்போதே வேல்முருகனின் செல்போன் மறுபடியும் வாயைத் திறந்தது. எடுத்துப்பார்த்தார்.

ஜெயச்சந்திரன் கூப்பிட்டுக் கொண்டிருந்தார். போனை காதுக்கு ஒற்றினார்.

"என்ன....மணிமார்பனோட பாடி தோண்டின இடத்துல கிடைச்சுதா.....?"

"கிடைச்சுது ஸார்.... ஆனா....."

"ஆனா... என்ன...... சொல்லுங்க ஜெயச்சந்திரன்.."

"மணிமார்பனின் டெட்பாடியோடு இன்னொரு டெட்பாடியும் இருக்கு ஸார். ரெண்டு பாடியையும் சேர்த்து புதைச்சிருக்காங்க.."

"என்னது..! இன்னொரு பாடியா....?"

"ஆமா ஸார்..... அது ஒரு பெண்ணோட பாடி."

"சரி, நீலகண்டன் வீட்ல இருந்து எடுத்த செல்போன் நெம்பரை ட்ரேஸ் பண்ணினீங்களா..?"

"ஸாரி ஸார்.... டிரேஸ் பண்ண முடியல.. மொபைல் ஸ்விட்ச் ஆஃப்னு வருது... அது ஒரு ஒன் டைம் சிம் மாதிரி தெரியுது.. அந்த காலர் புத்திசாலியா இருந்திருக்கான்.. இப்போதைக்கு நாட் சீம்ஸ் டூ பி ஏ வேலிட் க்ளூ.. இருந்தாலும் நாங்க ரீச் பண்ண ட்ரை செஞ்சுட்டு இருக்கோம் ."

• • •

விடியற்காலை நான்கு மணி.

ஜி.ஹெச்சின் பல பிளாக்குகள் இன்னும் இருட்டில் இருக்க, முகில்வண்ணனின் கார் பிரதான நுழைவு வாயிலுக்குள் பிரவேசித்து ஹாஸ்பிடலின் பின்பக்கம் இருந்த மார்ச்சுவரிக்கு எதிரே இருந்த ஒரு மரத்துக்குக் கீழே போய் நின்றது.

காரின் நான்கு கதவுகளும் திறந்து கொள்ள முகில்வண்ணன், செந்தமிழ், போலீஸ் கமிஷனர் ஆதிமுலம், டி.ஐ.ஜி.இப்ராஹிம் இறங்கினார்கள்.

மார்ச்சுவரிக்கு முன்பாக காத்திருந்த வேல்முருகனும், இன்ஸ்பெக்டர் ஜெயச்சந்திரனும் அவர்களை எதிர்கொண்டு சல்யூட் வைத்து தளர்ந்தார்கள்.

கமிஷனர் ஆதிமுலம் வேல்முருகனை ஏறிட்டார்.

“மீடியாவுக்கு நியூஸ் போகலையே..?”

“இல்ல ஸார்....!”

“இனியும் போகக்கூடாது. மணிமார்பனோட டெட்பாடி மட்டும் கிடைச்சிருந்தா பரவாயில்லை. கூடவே ஒரு பொண்ணோட டெட்பாடியும் சேர்ந்து கிடைச்சிருக்கு. இந்த செய்தி மீடியாக்களுக்கு போனால், அது மிகப் பெரிய அதிர்வலைகளை உருவாக்கும்..”

“தெரியும் ஸார்....... அதனால்தான் ஹாஸ்பிடல் டீனுக்கு தகவல் கொடுத்து இந்த செக்ஷனில் இருந்த எல்லோரையும் வெளியே அனுப்பிட்டோம்....!”

முகில்வண்ணன் தளர்ந்து போன நடையோடும் கவலையில் இறுகிப்போன முகத்தோடும் மகன் செந்தமிழின் தோளைப்பற்றிக் கொண்டு நடந்தார். மார்ச்சுவரி அறை ஃபார்மலின் திரவ வாசனையோடு வந்தது. வயிற்றைக் கலக்கியது.

ஹாஸ்பிடல் டீன் சகாயம் பவ்யமாய் எதிர்கொண்டு உள்ளே கூட்டிப்போனார். அறையின் மையத்தில் போடப்பட்டிருந்த அகலமான தகர மேஜையின் மேல் வெள்ளைத்துணிகளால் போர்த்தப்பட்ட மணிமார்பனின் உடம்பும், அந்தப் பெண்ணின் உடம்பும் பார்வையில் இடறியது.

முகில்வண்ணன் தடுமாற்றமாய் நடந்து போய் மணிமார்பனின் தலைமாட்டில் நின்றார். உதடுகள் துடித்து கண்களில் நீர் கோர்த்துக்கொண்டது. குரல் தழுதழுத்தார்.

“மாப்ள..... உங்களை இப்படியொரு கோலத்தில் பார்க்கவா எம் பொண்ணை உங்களுக்கு கட்டி வெச்சேன்? மூணு நாள் கல்யாணம் நடத்தி ஊர்ல இருக்கிற கல்யாண மண்டபங்களையெல்லாம் வாடகைக்கு எடுத்து ஒரு லட்சம் பேர்க்கு விருந்து சாப்பாடு போட்டேன். தமிழ்நாட்ல இருக்கிற பராமரிக்கப்படாத கோயில்களையெல்லாம் என் பொறுப்புல எடுத்துகிட்டு கும்பாபிஷேகம் நடத்தி வெச்சேன். 108 ஜோடிகளுக்கு கல்யாணம் பண்ணி வெச்சேன்.

“எந்த ஒரு புண்ணியமும் எம்பெண்ணோட தாலியைக் காப்பாத்தல..... உங்களுக்கு எதுவும் நடந்து இருக்காது. நீங்க உயிரோடு திரும்பி வருவீங்க என்கிற நம்பிக்கையோடு எம் பொண்ணு வீட்ல காத்துட்டிருக்கா.... ஆனா நீங்க இப்படி....”

கதறி அழுதவரை மகன் செந்தமிழ் ஆதரவாய் அணைத்துக் கொண்டான். அவனுடைய கண்களில் கண்ணீருக்கு பதிலாய் அனல் பறந்தது.

“அப்பா ! இது அழறதுக்கான நேரம் இல்லை. நம்ம மாப்பிள்ளையை இப்படிக்கொண்டு வந்து படுக்க வெச்சவங்க யார்ன்னு கண்டுபிடிச்சு அதே மாதிரி அவங்களையும் படுக்க வைக்கணும்.”

போலீஸ் கமிஷனர் ஆதிமுலம் அவனுடைய தோளைத் தொட்டார்.

“செந்தமிழ்...”

அவன் திரும்பினான். கண்களில் நீரோடு என்ன என்பது போல் பார்த்தான்.

“செத்துப்போன அந்தப் பொண்ணு யார்ன்னு தெரியுதா......?”

“தெரியல.....”

“பொண்ணோட வலது கையை பாருங்க.”

செந்தமிழ் பார்த்தான்.

பார்வை நிலைத்தது.

24

செந்தமிழ் அந்தப் பெண்ணின் வலது கையைப் பார்த்தான்.

அவளுடைய வலது கையின் மணிக்கட்டுப்பகுதியில் **M.M.S.** என்ற ஆங்கில எழுத்துக்கள் பச்சைக் குத்தப்பட்டிருப்பது பளிச்சென்று தெரிந்தது.

போலீஸ் கமிஷனர் ஆதிமுலம் செந்தமிழை ஏறிட்டார். "பொதுவா உங்க மாப்பிள்ளை மணிமார்பனை கட்சித் தொண்டர்களும் சரி, அவருடைய நண்பர்களும் சரி, எம்.எம்ன்னுதானே கூப்பிடுவாங்க......!"

"ஆமா ஸார்....... !"

"இந்தப் பொண்ணோட கையில் பச்சைக் குத்தப்பட்டு இருக்கிற முதல் இரண்டு எழுத்துக்களான **M.M** ஏன் மணிமார்பனின் பெயரைக் குறிக்கிற எழுத்துக்களாய் இருக்ககூடாது... ? அந்த **'S'** என்ற எழுத்து அவளுடைய பெயரில் முதல் எழுத்தாகக்கூட இருக்கலாம்." கமிஷனர் சொல்ல செந்தமிழ் தலையாட்டினான். "இவ யார்ன்னு கண்டுபிடிச்சுட்டா போதும். மாப்பிள்ளையோட கொலைக்கு காரணமானவங்களை சுலபமாய் நெருங்கிடலாம்...!"

"என்னோட கணிப்பும் அதுதான். மொதல்ல நீங்க அப்பாவைப் பார்த்துக்குங்க. நான் இப்ப ரெண்டு நிமிஷத்துல வந்துடறேன்." சொன்ன போலீஸ் கமிஷனர் ஆதிமுலம் மார்ச்சுவரி அறைக்கு வெளியே வந்து சற்றுத்தள்ளி மரத்துக்குக் கீழே நின்றிருந்த வேல்முருகன், இன்ஸ்பெக்டர் ஜெயச்சந்திரனிடம் வந்தார். அவரைப்பார்த்ததும் அட்டென்ஷனுக்கு வந்து தளர்ந்தார்கள்.

"வேல்முருகன்..."

"ஸார்....."

"கோடம்பாக்கம் யுனைடெட் இந்தியா காலனிக்குப் பக்கத்துல இருக்கிற ஸ்கூலில்தானே ஒரு பொண்ணுகிட்ட அந்த நீலகண்டன் அடி வாங்கினான்னு அந்த லலிதா சொன்னா.....?"

"ஆமா ஸார்.....!"

"இப்போ மணிமார்பனோடு சேர்ந்து புதைக்கப்பட்டு இருக்கிற பொண்ணு ஒருவேளை அந்தப் பொண்ணாய் இருக்கலாமோ......?"

"எனக்கும் அந்த சந்தேகம் இருந்தது ஸார். அதனால்தான்

அந்தப் பொண்ணோட பாடி மார்ச்சுவரிக்கு வந்ததும், அவ முகத்தை என்னோட செல்போன்ல போட்டோ எடுத்து, வாட்ஸ்அப் மூலமாய் லலிதாவை கஸ்டடி பண்ணி வெச்சுருக்கிற தேனாம்பேட்டை இன்ஸ்பெக்டர் மாலதிக்கு அனுப்பினேன். லலிதாகிட்டே அந்தப் போட்டோவைக் காட்டி, நீலகண்டனை ஸ்கூல் வாசல்ல வெச்சு ஸ்லிப்பரில் அடிச்சது இந்தப் பொண்ணுதானான்னு கேட்கச் சொன்னேன். இன்ஸ்பெக்டர் மாலதியும் நான் அனுப்பிய வாட்ஸ்அப் போட்டோவை லலிதாகிட்டே காட்டி கேட்டிருக்காங்க. அவ போட்டோவைப் பார்த்துட்டு நான் பார்த்த பொண்ணு இவ இல்லைன்னு சொல்லியிருக்கா..."

சில விநாடிகள் மௌனமாய் இருந்த ஆதிமூலம் பிறகு நிமிர்ந்தார்.

"வேல்முருகன்..."

"ஸார்..."

"கோடம்பாக்கம் ஏரியாவில் அந்த ஸ்கூல் எங்கே இருக்குன்னு ட்ரேஸ் பண்ணிட்டீங்களா....?"

"பண்ணிட்டேன் ஸார்..."

"அந்தப் பொண்ணு யார்ன்னு கண்டுபிடிக்க நீங்க லலிதாவைக் கூட்டிகிட்டு நாளைக்கு எத்தனை மணிக்கு ஸ்கூலுக்கு போறீங்க....?"

"ஏழு மணிக்கு ஸார்....."

"ஸ்கூலுக்கு வெளியே எதிர்ப்பக்கத்துல ஜீப்பை நிறுத்திகிட்டு அந்தப் பொண்ணை அப்ஸர்வ் பண்ணப் போறீங்களா?"

"இல்லை ஸார்."

"தென்..... வாட்ஸ் யுவர் இன்வெஸ்டிகேஷன் அப்ரோச்.....?"

"அந்த ஸ்கூல் பிரின்ஸிபாலையே நேரிடையாக பார்த்து விபரத்தைச் சொல்லி விசாரிக்க வேண்டியது தான் ஸார்.."

"ஓ.கே...... விசாரணை ரகசியமாய் இருக்கட்டும்.... நீங்க போலீஸ் டிபார்ட்டுமெண்ட்ன்னு அந்த ஸ்கூல் பிரின்ஸிபாலுக்கு தெரிய வேண்டாம். தேவைப்பட்டா சொல்லுங்க."

"எஸ்... ஸார்."

"அந்த பிரின்ஸிபாலோட பேர் என்ன?"

"தெய்வநாயகி."

● ● ●

மறுநாள் காலை ஏழரை மணி.

ஐம்பது வயதின் விளிம்பில் இருந்த பள்ளியின் பிரின்ஸிபால் தெய்வநாயகியின் அறையில் அவளுக்கு முன்பாய் உட்கார்ந்திருந்தார்கள் வேல்முருகனும், லலிதாவும். தெய்வநாயகி லலிதாவிடம் கேட்டாள்.

"அந்தப் பொண்ணை இந்த ஸ்கூல் வாசலில்தான் பார்த்தியா?"

"ஆமா மேடம்."

"அப்ப நேரம் எவ்வளவு இருக்கும்?"

"சாயங்காலம் நாலு மணியிலிருந்து நாலரை மணிக்குள்ள..."

"எப்படியிருந்தான்னு மறுபடியும் ஒரு தடவை சொல்லு.."

லலிதா சொன்னாள். "சிவப்பா...... அழகா..... சுருட்டை முடியோட..."

"மறுபடியும் அந்தப் பொண்ணைப் பார்த்தா உன்னால அடையாளம் கண்டுபிடிக்க முடியுமா...?"

"முடியும் மேடம்....!"

"நீ சொல்ற அடையாளங்களோடு, எந்த ஒரு டீச்சரும் இங்கே வேலை பார்க்கல. இருந்தாலும் இது டீச்சர்ஸ் க்ரூப் போட்டோ. போன மாசம் ஆண்டு விழாவின் போது எடுக்கப்பட்ட போட்டோ..... மொத்தம் 37 டீச்சர்ஸ். ஒவ்வொரு போட்டோவையும் நிதானமாய் பாரு..."

பிரின்ஸிபால் தெய்வநாயகி, தன் மேஜையின் இழுப்பறையைத் திறந்து மவுண்ட் செய்யப்பட்டு இருந்த அந்தப் பெரிய போட்டோவை எடுத்து லலிதாவிடம் நீட்டினாள். லலிதா, அதை வாங்கி பார்வையைப் பதித்தாள்.

மொத்தம் மூன்று வரிசைகளில் அந்த முப்பத்தேழு ஆசிரியைகளும் பல்வேறு வயதுகளில் காமிராவைப் பார்த்து விதவிதமாய் புன்னகை செய்து இருந்தார்கள்.

லலிதா போட்டோவில் இருந்த முகங்களை உன்னிப்பாய்ப் பார்த்துவிட்டு உதட்டைப் பிதுக்கி தலையாட்டினாள். வேல்முருகனை ஏறிட்டபடி சொன்னாள் "நான் அன்னிக்குப் பார்த்தவங்க இந்தப் போட்டோவில் இல்லை ஸார்.."

"எதுக்கும் இன்னொரு தடவை பார்த்துரு......சில பேர் நேர்ல பார்க்க ஒரு மாதிரியாகவும், போட்டோவில் ஒரு மாதிரியும்

இருப்பாங்க.”

“இல்ல ஸார்....... அந்தப் பொண்ணு போட்டோவில் இல்லை.... என்னால மறக்க முடியாத முகம்.... அது.....!”

தெய்வநாயகி குறுக்கிட்டாள்.

“ஸார்....... அந்தப் பொண்ணு யாராக இருக்கக்கூடும் என்பதை என்னாலே ஓரளவுக்கு கெஸ் பண்ண முடியுது!”

“சொல்லுங்க மேடம்.....!”

“இங்கே படிக்கிற ஸ்டுடண்ட்ஸில் யாராவது ஒருத்தரோட அம்மாவாகக்கூட அந்தப் பெண் இருக்கலாமில்லையா......?”

“மே...பி.... இன்னிக்கு சாயந்தரம் நாலு மணியிலிருந்து நாலரை மணி வரைக்கும் அந்த ஒரு கோணத்திலேயும் அந்தப் பெண் பார்வைக்கு தட்டுப்படறாளான்னு பார்த்துட வேண்டியதுதான். இந்த விஷயத்துல உங்களுடைய ஒத்துழைப்பு வேணும் மேடம்...”

“ஷ்யூர்..... நீங்களும் லலிதாவும் சரியாய் நாலுமணிக்கு என்னோட ரூமுக்கு வந்து இங்கே சி.சி.டி.வி. காமிரா யூனிட்டுக்கு முன்னாடி உட்கார்ந்துடுங்க...... ஸ்கூல் எண்ட்ரன்ஸ் கேட்ல நுழையறவங்க யாராக இருந்தாலும் காமிராவோட பார்வைக்கு சிக்காமே இருக்க முடியாது...... ஒருவேளை அந்தப் பொண்ணு இன்னிக்கு வரமுடியாமே போனாலும் நாளைக்கு வரலாம்!”

“ஓ.கே. மேடம்........ தேங்க்ஸ் ஃபார் யுவர் கைண்ட் கோவாப்ரேஷன்..... இன்னிக்கு ஈவினிங் வர்றோம்..”

“வெல்கம்..”

தெய்வநாயகி எழுந்து நின்று கைகூப்பினாள்.

வேல்முருகனும், லலிதாவும் அந்த அறையைவிட்டு வெளியேறி காம்பௌண்டைத் தாண்டும் வரை ஜன்னல் வழியே பார்த்துக்கொண்டு இருந்த தெய்வநாயகி தன் செல்போனை எடுத்து உயிர்ப்புக்குக் கொண்டு வந்து ஒரு எண்ணைத் தேய்த்துவிட்டு பேசினாள்.

“மிருணாளினி.... ! இப்ப நீ எங்கே இருக்கே?”

“வீட்லதான் மேடம்! ஏன் என்ன விஷயம் மேடம் ? உங்க பேச்சுல ஒரு டென்ஷன் தெரியுது..?”

“டென்ஷன் படாமே என்ன பண்றது.... ? போலீஸ் உன்னை மோப்பம் பிடிச்சுட்டாங்க....”

25

“போலீஸ் உன்னை மோப்பம் பிடிச்சுட்டாங்க.....” என்று பள்ளியின் பிரின்ஸிபால் தெய்வநாயகி சொன்னதும் செல்போனின் மறுமுனையில் இருந்த மிருணாளினி பதட்டம் அடைந்தவளாய் கேட்டாள்.

“என்ன மேடம் சொல்றீங்க...?”

“அன்னிக்கு, அந்த நீலகண்டனை நீ பள்ளிக்கூட வாசல்ல வெச்சு ஸ்லிப்பரில் அடிச்சதை யாரும் பார்த்திருக்க வாய்ப்பு இல்லைன்னு நீ என்கிட்டே சொன்னே..... ஆனா அவனுக்கு வேண்டிய ஒரு பொண்ணு பார்த்து இருக்கா. பேரு லலிதா. ஒரு பிராஸ்ட்டிட்யுட். அவ உன்னை நல்லாவே அடையாளம் பார்த்து அந்த இன்ஸ்பெக்டர் வேல்முருகன்கிட்டே சொல்லியிருக்கா.... அவர் என்கொயரிக்கு வந்துட்டார்...... பட் நான் சமாளிச்சுட்டேன்....”

“இப்ப என்ன பண்றது மேடம்...?”

“நீ கொஞ்ச நாளைக்கு ஸ்கூல் பக்கம் வராதே! வெளியே எங்கேயாவது போறதாய் இருந்தால் ஹேர்ஸ்டைலையும், ட்ரஸ்கோடையும் மாத்திக்க...... முக்கியமான விஷயமாய் இருந்தால் மட்டும் எனக்கு போன் பண்ணு..... எல்லாத்தையும் காட்டிலும் முக்கியமான விஷயம் என்ன தெரியுமா...?”

“சொல்லுங்க மேடம்..”

“உன் செல்போனோட காண்டாக்ட்ஸில் இருக்கிற எல்லா போன் நெம்பர்களையும் டெலிட் பண்ணிடு. காலரி, வாட்ஸ்அப் மெஸஞ்சர் இன்பாக்ஸ் எல்லாமே சுத்தமாய் இருக்கட்டும்.. நம்ம எதுக்கும் எக்ஸ்ட்ரா ஜாக்ரதையோடு இருக்கறது நல்லது.”

“சரி... மேடம்...... எல்லாத்தையும் டெலிட் பண்ணிடறேன்.”

“நீ எனக்கு போன் பண்ண வேண்டாம். ஏதாவது முக்கியமான விஷயமாய் இருந்தா உன்னோட பேஸிக் செல்லுக்கு போன் பண்றேன்.”

“மேடம்.....”

“என்ன..?”

“எனக்கு பயமாயிருக்கு...?”

“எதுக்கு பயம்...?”

“டி.வி.யில் மணிமார்பனைப் பத்தின மர்டர் ந்யூஸ் எல்லா சேனல்களிலும் ப்ரேக்கிங் ந்யூஸ்களோடு பரபரப்பா போயிட்டிருக்கு. கொலை செய்யப்பட்டதற்கான பின்னணி என்னவாய் இருக்குன்னு பலபேர் பலவிதமாய் சொல்லிட்டு இருக்காங்க.....!”

“இதோ பார் மிருணாளினி..... எந்த ஒரு பரபரப்பான செய்தியாக இருந்தாலும் சரி, எல்லாமே ஒரு மூணு நாளைக்குத்தான்.......! நாளைக்கே ஒரு புது சினிமாப்படம் வரட்டும்...... இந்த மணிமார்பனின் கொலை விவகாரம் மீடியாக்களின் பார்வையிலிருந்து விலகிப்போயிடும்....!”

“இருந்தாலும் போலீஸோட சந்தேக வளையத்துக்குள்ளே நானும் வந்துட்டேனே.... மேடம்....”

“அது நீ பண்ணின தப்பு..... அன்னிக்கு நீலகண்டன் உன்னை பள்ளிக்கூட வாசல்ல வெச்சு பேசும்போது அவனை நீ தவிர்த்து இருக்கணும். அவனைப் பார்க்காமே பள்ளிக்கூடத்து பின் வாசல் வழியாய் போயிருந்தா இப்ப இந்த போலீஸ் விசாரணையை மீட் பண்ணியிருக்க வேண்டியது இல்லை. நான் எவ்வளவோ சொன்னேன். நீ கேட்கலை. மணிமார்பன் மேல உனக்கு இருந்த கோபத்தை நீலகண்டன் மேல காட்டிட்டே.... அதுவும் ஸ்லிப்பரில் அடிச்சு.....”

“நான் அவனை அப்படி அடிச்சதுக்குக் காரணம் அவன் என்கிட்டே பேசின பேச்சுதான் மேடம்......”

“சரி...சரி..... இனிமே அதைப்பத்திப் பேசி எந்த ஒரு பிரயோஜனமும் இல்லை..... போலீஸ் வளையத்துக்குள்ளே இருக்கிற நீ இப்போ...... வெளியே வர்றதுதான் முக்கியம்..... அதுக்கு ஏற்ற மாதிரியான விஷயங்களைத்தான் இனிமேல் நாம் யோசிக்கணும்..... நீ செல்போனை ‘கட்’ பண்ணிட்டு நார்மலாய் இரு..... முடிஞ்சா ஒரு காரியம் பண்ணு.”

“என்ன மேடம்......?”

“உன்னோட கிராமத்துக்குப் போயிடு...”

“வேண்டாம் மேடம்...... போன வாரம்தான் ஒரு கல்யாணத்தை அட்டெண்ட் பண்ண ஊருக்கு போனேன். நான் இங்கேயே

இருக்கேன்...."

"சரி..... உனக்கு நான் எதையும் சொல்ல வேண்டியது இல்லை. போலீஸ் நம்மைவிட்டு ரொம்ப தூரத்தில் இருக்கிற மாதிரிதான் தெரியும். ஆனா, அவங்களுக்கு ஒரு துரும்பளவு சின்ன க்ளூ கிடைச்சாலும் போதும். நம்ம தோள் மேல கையை வெச்சுருவாங்க...... ஏன்னா, நம்ம போலீஸ் டிப்பார்ட்மெண்ட்டைப்பத்தி எனக்கு தெரியும். அவங்களாலே ஒரு குற்றவாளியை கண்டுபிடிக்கவும் முடியும். குற்றம் பண்ணின ஒருத்தரை குற்றவாளி இல்லைன்னு சொல்லி அவரைக் காப்பாத்தவும் முடியும்."

"ஐ..... நோ...... மேடம்....... மணிமார்பன் எக்ஸ் சி.எம். முகில்வண்ணனோட மாப்பிள்ளை. அவர் கொலை செய்யப்படறது சாதாரண விஷயம் இல்லையே.... நம்ம தமிழ்நாட்டு போலீஸ், இந்நேரம் ஒரு ராணுவமாய் மாறியிருக்கும்."

"அது உனக்குப் புரிஞ்சா சரி....... இன்னிக்கு சாயந்தரம் நாலு மணி சுமாருக்கு அந்த இன்ஸ்பெக்டர் வேல்முருகனும், நீலகண்டனுக்கு பழக்கமான அந்த லலிதாவும் மறுபடியும் ஸ்கூலுக்கு வந்து என்னோட அறையில் இருக்கிற சி.சி.டி.வி. காமிரா யூனிட்டுக்கு முன்னாடி உட்கார்ந்து குழந்தைகளைக் கூட்டிட்டுப்போக வர்ற குழந்தைகளோட அம்மாக்களை மானிட்டரிங் பண்ணப்போறாங்க..... எனக்கு அது வீண் வேலைதான். வேற வழியில்லை..... போலீஸுக்குத் தேவையான ஒத்துழைப்பை நாம விரும்பியோ, விரும்பாமலோ கொடுக்க வேண்டியிருக்கு..... முகத்துல எந்த ஒரு சலனத்தையும் காட்டாமே நடிக்க வேண்டி யிருக்கு.... எல்லாத்துக்கும் மேல போலீஸ் நம்மை விட்டு விலகிப் போகிறவரைக்கும் நாம ஜாக்கிரதையாய் இருக்க வேண்டியிருக்கு......" சொன்ன தெய்வநாயகி சட்டென்று குரலைத் தாழ்த்தினாள்.

"மிருணாளினி....! டீச்சர்ஸ் யாரோ வர்ற மாதிரியிருக்கு. நான் இன்னிக்கு நைட் உனக்கு போன் பண்றேன்.... அதுக்கு முன்னாடி நீ எனக்கு போன் பண்ணாதே.....!"

"ஓ.கே. மேடம்.."

இரண்டு பக்க செல்போன்களும் ஊமையாயின.

● ● ●

முதலமைச்சர் வஜ்ரவேலுவின் அறை. இரவு ஒன்பது மணி.

முகில்வண்ணன், அவருடைய மகன் செந்தமிழ் இருவரும், அவர்க்கு முன்பாய் கவலையும், பயமும் உறைந்து போன முகங்களோடு உட்கார்ந்திருக்க, போலீஸ் கமிஷனர் ஆதிமூலம் முதலமைச்சர் அருகே குனிந்து பவ்யமான குரலில் சொல்லிக் கொண்டிருந்தார்.

"ஸாரோட மாப்பிள்ளையைக் கொலை செய்யும் அளவுக்கு நீலகண்டனுக்கும், அவருக்கும் எதுமாதிரியான பகை இருந்திருக்கும்ன்னு தெரியலை ஸார். இன்வெஸ்டிகேஷன் போயிட்டிருக்கு. எப்படியும் ரெண்டு நாள்ல கண்டுபிடிச்சுடலாம் ஸார்....."

முகில்வண்ணன் கோபத்தோடு குறுக்கிட்டார்.

"கமிஷனர் ஆரம்பத்தில் இருந்தே தப்பாய் பேசிட்டிருக்கார். என்னோட மாப்பிள்ளை மணிமார்பன் கொலை செய்யப்பட வேற ஏதோ ஒரு பெரிய காரணம் இருக்கு. வாட்டர்கேன் வேன் ஓட்டற நீலகண்டனுக்கும், என்னோட மாப்பிள்ளைக்கும் பெரிசா பகை இருக்க வாய்ப்பு இல்லை... எல்லாத்துக்கும் மேலே, இப்போ நீலகண்டன் உயிரோடு இல்லை. அவன் உயிரோட இருந்தா என்னிக்காவது உண்மை வெளியே வந்துடும் என்கிற பயத்துல அவனோட கதையையும் முடிச்சுட்டாங்க..."

முதலமைச்சர் வஜ்ரவேலு எல்லாவற்றையும் உன்னிப்பாய் கேட்டுக்கொண்டிருந்துவிட்டு மெல்ல பேச ஆரம்பித்தார். "முகில்...... ! நீ நம்ம கட்சியை வளர்க்க எவ்வளவோ கஷ்டப்பட்டு இருக்கே..... அந்த கஷ்டத்துல உண்மையான தியாகம் இருந்த காரணத்தால உன்னை ரெண்டு தடவை சி.எம்.மாய் தேர்ந்து எடுத்து அழகு பார்த்தது. அந்தச்சமயத்துல கூட உன்மேல யார்க்கும் பொறாமையோ, கோபமோ இருந்தது இல்லை. ஆனா, இன்னிக்கு நிலவரப்படிப் பார்த்தா நீ சி.எம். கிடையாது. கட்சியிலும் ஒரு பெரிய பதவி கிடையாது. இப்படிப்பட்ட நிலைமையில் உன் பேரிலும், உன் குடும்பத்து பேரிலும் யார்க்கு என்ன பகை இருக்க முடியும்... ? கொஞ்சம் நிதானமா யோசனை பண்ணு...."

கண்களில் மின்னும் நீரோடு முதலமைச்சர் வஜ்ரவேலுவை ஏறிட்டார் முகில்வண்ணன்.

“வஜ்ரவேலு, இப்ப உன்கிட்டே ஒரு உண்மையைச் சொல்லட்டுமா?”

“என்ன...?”

“இப்ப சட்டசபையில் நம்ம ஆளும்கட்சியும், எதிர்க்கட்சியும் கிட்டத்தட்ட சம பலத்தோடு இருக்கு.... நம்ம கட்சியில் இருந்து ஒரு இரண்டு பேர் அந்தப்பக்கம் போனாலே போதும் ஆட்சி ஆட்டம் கண்டுடும். இந்த உண்மை எல்லார்க்கும் தெரியும். கட்சித் தலைமை உன்னை முதலமைச்சராய் தேர்ந்து எடுத்தபோது எதிர் கட்சித்தலைவர் அறிவரசன் என்னோட மாப்பிள்ளை மணிமார்பனை ஒரு ரகசியமான இடத்தில் வெச்சு தனியாய் சந்திச்சு, உன்னோட மாமனாரையே மறுபடியும் முதலமைச்சர் சீட்ல உட்கார வெச்சு அழகு பார்க்க நாங்க தயார். உங்க கட்சியிலிருந்து ஒரு இரண்டு பேர் கட்சி மாறணும்ன்னு சொல்லியிருக்கார்.”

வஜ்ரவேலு நிமிர்ந்து உட்கார்ந்தார். “அட..... இது புது நியூஸா இருக்கே.... மேற்கொண்டு என்ன நடந்தது முகில்...... ?”

“என்ன நடந்து இருக்கும்ன்னு நினைக்கிறே வஜ்ரம்....?”

“மணிமார்பன் எதிர் கட்சித்தலைவர் அறிவரசனை கடுமையான வார்த்தைகளால் பேசிட்டாரா...?”

“அப்படி ஏதாவது பேசியிருந்தா கூட பரவாயில்லை.”

“அப்புறம்....?”

“வாய்ல..... போட்டு மென்னுகிட்டு இருந்த பீடாவை அறிவரசன் மூஞ்சி மேலேயே ரத்தம் தெறிச்ச மாதிரி துப்பிட்டு வந்திருக்கார்.”

26

முதலமைச்சர் வஜ்ரவேலு மிரண்டு போன முகத்தோடு முகில்வண்ணனை ஏறிட்டார்.

“முகில்...... ! நீ என்ன சொல்றே... ?”

“இதுவரைக்கும் யார்க்கும் தெரியாத வெளியே வராத ஒரு செய்தியை இப்ப உன்கிட்டே சொல்லிட்டிருக்கேன்.”

“அறிவரசன் முகத்துல பீடாவை மென்னு துப்பின விஷயம் சாதாரண விஷயம் இல்லை.... உன்னோட மாப்பிள்ளை மணிமார்பன் அப்படிப்பட்ட ஒரு காரியத்தைப் பண்ணியிருந்தான்னா அப்பவே விஷயம் வெளியே வந்து இருக்குமே...?”

“எப்படி வரும் வஜ்ரவேலு...? அறிவரசன் பேசின விஷயம் வெளியே சொல்லக்கூடிய ஒண்ணா என்ன...? திருடனுக்கு தேள் கொட்டினா அவன் கத்துவானா என்ன...?”

“சரி..இந்த சம்பவத்தை நேர்ல பார்த்தவங்க யாராவது இருக்காங்களா...?”

“வீடியோ சாட்சியமே இருக்கு.”

“எ...எ.....என்னது வீடியோ சாட்சியமா...?”

“ஆமா...... என்னோட மாப்பிள்ளை மணிமார்பன் அறிவரசன் கூப்பிட்ட பேச்சுவார்த்தையில் கலந்துக்க போனபோது ஒரு நானோ ஸ்மார்ட் செல்போனையும் எடுத்துட்டு போயிருக்கார். அந்த போனின் வீடியோவை ‘ஆன்’ பண்ணிட்டுத்தான் பேச்சு வார்த்தையை ஆரம்பிச்சிருக்கார். அது எல்லா டைரக்ஷன்களையும் பார்த்து சுத்தற வீடியோ காமிரா. நடந்த சம்பவத்தையும் பேசின பேச்சுக்களையும் துல்லியமாய் பதிவு பண்ணியிருக்கு... அதை மாப்பிள்ளை மணிமார்பன் என்கிட்டே கொண்டு வந்து காட்டினார். நான் அந்தப் போனை வாங்கி என்னோட கஸ்டடியில் வெச்சுகிட்டேன். இந்த விஷயம் என்னோட மகன் செந்தமிழுக்கும் கூட தெரியாது....” சொன்ன முகில்வண்ணன் தன் கையோடு கொண்டு போயிருந்த ஒரு கைப்பையின் ஜிப்பைப் பிரித்து அந்த நானோ செல்போனை எடுத்தார்.

முதலமைச்சர் வஜ்ரவேலு, போலீஸ் கமிஷனர் ஆதிமூலம்,

முகில்வண்ணனின் மகன் செந்தமிழ் எல்லோருடைய பார்வையும் வியப்பில் உறைந்து போயிருக்க, முகில்வண்ணன் அந்த செல்போனை எடுத்து 'வீடியோ ப்ளே' ஆப்ஷனுக்கு போய் ஸ்கீரினை டச் செய்தார்.

வீடியோவும், ஆடியோவும் கதம்பமாய் கலந்து இயங்கியது. எல்லோரும் பார்க்கும்படியாய் செல்போனை உயர்த்தி பிடித்தார் முகில்வண்ணன்.

எதிர் கட்சித்தலைவர் அறிவரசன் அழுத்தம்திருத்தமான குரலில் பேசிக்கொண்டிருந்தார்.

"இதோ பார் மணிமார்பன்.... உன்னோட மாமனார் முகில்வண்ணன் இந்த தமிழ்நாட்டுக்கு ரெண்டு தடவை சி.எம்.மாய் இருந்திருக்கார். மூணாவது தடவையும் அவர் முதலமைச்சராய் பதவி ஏத்துகிட்டா அது அவர்க்கு மிகப்பெரிய கௌரவமாய் இருந்து இருக்கும். ஆனா கட்சித்தலைமை ஏதோ ஒரு காரணத்தைச்சொல்லி அவர்க்கு சி.எம். போஸ்ட் தரலை.. இது எவ்வளவு பெரிய அநியாயம் தெரியுமா...?"

மணிமார்பன் குரல் சிரித்தது. "அநியாயம்தான். கோபம் வரத்தான் செய்யுது. அதுக்காக கட்சித்தலைமையோட கட்டளையை மீற முடியுமா..?"

"மீறினா என்ன...?"

"மீறினால் என்னாகும்ன்னு உங்களுக்கு தெரியாதா அறிவரசன்...? கட்சி உடையும். சொற்ப மெஜாரிடியில் உயிரைப்பிடிச்சுக்கிட்டிருக்கற இந்த ஆட்சி கவிழும். ஆட்சி கவிழ்ந்த உடனே நீங்க ஆட்சி அமைக்க உரிமை கோரி கவர்னர்கிட்டே போவீங்க. பதவிக்கு ஆசைப்பட்டு எங்க கட்சியைச் சேர்ந்த நாலைஞ்சு பேர் உங்க அணிக்கு மாறுவாங்க... நீங்க சி.எம். ஆயிடுவீங்க... இதுதானே உங்க எண்ணம்..?"

"சேச்சே..... அப்படிப்பட்ட எண்ணமெல்லாம் எனக்கு அறவே கிடையாது மணிமார்பன்.... இப்ப எனக்கு என்ன வயசு.. நாற்பது. நான் சி.எம்மாய் வர இன்னும் காலம் இருக்கு. என்னோட ஆசை என்னான்னா உன்னோட மாமனார் முகில்வண்ணனை மூணாவது தடவை முதலமைச்சராக்கி அழகு பார்க்கணும். அதுக்கு நீ செய்ய வேண்டிய ஒரே வேலை. உன்னோட கட்சி எம்.எல்.ஏக்கள் ரெண்டு பேரு நம்ம கட்சிக்கு வந்தா போதும்......"

அறிவரசன் சொல்லிக்கொண்டிருக்கும் போதே மணிமார்பன் தன்னுடைய உதடுகளைக் குவித்து 'தூ' என்று பீடாச்சாறோடு உமிழ முகம் முழுவதும் ரத்தம் தெளித்தாற் போல் சிவப்பாக மாறியது.

அறிவரசன் ஒரு விநாடி நேரம் அதிர்ந்து போனாலும் அடுத்த விநாடியே தோளில் போட்டிருந்த துண்டை எடுத்து முகத்தைத் துடைத்தபடி ஒரு புன்முறுவலோடு பேசினார்.

"நல்லவேளை மணிமார்பன்.... இந்த இடத்துல நீயும் நானும் மட்டும்தான் இருக்கோம். என்னோட தொண்டர்கள் யாருமில்லை. ஒரு தொண்டன் இந்த இடத்தில் இருந்திருந்தா கூட உன்னால உயிரோடு திரும்பிப் போயிருக்க முடியாது..."

மணிமார்பன் தன் சுட்டுவிரலை உயர்த்தினான்.

"இதே எச்சரிக்கைதான் உனக்கும்..... நானும் வரும்போது என்கூட யாரையும் கூட்டிட்டு வரலை. அப்படி யாரையாவது கூட்டிட்டு வந்திருந்தா நீ ரெண்டு எம்.எல்.ஏ.க்களை கேட்ட விநாடியே உன்னோட கழுத்தில் அரிவாள் இறங்கியிருக்கும்..."

"மணிமார்பன் உன்னோட மாமனாருக்கு நல்லது செய்ய நினைச்சேன்."

"எனக்கு எது நல்லது எது கெட்டதுன்னு தெரியும்..... நீ உன்னோட வேலையை மட்டும் பாரு." மணிமார்பன் சொல்லி கொண்டே எழுந்தான். இப்போது அறிவரசன் குரல் உயர்ந்தது.

"இந்த அவமானத்தை நான் மறக்கவே மாட்டேன். இதுக்கு நீ ஒரு விலையைக் கொடுக்க வேண்டியிருக்கும்."

"என்ன விலைன்னு சொல்லு..... மறுபடியும் ஒரு நடை வந்து கொடுத்துட்டு போறேன்."

இந்த உரையாடலோடு வீடியோ அணைந்து போயிற்று. அறையில் சில விநாடிகளுக்கு கனத்த நிசப்தம். போலீஸ் கமிஷனர் ஆதிமூலம் அந்த மௌனத்தைக் கலைத்தார்.

"ஸார்.... இந்த சம்பவம் நடந்து ஒரு வருஷம் இருக்குமா.....?"

"ம்..... இருக்கும்...."

"மணிமார்பனை கொலை செய்தது எதிர் கட்சித்தலைவர்

அறிவரசனாய் இருக்கலாம்ன்னு சந்தேகப்படறீங்களா.....?"

"இப்ப லேசாய் ஒரு சந்தேகம் வருது...... அறிவரசன் ஒரு வருஷம் வரைக்கும் தன்னோட கோபத்தை வெளியே காட்டிக்காமே இருந்து சமயம் பார்த்து மணிமார்பனின் கொலை சம்பவத்தை அரங்கேற்றியிருக்கலாம். வாட்டர் கேன் வேன் டிரைவர் நீலகண்டனுக்கும், அறிவரசனுக்கும் எதுமாதிரியான நட்பு இருந்ததுன்னு தெரிய வந்தா அறிவரசனை மடக்கிடலாம்....."

அதுவரையிலும் எதுவும் பேசாமல் மௌனமாய் இருந்த செந்தமிழ் வாயைத் திறந்தான். "அப்பா...... என்னோட மனசுக்குப் பட்டதை சொல்லட்டுமா.....?"

"என்ன....?"

"அறிவரசன் நம்ம மாப்பிள்ளையைக் கொலை பண்ணியிருக்க வாய்ப்பு இல்லை."

"எப்படி சொல்றே....?"

"அறிவரசனைப்பத்தி எனக்கு நல்லாவே தெரியும். அவன் ஒருத்தனை பழி வாங்கணும்ன்னா கையில் இருக்கிற கத்திக்கு வேலை கொடுக்க மாட்டான். தன்னோட புத்தியை உபயோகப்படுத்தி மனரீதியாய்தான் தண்டிப்பான். அவனோட லாயர் டீம்ல இருக்கிற ஒரு லாயர் பேரு சத்யப்பிரகாஷ். அந்த லாயரும் இதைத்தான் சொல்லுவார். நம்ம மாப்பிள்ளை மேல அறிவரசனுக்கு அளவு கடந்த ஆத்திரமும், கோபமும் இருந்திருக்கலாம். ஆனா, கூலிப்படையை அமர்த்தி கொலை செய்கிற அளவுக்கு போயிருக்க மாட்டான்."

முகில்வண்ணன், தன் மகன் செந்தமிழை ஒரு கோபப்பார்வை பார்த்தபடி கேட்டார்.

"சரி... நம்ம மாப்பிள்ளையோட கொலைக்கு அறிவரசன் காரணமாயிருக்க முடியாதுன்னா வேற என்ன காரணம் இருக்க முடியும்...?"

"அது.... அது.... வந்து...."

"சொல்லு.... எதுவாய் இருந்தாலும் சொல்லு."

"அப்பா.....நம்ம மாப்பிள்ளைங்கிறதுக்காக சில விஷயங்களை நாம மூடி மறைக்க முடியாது. அவர் பெண்கள் விஷயத்துல

ரொம்பவும் வீக்.”

“அதெல்லாம் கல்யாணத்துக்கு முந்தி... நம்ம வீட்ல பெண்ணைக் கட்டினதுமே திருந்திட்டார்... நம்ம குலதெய்வ கோயிலுக்கு வந்து சூடம் ஏற்றி சத்தியம் பண்ணியிருக்கார்......”

“அப்படி அவர் ஒழுக்கமாய் இருந்திருந்தா அவரைக் கொலை பண்ணின நபர் ஒரு பெண்ணோட டெட்பாடியோடு சேர்த்து ஏன் புதைக்கணும்.....? அந்த பெண்ணோட கையில் **M.M.S.**ன்னு பச்சை குத்தியிருக்கிற அடையாளம் ஒண்ணே போதும். ரெண்டு பேர்க்கும் எப்படிப்பட்ட உறவு இருந்திருக்கும்ன்னு வெளிப்படையா சொல்ல வேண்டியதே இல்லை....!”

போலீஸ் கமிஷனர் ஆதிமூலம் இடைமறித்தார்.

“செந்தமிழ்.... நீங்க நினைக்கிற மாதிரி மணிமார்பனுக்கும், அவரோடு சேர்த்து புதைக்கப்பட்ட பெண்ணுக்கும் எந்த ஒரு சம்பந்தமும் இருக்க வாய்ப்பில்லை....!”

“என்ன ஸார் சொல்றீங்க.....?”

“நான் சொல்லலை... அந்த பெண்ணோட போஸ்ட்மார்ட்டம் ரிப்போர்ட் சொல்லுது.”

“ என்னன்னு....?”

“மணிமார்பனுக்கும், அந்தப் பெண்ணுக்கும் தொடர்பு இருந்திருந்தா அந்தப் பெண் **M.M.S.**ன்னு பச்சை குத்த வாய்ப்பு இருக்கு இல்லையா....?”

“ஆமா....!”

“பி.எம் ரிப்போர்ட்ல டாக்டர்ஸ் தெளிவாய் குறிப்பிட்டிருக்காங்க. அந்தப் பெண் கொலை செய்யப்பட்ட பிறகு, அதாவது இறந்த பிறகு கொலையாளி அவளுடைய கையில் **M.M.S.**ன்னு பச்சை குத்தி மணிமார்பனோடு சேர்த்து புதைச்சு இருக்கான்.”

27

போலீஸ் கமிஷனர் ஆதிமூலம் சொன்னதைக் கேட்டு செந்தமிழ் அதிர்ந்து போன முகத்தோடு அவரைப் பார்த்தான்.

"என்ன ஸார் சொல்றீங்க....?"

"எஸ்.... அந்த பெண்ணோட உடம்பை போஸ்ட்மார்ட்டம் பண்ணின மூணு டாக்டர்ஸும் அதை உறுதிபடச் சொல்லியிருக்காங்க. ஒரு பெண் உயிரோடு இருக்கும்போது பச்சை குத்திக் கொள்வதற்கும், அவள் இறந்த பிறகு அவளுடைய உடம்பில் பச்சை குத்துவதற்கும் நிறைய வித்தியாசம் இருக்குன்னு சொல்லி ஒரு ரிப்போர்ட் கொடுத்து இருக்காங்க. அந்த ரிப்போர்ட்டை நான் இன்னமும் உங்க ஃபாதர் கிட்டே கூட காட்டலை."

செந்தமிழ் கோபத்தில் கொந்தளித்தான்.

"அப்படீன்னா எங்க மாப்பிள்ளை மணிமார்பனை கொலை செஞ்ச நபர் கொலையை டைவர்ட் பண்றதுக்காக ஒரு பெண்ணையும் மர்டர் பண்ணி **M.M.S.** என்ற எழுத்துக்களை பச்சை குத்தி ஒண்ணா சேர்த்து புதைச்சிருக்கான்?"

"அதேதான்.......!"

"கமிஷனர் ஸார்....... இது கண்டிப்பாக எதிர் கட்சித்தலைவர் அறிவரசனோட வேலையாய் இருக்க வாய்ப்பில்லை. ஏன்னா இந்த அளவுக்கு அவனுக்கு புத்திசாலித்தனம் கிடையாது. இது யாரோ ஒரு புது எதிரி."

முகில்வண்ணன் குறுக்கிட்டார். "செந்தமிழ் இன்னிக்கு அரசியல் நிலவரம் புரியாமே நீ பேசாதே ! அந்த அறிவரசன் பழைய மாதிரி இல்லை..... தான் நினைச்சது நடக்கலைன்னா, எந்த ஒரு எல்லையையும் அவன் தாண்டுவான். நம்ம மாப்பிள்ளை அறிவரசன் மூஞ்சியில் பீடா எச்சிலை துப்பினது சாதாரண விஷயம் இல்லை. எப்படிப்பட்டவனுக்கும் கோபம் வரும். அறிவரசன் உடனடியாக கோபத்தை காட்டாமே ஒரு வருஷம் கழிச்சு யார்க்கும் சந்தேகம் வராத அளவுக்கு சமயம் பார்த்து பழி தீர்த்து இருக்கான். அவன்கிட்டே முறைப்படி ஒரு விசாரணை மேற்கொண்டோம்னா உண்மையைக் கண்டுபிடிச்சுடலாம்."

செந்தமிழ் ஏதோ சொல்ல முயல கமிஷனர் கையமர்த்தினார்.

“அப்பா சொல்றதுதான் சரி, அந்த அறிவரசனைக் கொஞ்சம் உரசிப் பார்க்கணும். அந்த வேலையை நானே பார்க்கிறேன்.”

முகில்வண்ணன் நிமிர்ந்தார். “கமிஷனர் ஸார்....... நீங்க விசாரணையை எப்படி பண்ணுவீங்களோ..... ஏது பண்ணுவீங்களோ எனக்குத் தெரியாது. இன்னும் ஒரு வாரத்துக்குள்ளே என்னோட மாப்பிள்ளையைக் கொலை பண்ணின ஆள் யார்ன்னு எனக்கு தெரிஞ்சாகணும்.... ஆள் யார்ன்னு தெரிஞ்சதுமே எல்லார்க்கும் தெரியற மாதிரி போய் அரஸ்ட் பண்ணிடாதீங்க.... முதல்ல அவனை எனக்கு முன்னாடி கொண்டு வந்து நிறுத்துங்க..... அவன் உடம்பில் இருக்கிற பாதி உயிரை எடுத்த பின்னாடி அரஸ்ட் பண்ணுங்க.....” வயிறு எக்கி இரைந்து கத்தின முகில்வண்ணன் மேற்கொண்டு பேச முடியாமல் பெரிது பெரிதாய் மூச்சு வாங்கிக்கொண்டு நாற்காலிக்கு சாய்ந்தார்.

முதலமைச்சர் வஜ்ரவேலு முகில்வண்ணன் தோள் மீது கையை வைத்தார். “இப்படியெல்லாம் உணர்ச்சிவசப்படாதே முகில். நாம் மௌனமாய் இருந்துதான் காய்களை நகர்த்தணும். இது நம்ம ஆட்சி, அதிகாரம் நம்ம கையில். சட்டத்தை எந்த அளவுக்கு வேண்டுமானாலும் நம்மால் வளைக்க முடியும். எந்த ஒரு தீர்ப்பையும் என்ன விலை கொடுத்தாவது வாங்க முடியும்...... மணிமாா்பனை கொலை செய்த நபர் யாராக இருந்தாலும் சரி, ஒருவேளை சட்டத்தின் பிடியிலிருந்து தப்பிச்சாலும், நம்ம கிட்டேயி ருந்து தப்பிக்க முடியாது. அவனை தண்டிக்கப்போறது நீதான்.”

“எனக்கு இந்த வார்த்தைகள் போதும் வஜ்ரம்.” கண்களில் நீர் மின்ன முகில்வண்ணன் வஜ்ரவேலுவின் கைகளைப் பற்றிக் கொண்டார்.

● ● ●

இரவு பத்து மணி.

அருள் தன்னுடைய காரை ரோட்டோரமாய் இருந்த பார்க்கிங் ஏரியாவில் நிறுத்திவிட்டு பெசண்ட் பீச் பேவ்மெண்டை நோக்கி நடந்தார். ரோட்டின் இரண்டுபுறமும் பானிபூரி ஸ்டால்கள், ஃபாஸ்ட்புட் உணவகங்கள், எல்.இ.டி விளக்குகளின் வெளிச்சத்தில் இளைஞர்களின் கூட்டத்தோடு களைகட்டி இருந்தது. தள்ளுவண்டிகளில் வேர்க்கடலை வாணலிக்குள் வறுபட்டுக்கொண்டிருக்க கடற்காற்றில் ரம்யமான மணம்.

சாலையின் பேவ்மெண்ட்டில் ஏறிய அருள் சுற்றும்முற்றும்

பார்த்து தன்னை யாரும் கவனிக்கவில்லை என்பதை உறுதி செய்துகொண்டு வேகமாய் நடந்து சற்று தூரத்தில் தெரிந்த இருட்டான சமுத்திரத்தை நோக்கிப்போனார். மணலில் நூறு மீட்டர் தூரம் நடந்ததும், தன்னுடைய செல்போனை எடுத்து டார்ச்லைட்டை உயிர்ப்பித்து உயர்த்திப் பிடித்தார்.

அடுத்த சில விநாடிகளில், அவர்க்கு இடதுபுறம் ஐம்பது அடி தள்ளி ஒரு செல்போனின் டார்ச்லைட் ஒளிப்புள்ளி மேலே உயர்ந்து அசைந்தது. அருள் அந்த ஒளிப்புள்ளியை நோக்கிப்போனார். நிழல் உருவங்களாய் நித்திலன், சாதுர்யா, கஜபதி மூன்று பேரும் கடலைப் பார்த்தபடி உட்கார்ந்திருக்க "ஸாரி.... அடையார் பக்கம் ட்ராஃபிக் ஒரு பதினைந்து நிமிஷம் நகர முடியலை.... அதான் லேட்." என்று சொல்லிக் கொண்டே அவர்களுக்கு முன்பாய் உட்கார்ந்தார்.

நித்திலன் சிரித்தான்.

"ஸார்....... நீங்க ஸாரி சொல்ல வேண்டியது இல்லை.... நாங்களும் இப்பத்தான் வந்தோம்....."

"அப்படியா?" என்று சொன்ன அருள், சுற்றும் முற்றும் பார்த்தார். சாதுர்யா கேட்டாள்.

"என்ன ஸார் பார்க்கறீங்க...?"

"இங்கேயே உட்கார்ந்து பேசலாமா..... இல்லை..... இன்னும் கொஞ்சம் உள்ளே போயிடலாமா..?"

"வேண்டாம் ஸார் இந்த இடமே கம்ஃபர்டபிளாய் இருக்கு....."

"ஓ.கே." என்றவர் கஜபதியைப் பார்த்தார்.

"என்ன கஜபதி...... முகில்வண்ணன் வீட்ல நிலவரம் எது மாதிரி போயிட்டிருக்கு..?"

"குழப்பம் இன்னும் அப்படியேதான் ஸார் இருக்கு. மணிமார்பனை கொலை பண்ணின நபர் எதிர் கட்சித்தலைவர் அறிவரசன் அனுப்பிய ஆளாய் இருக்குமோ என்கிற எண்ணத்துல போலீஸ் கமிஷனர் ஆதிமுலம் ஒரு இன்வெஸ்டிகேஷன் டீமை ஃபார்ம் பண்ணி விசாரணை நடத்தியும் எந்த ஒரு உண்மையையும் கண்டுபிடிக்க முடியவில்லை. போதாத குறைக்கு இன்னொரு பிரச்சினை வேற இப்போ வெளியே தலை நீட்டிருக்கு."

"என்ன பிரச்சினை..?"

"போலீஸ் கமிஷனர் ஆதிமூலம், தனது அதிகாரத்தை

துஷ்பிரயோகம் பண்ணி சர்ச் வாரண்ட் இல்லாமல் எதிர் கட்சித்தலைவர் அறிவரசன் வீட்டுக்குள்ளே நுழைஞ்சு எல்லா அறைகளிலும் சோதனை போட்டு இருக்கார். வீட்டுப்பெண்கள் கிட்டே அநாகரீகமான முறையில் விசாரணை என்கிற பேரில் ஏதேதோ கேள்வி கேட்டு டார்ச்சர் பண்ணியிருக்கார். இதனால கொந்தளிச்சுப் போன அறிவரசன், போலீஸ் கமிஷனர் மேலேயும், முகில்வண்ணன், செந்தமிழ் மேலேயும் அவமதிப்பு வழக்கு போட்டு, மனித உரிமை கமிஷனுக்கும் புகார் கொடுத்துட்டார்.''

“சரி..... அந்த லலிதாவும் சி.பி.சி.ஐ.டி. வேல் முருகனும் நீலகண்டனை அடிச்ச பொண்ணைக் கண்டுபிடிச்சுட்டாங்களா...?''

“இல்ல ஸார்....... தொடர்ந்து வாரம் பத்து நாள் ஸ்கூல்ல போய் ஹெட்மிஸ்ட்ரஸ் ரூம்ல உட்கார்ந்து மானிட்டரிங் பண்ணிப் பார்த்தும் அந்த பொண்ணு யார்ன்னு கண்டுபிடிக்க முடியலை.''

“அந்த பொண்ணு யார்ன்னு தெரியவந்தால்தான் மணிமார்பனோட கொலைக்கான காரணம் வெளியே வரும் இல்லையா கஜபதி...?''

“ஆமா.. ஸார்.''

“அந்த குடும்பத்தோடு உங்களுக்குத்தான் நெருக்கமான பழக்கம்.... நீலகண்டன், மணிமார்பன், அந்த பொண்ணு இவங்களுக்குள்ளே எது மாதிரியான தொடர்பு இருந்திருக்கும்ன்னு நினைக்கிறீங்க...?''

“அதான் ஸார் புரியலை...... ஆனா ஒரு உண்மை எனக்குத் தெரியும்.! முகில்வண்ணனோட பொண்ணை மணிமார்பன் கல்யாணம் பண்ணிக்கிறதுக்கு முன்னாடி ஒரு நடிகையோடு அவனுக்குத் தொடர்பு இருந்தது. அந்த நடிகையோட பேரு ஜெயதாரா. அவளும் இப்போ உயிரோடு இல்லை. ஒரு இந்திக்காரனை கல்யாணம் பண்ணிகிட்டு மும்பை போனவள், அங்கே ஏதோ ஒரு பிரச்சனையால விஷம் குடிச்சு தற்கொலை பண்ணிக்கிட்டா. இது நடந்து நாலைஞ்சு வருஷம் இருக்கும்..... மணிமார்பன் இப்ப கொலை செய்யப்பட்டதுக்கும், அந்த ஜெயதாரா தற்கொலை பண்ணிக்கிட்டதுக்கும் எந்த சம்பந்தமும் இருக்க வாய்ப்பில்லை ஸார்.......!''

“வாய்ப்பு இருக்கு......''

தங்களுக்கு பின்பக்கம் எழுந்த ஒரு கனமான குரல் கேட்டு அருள், நித்திலன், சாதுர்யா, கஜபதி நான்கு பேரும் திரும்பிப்

பார்த்தார்கள்.

கடற்கரை இருட்டில், பத்தடி தொலைவில்...

அந்த இரண்டு உருவங்கள் நின்றிருந்தன.

28

கடற்கரை இருட்டில் கரைந்து நிழல் உருவங்களாய் தெரிந்த அந்த இரண்டு பேர்களையும் பார்த்து அருள், கஜபதி, சாதுர்யா அசையாமல் அமர்ந்திருக்க நித்திலன் மட்டும் துணிச்சலாய் எழுந்து நின்றான். சிறிது துணிச்சலை வரவழைத்துக்கொண்டு கேட்டான்.

"யாரது..?"

உருவங்கள் முன்னேறி வந்தன.

ஒரு ஆண், ஒரு பெண்

அந்த ஆளைப்பார்த்ததும் கஜபதி சற்றே பதட்டத்துடன் எழுந்தார்.

"நீ....நீ..... நீங்களா...?" என்றவர் அருளிடம் திரும்பினார்.

"ஸார்....... இவர் வேல்முருகன்.... சி.பி.சி.ஐ.டி. அதிகாரி.... மணிமார்பன் கொலை செய்யப்பட்ட வழக்கை இவர்தான் இப்போதைக்கு இன்வெஸ்டிகேட் பண்ணிட்டு வர்றார்." கஜபதி சொல்லிக் கொண்டிருக்கும் போதே வேல்முருகன் அவர்களுக்கு பக்கத்தில் வந்து நின்றார். நிதானமான குரலில் பேச ஆரம்பித்தார்.

"ஸாரி ஃபார் த டிஸ்டர்பன்ஸ். நாலு பேரும் இங்கே உட்கார்ந்து, ஏதோ ஒரு முக்கியமான விஷயத்தைப்பத்தி டிஸ்கஸ் பண்ணிட்டிருந்தீங்க போலிருக்கு. நானும் அந்த பேச்சு வார்த்தையில் கலந்துக்க அனுமதி உண்டா...?"

நித்திலன் சிரித்தான்.

"யூ.... ஆர் வெல்கம் மிஸ்டர் வேல்முருகன்.... வாங்க..... உட்காருங்க........ நாங்க பேசிட்டிருந்த விஷயமும், நீங்க பேசப் போகிற விஷயமும் ஒரே அலைவரிசையில் இருந்தால் மணிமார்பனின் கொலைக்கு காரணமான நபர் யார் என்கிற விஷயமும், கொலைக்கான மோட்டிவேஷன் எது என்கிற கேள்விக்கான பதிலும் கிடைக்கும். நாங்க ஐ.டி. பீப்பிள். அயாம் நித்திலன், ஷீ ஈஸ் சாதுர்யா, ஹி ஈஸ் அவர் பாஸ் மிஸ்டர் அருள்....."

"எனக்குத் தெரியும்.......!" என்று சொல்லிக் கொண்டே அருளுக்கு பக்கத்தில் மணலில் உட்கார்ந்தார் வேல்முருகன். மெல்ல பேச ஆரம்பித்தார்.

"கடந்த ரெண்டு நாட்களாய் கஜபதியை நான் ஃபாலோ அப் பண்ணிட்டு வந்தேன். அவர் உங்க கூட தொடர்பில் இருக்கிறது தெரிய வந்தது."

கஜபதி குறுக்கிட்டு படபடத்தார்.

"என்ன ஸார் இது...? மணிமார்பன் கொலை விஷயமாய் என்மேல சந்தேகப்படறீங்களா?"

"ஏன் சந்தேகப்படக்கூடாதா.....? மணிமார்பனின் ஃபேமிலியோடு உங்களுக்கு நெருக்கம் அதிகம். மணிமார்பனுக்கும், உங்களுக்கும் ஏதாவது ஒரு விஷயத்தில் விரோதம் ஏற்பட்டு இருக்கலாம் இல்லையா?"

"ஸார்..... நீங்க நினைக்கிற மாதிரி எனக்கும், முகில்வண்ணனின் குடும்பத்துக்கும் ஒரு நெருக்கமான தொடர்பு இருந்தது. அதெல்லாம் ஒரு காலகட்டம் வரைதான். அதுக்கப்புறம், அந்த குடும்பமே ஒரு கொள்ளைக்கூட்டமாய் மாறி மக்களோட வரிப்பணத்தை சுரண்டி கோடி கோடியாய் சம்பாதிக்க ஆரம்பிச்சாங்க..... துவக்கத்துல நானும் அந்த ஊழலுக்கு உதவியாய் இருந்தேன். போகப்போக எனக்குப்பிடிக்கலை. ஒரு தடவை முகில்வண்ணன்கிட்டே 'தலைவரே...... இப்படி பணம் சம்பாதிக்கிறது ஒரு நாளைக்கு ஆபத்துல போய் முடியலாம். சம்பாதிச்சது போதும்'ன்னு சொன்னேன். அவர் சிரிச்சிட்டே 'கஜபதி! ஒரு வாளியை எடுத்துட்டுப்போய் கடலில் தண்ணியை மொண்டுட்டு வந்தா யார்க்கு தெரியப்போகுது'ன்னு சொன்னார். அதுக்கப்புறம் நான் அவருக்கு புத்தி சொல்றதை விட்டுவிட்டேன். அதே நேரத்துல அவரை விட்டு ஒரேடியாய் விலகாமல் கொஞ்சம் கொஞ்சமாய் விலக முடிவு பண்ணினேன். முகில்வண்ணன் சம்பாதிச்சு வெச்சுருக்கிற கோடிக்கணக்கான ஊழல் பணத்தைப் பற்றிய தகவல்களை வருமான வரித்துறை அதிகாரிகளுக்கு தெரியப்படுத்த நினைச்சேன். அந்த சமயத்துலதான் ஐ.டி. ஆபீசர்ஸ் நித்திலனையும், சாதுர்யாவையும் முகில்வண்ணனோட பண்ணை வீட்டுல அவரோட அறுபதாவது பிறந்ததின விழாவில் எதிர்பாராதவிதமாய் சந்திச்சேன். ரெண்டு பேருமே வருமானவரித் துறை ஆபீசர்ஸ்ன்னு ஏற்கனவே எனக்கு தெரிஞ்சிருந்ததால அவங்ககிட்டே முகில்வண்ணனைப் பத்தி எல்லா விபரங்களையும் சொன்னேன். இந்த சம்பவங்கள் எல்லாம் நடந்துட்டிருக்கும்போதுதான் மணிமார்பன் கொலை செய்யப்பட்டார். எனக்கும், மணிமார்பன் கொலை

செய்யப்பட்டதற்கும் ஒரு நூலிழை அளவு கூட சம்பந்தம் இல்லை ஸார்."

வேல்முருகன் கையமர்த்திவிட்டு கேட்டார்.

"அப்படீன்னா மணிமார்பனோட கொலைக்கு காரணமானவங்க யாராய் இருக்க முடியும்ன்னு நினைக்கிறீங்க..?"

"கோடம்பாக்கம் பள்ளிக்கூட வாசல்ல வெச்சு நீலகண்டனை ஒரு பொண்ணு தன்னோட காலில் இருந்த ஸ்லிப்பரை கழற்றி அடிச்சதா லலிதா தன்னோட ஸ்டேட்மெண்ட்ல சொல்லியிருக்கா. அந்தப் பொண்ணு யார்ங்கிறதை கண்டுபிடிச்சுட்டா மணிமார்பனோட கொலைக்கு காரணமான நபர் யார் என்கிற உண்மை வெளியே வந்துடும் ஸார்.."

"அந்தப் பொண்ணு யார்ங்கிறதை கண்டு பிடிச்சுட்டேன்.."

"யார் ஸார் அது...?"

"பேரு... மிருணாளினி...." வேல்முருகன் இப்படிச் சொன்னதும் அவரோடு வந்திருந்த அந்த இளம் பெண்ணை கஜபதி, அருள், நித்திலன், சாதுர்யா நான்குபேரும் திரும்பிப்பார்த்தார்கள்.

வேல்முருகன் மெல்லச் சிரித்தார்.

"நீங்க நினைக்கிற மாதிரி இந்தப் பெண் மிருணாளினி கிடையாது. மிருணாளினியோட ஃப்ரண்ட் அஞ்சனா. மிருணாளினியை தேடி அவளுடைய வீட்டுக்குப் போனபோது அவளுடைய வீடு பூட்டியிருந்தது. அவளுடைய செல்போன் எண்ணைக் காண்டாக்ட் பண்ணின போது எந்த ஒரு ரெஸ்பான்ஸும் இல்லை....... மிருணாளினியோட வீட்டை சோதனை போட்டுகிட்டு இருக்கும்போதே அவளைத்தேடி இந்தப் பெண் அஞ்சனா வந்தாங்க. மிருணாளினியைப் பற்றி அஞ்சனாகிட்டே விசாரிச்சபோதுதான் சில உண்மைகள் வெளியே வந்தது."

வருமானவரித்துறை அருள் கேட்டார்.

"என்ன உண்மைகள்...?"

"கஜபதி ஒரு அஞ்சு நிமிஷத்துக்கு முன்னாடி உங்ககிட்டே என்ன சொல்லிட்டிருந்தார்? மணிமார்பனுக்கும் நடிகை ஜெயதாராவுக்கும் தொடர்பு இருந்ததையும் பிறகு ஜெயதாரா வடநாட்டுப்பக்கம் போய் ஒரு இந்திக்காரனை கல்யாணம் பண்ணிகிட்டு மும்பையில் செட்டிலாகி அப்புறம் ஏதோ

ஒரு பிரச்சனைக்காக விஷம் குடிச்சு தற்கொலை செய்து கொண்டதாகவும் சொன்னாரா இல்லையா...?"

"ம் ...... சொன்னார்."

"கஜபதி கடைசியாய் ஒரு வார்த்தை சொன்னார். அதாவது ஜெயதாரா நாலைஞ்சு வருஷத்துக்கு முந்தி தற்கொலை பண்ணிக்கிட்டதுக்கும், மணிமார்பன் இப்ப கொலை செய்யப்பட்டதுக்கும் எந்த சம்பந்தமும் இருக்க வாய்ப்பில்லைன்னு சொன்னார்."

"ஆமா....."

"வாய்ப்பு இருக்குன்னு நான் சொன்னேன். அதுக்கு என்ன காரணம் தெரியுமா...?"

அருள் மெலிதாய் புன்முறுவல் பூத்தார்.

"அதை நீங்கதான் சொல்லணும்."

"மிருணாளினி வேறு யாருமில்லை. ஜெயதாராவோட யங்கர் சிஸ்டர். ஜெயதாரா சினிமாத்துறைக்கு போயிட்டதால ரெண்டு பேருக்கும் இடையில் எந்தவித தொடர்பும் இல்லாமல் இருந்தது. ஆனால் ஜெயதாரா மும்பையில் இருந்தபோது மிருணாளினி அடிக்கடி போய் பார்த்துட்டு வந்திருக்கா.... உறவும் சீராய் இருந்திருக்கு.....ஜெயதாராவோட வாழ்க்கை திசைமாறிப் போனதுக்குக் காரணம் மணிமார்பன்தான் என்கிற கோபம் மிருணாளினிக்கு நிறையவே இருந்திருக்கு. ஸோ..... மணிமார்பனின் கொலைச்சம்பவத்துக்குப் பின்னால மிருணாளினியின் பங்களிப்பும் இருக்க வாய்ப்பு அதிகம். அதனால்தான் அவ இப்போ தலைமறைவாய் இருக்கா.....!"

அதுவரைக்கும் எதுவும் பேசாமல் இருந்த சாதுர்யா வேல்முருகனை ஏறிட்டாள்.

"அந்த மிருணாளினியை எப்படி கண்டுபிடிச்சீங்க...."

வேல்முருகன் மெல்லச் சிரித்தார். "போலீஸை ஒரு நாள் ஏமாற்றலாம். ரெண்டு நாள் ஏமாற்றலாம்.... எல்லா நாளும் ஏமாற்ற முடியாதே......!"

சாதுர்யா குழப்பமாய்ப் பார்க்க வேல்முருகன் அதே சிரிப்போடு தொடர்ந்தார்.

"மணிமார்பனின் கொலைவழக்குல, முக்கியமான ஒரு நபர் நீலகண்டன். அவனை அடிச்ச அந்த பெண் யார்ன்னு

தெரிஞ்சுக்க நானும், லலிதாவும் தொடர்ந்து மூணு நாள் அந்த ஸ்கூலுக்கு போனோம். குழந்தைகளை விடுறதுக்கும், கூட்டிட்டுப் போறதுக்கும் வர்ற பெண்களை ஸ்கூல் பிரின்ஸிபால் ரூம்ல உட்கார்ந்து சி.சி.டி.வி. காமிரா மூலமாய் மானிட்டரிங் பண்ணிப் பார்த்தோம். லலிதா பார்த்த அந்தப் பெண் வரவேயில்லை. நானும், லலிதாவும் அந்த பிரின்ஸிபால் தெய்வநாயகி அறையில இருக்கும்போது அந்த அம்மா டென்ஷனாவே இருப்பாங்க. நாங்க அறைக்குள்ளே போனதுமே, தன்னோட செல்போனை ஸ்விட்ச் ஆஃப் பண்ணிடுவாங்க. அந்த ஏ.ஸி. ரூமிலும் வேர்த்து வழிவாங்க... இயல்பாய் இருக்கிற மாதிரி பேசுவாங்க. சிரிப்பாங்க. எல்லாமே செயற்கைத்தனம். இது என்னோட மனசுக்கு நெருடலாய் பட்டது. தெய்வநாயகியைப்பற்றி வெளியில் ஒரு ரகசிய விசாரணையை மேற்கொண்டபோது, அவங்களைப் பத்தி எல்லாருமே நல்லவிதமாய் சொன்னதால எம் மனசுக்குள்ளே ஒரு குழப்பம் இருந்தது. அந்த சமயத்திலதான் அந்த சம்பவம் நடந்தது.''

''என்ன சம்பவம் ஸார்?''

''நாலாவது நாள் காலையிலே பிரின்ஸிபால் அறையில் உட்கார்ந்து மானிட்டரிங் பண்ணிக் கொண்டிருந்தபோது காரிலிருந்து ஒரு பெண் இறங்கி குழந்தையோடு ஸ்கூல் கேம்பஸில் நுழைஞ்சா. லலிதா என்னையும், பிரின்ஸிபாலையும் பார்த்தபடியே பதட்டமாய் எழுந்தாள்.

விழிகள் விரிய பெரிதாய் சத்தம் போட்டு... 'இந்த பொண்ணு தான்....! இவதான் அன்னிக்கு நீலகண்டனை ஸ்லிப்பரில் அடிச்ச பொண்ணு'ன்னு சொல்லவே, நான் நாற்காலியிலிருந்து வேகமா எழுந்தேன். பிரின்ஸிபாலோட அறைக்கதவை பிளக்காத குறையா திறந்துக்கிட்டுஅந்த பொண்ணை நோக்கிப் போனேன்.''

29

இன்ஸ்பெக்டர் வேல்முருகன் தன் பேச்சைத் தொடர்ந்தார்.

"குழந்தையோடு போய்க்கிட்டிருந்த அந்தப் பெண்ணை நோக்கி வேகமாய் நான் நடக்க பள்ளியின் பிரின்ஸிபால் தெய்வநாயகி குரல் கொடுத்தாங்க"

"ஒரு நிமிஷம் மிஸ்டர் வேல்முருகன்" தெய்வ நாயகியின் குரல்ல இருந்த பதட்டம் என்னை அப்படியே ஆணியடித்த மாதிரி ஸ்தம்பிக்க வெச்சுது. திரும்பிப் பார்த்தேன். அவங்க பதட்டத்தோடு எனக்குப் பக்கமாய் வந்து நின்னாங்க. முகம் வேர்த்திருந்தது. நான் என்ன விஷயம்ன்னு கேட்டேன். அப்படி கேட்டதும் அவங்க தயக்கத்தோடு, "குழந்தையோடு போற அவங்களை விசாரிக்காதீங்க..... நீலகண்டனை அடிச்ச பொண்ணு அவ கிடையாதுன்னு சொன்னாங்க. உடனே பக்கத்தில் இருந்த லலிதா "இல்ல மேடம்... இப்ப நாம சி.சி.டி.வி. காமிராவில் பார்த்த பொண்ணுதான், அன்னிக்கு நீலகண்டனை அடிச்சவ..... எனக்கு நல்லா ஞாபகம் இருக்கு..... அவளை விசாரிக்கிற விதத்துல விசாரிச்சா எல்லா உண்மைகளும் வெளியே வந்துடும்."ன்னு சொன்னா. லலிதா இப்படி சொன்னதும் ரொம்பவும் டென்ஷனான தெய்வநாயகி நான்தான் அந்தப் பொண்ணு இல்லேன்னு சொல்றேனேன்னு தன்னையும் மீறி கத்திட்டாங்க!"

சாதுர்யா, நித்திலன், அருள், கஜபதி நான்கு பேரும் வேல்முருகனையே பார்க்க, அவர் சில விநாடிகள் மௌனம் காத்தார். அருள் கேட்டார்.

"அப்புறம்...?"

"தெய்வநாயகி அப்படி கத்தினதும் நான் அவங்களைப்பார்த்து "ஏன் இப்படி டென்ஷனாகறீங்க.... அந்தப்பெண்ணை விசாரிச்சா உங்களுக்கு என்ன பிரச்சினைன்னு கேட்டேன்."

சாதுர்யா ஆர்வம் தாங்காமல் கேட்டாள்.

"அதுக்கு தெய்வநாயகி என்ன சொன்னாங்க...?"

"குழந்தையை கூட்டிட்டு போற அந்தப்பொண்ணு என்னோட அக்காவோட டாட்டர். பேரு மீரா. ரொம்பவும் நல்லவ. நீங்க

திடீர்னு போய் விசாரிச்சா அவ மிரண்டு போயிடுவா..... நீலகண்டனை அடிச்ச பொண்ணு நிச்சயம் மீராவாய் இருக்க மாட்டாள்ன்னு தெய்வநாயகி மறுத்தாங்க. ஆனா, லலிதா உறுதியான குரலில் தான் பார்த்தது இவங்களத்தான்னு தீர்மானமாய் சொன்னதும்.... நான் மீராவை விசாரிச்சு பார்த்துடலாம்ன்னு கிளம்பினேன். அடுத்த விநாடி தெய்வநாயகி சட்டுன்னு என்னோட கையைப் பிடிச்சுட்டாங்க. 'வேண்டாம் ஸார்..... அந்தப்பொண்ணை விசாரிக்காதீங்க. நீலகண்டனை அடிச்ச பொண்ணு யாருன்னு எனக்குத் தெரியும். வாங்க என்னோட ரூமுக்கு போய் பேசலாம்'ன்னு சொன்னாங்க..."

"அப்படீன்னா லலிதா சொன்னது...?"

"பொய்.... தெய்வநாயகியின் வாயிலிருந்து உண்மையை வரவழைக்கிறதுக்காக நானும், லலிதாவும் சின்னதாய் ஒரு ட்ராமா பண்ணினோம். மீரா, தெய்வநாயகியின் அக்கா மகள் என்கிற விஷயத்தை நான் கண்டுபிடிச்சு... அதையே ஒரு ஆயுதமாய் பயன்படுத்தினேன். தன்னோட அக்கா பெண் மீராவை போலீஸ் விசாரிக்கிறதை எந்த ஒரு சித்தியால தாங்கிக்க முடியும் ..? ஸோ, மிருணாளினி வெளியே வந்துட்டா..... தெய்வநாயகி சொன்ன விபரங்களை வெச்சுகிட்டு, மிருணாளினி வீட்டுக்கு போய் சர்ச் பண்ணிட்டு இருக்கும்போதுதான் மிருணாளினியோட தோழி அஞ்சனா வந்தாங்க. அவங்க மூலமாய் சில விஷயங்கள் தெரிய வந்தாலும் முக்கியமான கேள்விகளுக்கு இன்னும் பதில் கிடைக்கலை."

அருள் வேல்முருகனின் கையைப்பற்றிக் குலுக்கி விட்டு கேட்டார். "குட் ஜாப்! பட், மிருணாளினி பற்றிய உண்மைகளை அந்த ஸ்கூல் பிரின்ஸிபால் தெய்வநாயகி எதுக்காக மறைக்கணும்...?"

"அதுக்கான காரணத்தையும் சொன்னாங்க. மிருணாளினி அந்த ஸ்கூலில் படிச்ச ஸ்டூடண்ட். அதுவும் ப்ரில்லியன்ட் அண்ட் ஃபர்ஸ்ட் ரேங்க் ஸ்டூடண்ட். அதனால, மிருணாளினி மேல் தெய்வநாயகிக்கு ஒரு ஸாஃப்ட் கார்னர் இருந்திருக்கு. பள்ளிப்படிப்பை முடிச்சு, கல்லூரிக்கு போன பின்பும் அந்தப் பாசப்பிணைப்பு தொடர்ந்திருக்கு. அம்மா, அப்பா இல்லாத மிருணாளினிக்கு ஆறுதல் தரும் ஒரு உறவாய் தெய்வநாயகி இருந்து இருக்காங்க..."

நித்திலன் குறுக்கிட்டு கேட்டான்.

“சரி..... மணிமார்பன் கொலையில் சம்பந்தப்பட்ட நீலகண்டனை மிருணாளினி எதுக்காக அடிச்சா..... தெய்வநாயகிகிட்டே காரணம் கேட்டீங்களா ஸார்...?”

“ம்.... கேட்டேன். மணிமார்பனுக்கும், மும்பையில் இறந்து போன நடிகை ஜெயதாராவுக்கும் தொடர்பு ஏற்படுத்திக்கொடுத்ததே நீலகண்டன் தான். மணிமார்பன் பெரிய பணக்கார குடும்பத்துல பிறந்திருந்தாலும், சொந்தப்பணத்தை செலவழிக்க மாட்டானாம். ஜெயதாராவை கல்யாணம் பண்ணிக்கிறேன்னு சொல்லி சொல்லியே அவ சினிமாவில் நடிச்சு சம்பாதிச்ச பணத்தை எல்லாம் கொஞ்சம் கொஞ்சமாய் சுரண்டியிருக்கான். அப்புறம் எக்ஸ் சி.எம்.மோட வீட்டு மாப்பிள்ளையானதும், ஜெயதாராவை கை கழுவியிருக்கான். அந்த வருத்ததிலேயே ஜெயதாரா சினிமாவில் நடிக்கிறதை விட்டுட்டு மும்பைக்கு போய் ஒரு இந்திப்பட டைரக்டருக்கு மனைவியாகி, அங்கேயும் ஒரு நிம்மதியான வாழ்க்கை கிடைக்காமல் தற்கொலை பண்ணிகிட்டு செத்துப்போயிட்டா. அவளோட மரணத்தைப்பத்தி கொஞ்சமும் கவலைப்படாத மணிமார்பன் ஒரு தடவை மிருணாளினியின் வீட்டுக்குப் போய் உன்னோட அக்காவை விட நீ நல்லாயிருக்கே. நீலாங்கரையில் வீடு வாங்கித்தர்றேன். குடும்பம் நடத்தலாமான்னு கேட்டிருக்கான். மிருணாளினி சத்தம் போடவே, அக்கம்பக்கத்தில் இருக்கிறவங்களுக்கு பயந்து போய் மணிமார்பன் வெளியே வந்துட்டான். இருந்தாலும் அடிக்கடி போன் பண்ணி தன்னோட விருப்பத்தை மிரட்டல் தொனியில் சொல்லியிருக்கான். தன்னோட கையாள் நீலகண்டனை வைச்சு அடிக்கடி டிஸ்டர்ப் செஞ்சிருக்கான். நீலகண்டனும், மிருணாளினியை மீட் பண்ணி மணிமார்பனோட ஆசைக்கு இணங்கும்படி வற்புறுத்தியிருக்கான். அப்படிப்பட்ட சூழ்நிலையில், ஒரு சமயம் மிருணாளினி தெய்வநாயகியைப் பார்க்க ஸ்கூலுக்கு வந்தபோது நீலகண்டனும் ஃபாலோ பண்ணி வந்து மணிமார்பனைப் பத்தி அவகிட்டே பேசியிருக்கணும். மிருணாளினி கோபத்தில.. உணர்ச்சிவசப்பட்டு காலில் இருந்த ஸ்லிப்பரைக் கழற்றி அடிச்சிருக்கணும்.”

அருள் இடைமறித்துக் கேட்டார்.

“இப்ப நீங்க சொன்னதெல்லாம் தெய்வநாயகி ஒரு ஸ்டேட்மெண்டாய் கொடுத்து இருக்காங்களா...?”

“ஆமா.....”

“சரி...... மிருணாளினியைப்பற்றிய உங்க போலீஸ் பார்வை என்ன..?”

“கொலையும் செய்வாள் பத்தினி”

“ஸோ...... சந்தேகப்படறீங்க..?”

“கண்டிப்பாய்...! மிருணாளினி தப்பு பண்ணாதவளாய் இருந்தா ஏன் தலைமறைவாய் இருக்கணும்..?”

சாதுர்யா வேல்முருகனை ஏறிட்டாள்.

“ஸார்..... என்னோட கெஸ் ஒர்க் என்னன்னு சொல்லலாமா...?”

“ம்...... சொல்லுங்க”

“மிருணாளினி தலைமறைவாய் இருக்காங்கிற ஒரே காரணத்துக்காக அவளுக்கும், மணிமார்பன் கொலை செய்யப்பட்டதுக்கும் சம்பந்தம் இருக்குன்னு சொல்றது தப்புன்னு என்னோட மனசுக்குப்படுது. ஒரு சாதாரண பெண்ணால ஒரு எக்ஸ் சீஃப் மினிஸ்டரின் அறுபதாவது பிறந்தநாள் விழா நடக்கிற இடத்துக்குப் போய் ஒரு கொலையைப் பண்ணியிருக்க முடியுமா...?”

“யூ மேபி கரெக்ட்..... ஒரு பெண்.... தனியாளா அந்த இடத்துக்குப் போய் அவ்வளவு துணிச்சலாய் கொலையைப் பண்ணியிருக்க முடியாதுதான். ஆனா, கொலை பண்ண உதவி செஞ்சு இருக்கலாமில்லையா...?”

“யார்க்கு...?”

“யார்க்கு.... எப்படின்னு இன்னும் ஒரு வாரத்துக்குள்ளே கண்டுபிடிச்சுடுவோம்.” வேல்முருகன் சொல்லிக் கொண்டிருக்கும் போதே அவருடைய செல்போன் வைப்ரேஷனில் உறுமியது.

எடுத்து அழைப்பது யார் என்று பார்த்தார்.

போலீஸ் கமிஷனர் ஆதிமூலம் கூப்பிட்டுக்கொண்டு இருந்தார். செல்போனை காதுக்கு ஒற்றி மெல்ல குரல் கொடுத்தார்.

“எஸ்.... ஸார்”

“வேல்முருகன்! இப்ப நீங்க எங்கே இருக்கீங்க..?”

“மயிலாப்பூர் லஸ் கார்னர்ல ஸார்.”

“அங்கே என்ன பண்ணிட்டிருக்கீங்க...?”

“பானிபூரி சாப்பிட்டுகிட்டு இருக்கேன் ஸார். பை... த.. பை எனிதிங் இம்பார்ட்டண்ட் ஸார்...?”

“எஸ்..... நீங்க உடனே புறப்பட்டு எக்ஸ் சி.எம். முகில்வண்ணன் வீட்டுக்கு வாங்க.......!”

“ஸ...ஸ..... ஸார்....... எனி அன்வாண்ட்டட் ஹேப்பனிங்...?”

“எஸ்.”

“என்ன ஸார்...?”

“சொல்றேன்... பட் இப்போதைக்கு அதை யார்க்கும் கன்வே பண்ண வேண்டாம்.”

“சர்ட்டன்லி நாட் ஸார்.”

கமிஷனர் ஆதிமூலம் மறுமுனையில் குரலைத் தாழ்த்தினார்.

“முகில்வண்ணன் மகன் செந்தமிழ் ரெண்டு மணி நேரத்துக்கு முன்னால் சீஃப் மினிஸ்டரைப்பார்த்து பேச போயிருக்கார். ஆனா, சி.எம். ஆபீஸூக்கு அவர் போகலை.....!”

“அப்புறம்..... எங்கே போனார்...?”

“அதுதான் தெரியலை.... முகில்வண்ணனும், நானும் செந்தமிழோட செல்போனை காண்டாக்ட் பண்ண முயற்சி பண்ணினோம். நோ ரெஸ்பான்ஸ். செல்போன் இன் டெட் மோட்”

“ஸ.....ஸார்”

“முகில்வண்ணன் ஆடிப்போயிட்டார். மைல்டு ஹார்ட் அட்டாக். ஃபேமிலி டாக்டர் சதாசிவம் வந்து பார்த்துட்டிருக்கார்.”

“இதோ..... நான் உடனே புறப்பட்டேன் ஸார்.”

“பறந்து வாங்க....!”

30

வேல்முருகன், போலீஸ் கமிஷனர் ஆதிமூலம் செல்போன் பேச்சை முடித்துக்கொண்டு தன் முகத்தையே பார்த்துக்கொண்டிருந்த அருள், நித்திலன், சாதுர்யா, கஜபதி ஆகியோரை ஒரு பெருமூச்சோடு ஏறிட்டார்.

“சம்பவங்கள் இப்போ வேற லெவலில் போயிட்டிருக்கு.”

“வேற லெவல்ன்னா..?”

“முகில்வண்ணனோட மகன் செந்தமிழை கடந்த ரெண்டு மணி நேரமாய் காணோம். சீஃப் மினிஸ்டரைப் பார்த்துட்டு வர்றேன்னு போனவர் மிஸ்ஸிங். சீஃப் மினிஸ்டர் ஆபீஸுக்கு அவர் போகல்ல..... செல்போன்ல காண்டாக்ட் பண்ணினா செந்தமிழோட போன் ‘டெட்’ மோடில் இருந்திருக்கு. இந்த விஷயம் தெரிய வந்ததுமே, முகில்வண்ணனுக்கு ஹார்ட் அட்டாக். ஃபேமிலி டாக்டர் சதாசிவம் வந்து பார்த்துட்டிருக்காராம். என்னை கமிஷனர் உடனே கிளம்பி வரச் சொல்றார்.”

வேல்முருகன் சொல்லிக்கொண்டே எழ முயல அருள் குறுக்கிட்டார்.

“ஒரு நிமிஷம்....!”

“ எஸ்....”

“நாங்க ஐ.டி. பீப்பிள். நீங்க போலீஸ் டிபார்ட்மெண்ட். எங்களோட ஃபர்ஸ்ட் எய்ம் முகில்வண்ணன்கிட்டே இருக்கிற 500 கோடி ரூபாய். அந்தப்பணம், எங்கே பதுக்கப்பட்டு இருக்கலாம்கிற விபரங்களை முகில்வண்ணனோட நெருங்கிப் பழகின கஜபதி சொல்லியிருக்கார். உடனடியாய் ரெய்ட் நடத்த எங்க கையில் ஆர்டர் இருந்தாலும் மத்திய அரசின் நிதித்துறை அமைச்சகத்தில் இருந்து வந்த ஒரு வாய்மொழி உத்தரவின் காரணமாய் உடனடியாய் எங்களால செயல்படாத நிலைமை. இருந்தாலும் நான், நித்திலன், சாதுர்யா மூணுபேரும் ஆஃப் த ரிக்கார்டாய், முகில்வண்ணனோட பண்ணை வீட்டை அடுத்த ரெண்டு நாளைக்குள்ளே அதிரடியாய் ரெய்ட் செய்ய முடிவு எடுத்திருக்கோம். அந்த ரெய்டுக்கு நீங்க எங்களுக்கு உதவி செய்யணும்....”

பெரிதாய் திடுக்கிட்டார் வேல்முருகன். விழிகளில் அதிர்ச்சியலைகள் பரவியிருந்தது.

“என்ன ஸார் சொல்றீங்க...... ஆஃப் த ரிக்கார்ட் ரெய்ட் நடத்தப் போறீங்களா...?”

“ஆமாம்....”

“அது எப்படி முடியும்...?”

அருள் சிரித்தார் மெல்ல.

“அசாத்தியமான துணிச்சல் இருந்தா எல்லாமே சாத்தியம்தான்.”

“அப்படி நீங்க ரெய்ட் பண்ணினால் டிபார்ட்மெண்ட் உங்க மேல நடவடிக்கை எடுப்பாங்களே...?”

“எடுக்கட்டும்...... எங்க மேல சட்ட ரீதியாய் எந்த ஒரு நடவடிக்கையும் எடுக்க முடியாது. மீறிப்போனா, ஒரு ஆறு மாத காலத்துக்கு சஸ்பெண்ட் பண்ண முடியும். அவ்வளவுதான். ஆனா, முகில்வண்ணனின் சட்ட விரோத சம்பாதிப்பான 500 கோடி ரூபாயை கண்டுபிடிச்ச சந்தோஷம் வாழ்நாள் பூராவும் இருக்குமே....”

வேல்முருகன், ஒரு சில விநாடிகள் வரை மௌனமாய் இருந்துவிட்டு கஜபதியிடம் திரும்பினார். நிதானமான குரலில் அழுத்தந்திருத்தமாய் கேட்டார்.

“முகில்வண்ணனுக்கு சொந்தமான பண்ணை வீட்டில் தான், அந்த ஊழல் பணம் 500 கோடி ரூபாய் பதுக்கி வைக்கப்பட்டிருக்குன்னு உங்களுக்கு நிச்சயமாய் தெரியுமா...?”

“தெரியும் ஸார்....”

“அது எப்படி அவ்வளவு உறுதியாய் சொல்றீங்க...?”

“ஸார்..... சில விஷயங்களை எல்லாம் வெளிப்படையாய் பேசமுடியாது. ஒரு காலத்துல நான் மோசமான அரசியல்வாதியாய் இருந்தவன். தலைவர் வாழ்க வாழ்கன்னு கத்தியே ரத்தம் சுண்டிப்போனவன். முகில்வண்ணனோடு எனக்கு பலவருஷ பழக்கம். என் பேர்ல அவர்க்கு ரொம்ப நம்பிக்கை. அதனால அவர் சம்பந்தப்பட்ட எந்த ஒரு ரகசிய நிகழ்வாய் இருந்தாலும் சரி. எனக்குத் தெரியாமே அது நடக்காது. மூணு கண்டெய்னர்களில்

வந்த அந்த 500 கோடி ரூபாயை பதுக்கும் வேலை நடக்கும்போது நான் அவர் கூடவே இருந்தேன்.''

"இந்த 500 கோடி ரூபாய் விஷயம் உங்களைத் தவிர வேற யார் யாருக்கெல்லாம் தெரியும்...?''

"எங்க கட்சியில் இருக்கிற ஒவ்வொரு மந்திரிக்கும் இந்த டீலிங்கப் பத்தி தெரியும். அவங்க தெரியாத மாதிரி காட்டிக்குவாங்க.. ஆனா ஒண்ணு ஸார்... அது எங்க பதுக்கி வைச்சுருக்கார்னு கட்சில எனக்கு மட்டும் தான் தெரியும்.''

"இப்போ இருக்கிற நம்ம சீஃப் மினிஸ்டர் வஜ்ரவேலுக்கு அந்த டீலிங் பத்தி தெரியுமா...?''

"நல்லாவே தெரியும்.... ஆனா முகில்வண்ணன் மேல் எந்த ஒரு நடவடிக்கையும் எடுக்க மாட்டார். காரணம், சி.எம். 750 கோடி ரூபாயை சுவிஸ் வங்கிகளில் ரகசிய கோட் வேர்ட்ஸை உபயோகப்படுத்தி போட்டு வெச்சிருக்கிற விஷயம் முகில்வண்ணனுக்கு தெரியும்.''

"நீங்க சொல்ற உங்க கட்சியில யாருமே நல்லவங்க கிடையாது போலிருக்கே.''

"அப்படியும் சொல்லிட முடியாது ஸார். கட்சிக்காக உண்மையாய் உழைக்கிற தலைவர்களும் இருக்காங்க. ஆனா, அவங்களையெல்லாம் இந்த பத்து விரல்களுக்குள்ளே எண்ணிடலாம்.''

வேல்முருகனின் பார்வை இப்போது அருளின் மீது படிந்தது.

"உங்க நியாயமான கோபம், ட்யூட்டி கான்ஸியஸ் எல்லாமே எனக்குப் புரியுது ஸார்... ஆனா, முகில்வண்ணனோட பண்ணை வீட்டில் நடக்க போகிற ஆஃப் த ரிக்கார்ட் அதிரடி ரெய்டை நடத்த என்கிட்டயிருந்து எது மாதிரியான உதவியை எதிர்பார்க்கறீங்க...?''

"சொல்றேன்.'' என்று சொன்ன அருள் இன்னமும் குரலைத் தாழ்த்தினார். "போலீஸ் கமிஷனர் ஆதிமூலம் காக்கி யூனிஃபார்மில் பொறுப்பு மிக்க காவல்துறை அதிகாரியாய் இருந்தாலும், முகில்வண்ணனுக்கு ஒரு அடியாள் மாதிரியே மாறிட்டார். நான் கேள்விப்பட்ட வரைக்கும் கமிஷனர்க்கு பண்ணை வீட்லயே தங்கிக்க ஒரு அறையை சகல வசதிகளோடு செஞ்சு கொடுத்து இருக்காங்க. இதனால கமிஷனர் தன்னோட அலுவலக அறையில்

இருக்கிற நேரத்தைக் காட்டிலும் முகில்வண்ணனோட வீட்டில் இருக்கிற நேரம்தான் அதிகம். நாங்க அதிரடி ரெய்டை நடத்த போகும் போது கமிஷனர் ஆதிமூலம் அங்கே இருந்தா எங்களால ரெய்டை நடத்த முடியாது. ஸோ அவர் இல்லாத நேரம் பார்த்து அங்கே போனால்தான் எங்களால ரெய்டை நடத்த முடியும்."

வேல்முருகன் குறுக்கிட்டார்.

"நீங்க சொல்றது எனக்குப்புரியுது ஸார். கமிஷனர் ஆதிமூலம் அங்கே இல்லாத நேரம் எதுன்னு பார்த்து நான் சொல்லணும். அதுதானே.....?"

"அதுதான்."

"தாராளமாய் என்னால அந்த உதவியை பண்ண முடியும் ஸார். ஆனா கமிஷனர் அந்த பண்ணை வீட்ல இல்லாமே போனாலும் முகில்வண்ணனுக்கு ஆள் பலம் இருக்கே. அந்த வீட்ல குறைந்தபட்சம் இருபது அடியாட்களாவது இருப்பாங்க...... உங்க மூணு பேரால அங்கே போய் என்ன செய்ய முடியும்...?"

"நாங்க மூணு பேர் மட்டும் அங்கே போகப்போறது இல்லை..... மொத்தம் 52 பேர் போகப்போறோம்."

வேல்முருகன் அதிர்ச்சியோடு நிமிர்ந்தார்.

"எப்படி அவ்வளவு பேர்...... இது ஆஃப் த ரிக்கார்ட் ரெய்ட்தானே..?"

"ஆஃப் த ரிக்கார்ட் ரெய்ட்தான். எங்களோடு வரப்போகிற ஐ.டி. ஆபீஸர்ஸ் எல்லாரும் கடந்த ரெண்டு வருஷ காலத்துல ஓய்வு பெற்ற அதிகாரிகள். நாட்டில் ஊழலே இருக்கக்கூடாதுங்கிற நேர்மையான எண்ணம் கொண்டவர்கள். மத்திய அரசாலும், மாநில அரசாலும் பதவியில் இருந்தபோது மேலதிகாரிகளால் பழி வாங்கப்பட்டவர்கள். இப்ப நாங்க எல்லோரும் ஒரே அலைவரிசையில் இருக்கோம். ஏதாவது அதிரடியாய் பண்ணி கோடிகளில் புரள்கிற ஊழலை ஒழிக்க நினைக்கிறோம். இப்படி ஒரு ரெய்டை நடத்தறதின் மூலமாய் மத்திய மாநில அரசுகளின் கோபம் எங்கள் மீது பாயும். அதை சந்திக்கவும் நாங்க தயாராயிட்டோம்."

வேல்முருகனின் முகம் அந்த இருட்டிலும் சந்தோஷ மினுமினுப்போடு தெரிந்தது.

“ஸார்........ரியலி ஐ ஃபீல் வெரி ஹேப்பி. இன்னிக்கு நாட்டில் இருக்கிற அரசியல் ஊழல்வாதிகள் திருந்தணும்ன்னா இது போன்ற அதிர்ச்சி ஆப்ரேஷன்கள் தேவை. இந்த விநாடி முதல் நானும் உங்க அணியில் சேர்ந்துட்டேன். ஆனா, அதிரடி ரெய்ட் நடத்த இது சரியான நேரமில்லை... முகில்வண்ணனின் மாப்பிள்ளை மணிமார்பன் கொலை செய்யப்பட்டு விட்ட நிலையில் அவருடைய மகன் செந்தமிழும் கடந்த ரெண்டு மணி நேரமாய் காணோம். முகில்வண்ணனுக்கு ஹார்ட் அட்டாக் வந்து டாக்டர் பார்த்துட்டிருக்கார். இனிவரப் போகிற நாட்களில் என்ன நடக்குதுன்னு பார்ப்போம். அதுக்கப்புறம் அந்த ரெய்டை நடத்துவோம். உங்ககிட்டே அதுக்கு ஆர்டர் இருக்கிறதால ஒரு பிரச்சினையும் இல்லை. மத்திய அரசின் நிதித்துறை அதிகாரியிடமிருந்து வந்த வாய்மொழி உத்தரவை நாம் மதிக்க வேண்டியது இல்லை.....”

வேல்முருகன் சொல்லிக்கொண்டிருக்கும் போதே மறுபடியும் அவர் செல்போன் அழைப்பு வந்ததற்கு அறிகுறியாய் வெளிச்சமாய் ஒளிர்ந்தது. எடுத்தார். மறுபடியும் கமிஷனர் கூப்பிட்டுக்கொண்டிருந்தார். செல்போனை காதுக்கு ஒற்றினார்.

“ஸார்.”

“என்ன வேல்முருகன் ..... புறப்பட்டீங்களா...?”

“வந்துட்டிருக்கேன் ஸார்.”

“சரி...... வண்டியை ஓரமாய் நிறுத்திட்டு உங்களோட ‘வாட்ஸ்அப்’பைப் பாருங்க... ஒரு மெஸேஜ் அனுப்பியிருக்கேன்.”

31

வேல்முருகன் செல்போன் பேச்சை தொடர்ந்தார்.

“ஸார்..... ‘வாட்ஸ்அப்’ல என்ன மெஸேஜ்.... எனிதிங் இம்பார்ட்டண்ட்.....?”

“நோ மோர் டாக்ஸ்...... ‘வாட்ஸ்அப்’பைப் பாருங்க. அதுல நான் என்ன மேட்டர் கொடுத்து இருக்கேனோ, அதன்படி உங்க நடவடிக்கைகள் இருக்கட்டும்...”

“ எஸ்......ஸார்..”

“இன்னொரு விஷயம்.... செந்தமிழ் காணாமே போன விஷயம் மீடியாக்களுக்கு தெரிய வேண்டாம். அதே மாதிரி, முகில்வண்ணனுக்கு மைல்ட் ஹார்ட் அட்டாக் ஏற்பட்டு ட்ரீட்மெண்ட்ல இருக்கிறதும் தெரிய வேண்டாம்.”

“எஸ்......ஸார்.”

“இப்ப ‘வாட்ஸ்அப்’பைப் பாருங்க....”

“பார்த்துடறேன் ஸார்.....” வேல்முருகன் செல்போனை மௌனமாக்கி விட்டு நிமிர்ந்தார்.

அருள், நித்திலன், சாதுர்யா, கஜபதி, அஞ்சனா ஐந்து பேரும் அவரையே பார்த்துக்கொண்டிருந்தார்கள். அருள் கேட்டார்.

“கமிஷனர் என்ன சொல்றார்...?”

“ ‘வாட்ஸ்அப்’ல ஏதோ மெஸேஜ் அனுப்பியிருக்கிறதாய் சொன்னார். அந்த மெஸேஜ்படி நான் நடவடிக்கை எடுக்கணும்ன்னு சொல்லியிருக்கார். அந்த மெஸேஜ் என்னன்னு இப்ப பார்த்துடலாம்.”

சொன்ன வேல்முருகன், தன் செல்போனின் ‘வாட்ஸ்அப்’ ஆப்ஷனுக்குப் போய் தனக்கு வந்து இருந்த செய்தியைப் பார்த்தார். வாய்விட்டு படித்தார்.

நீங்கள் உடனடியாய் கிளம்பி திரிசூலம் ரயில்வே ஸ்டேஷனுக்குப் போய், இரண்டாவது பிளாட்பாரத்தில் காத்திருக்கவும். நீங்கள் அங்கே காத்துக்கொண்டிருக்கும்போது உங்கள் ‘வாட்ஸ்அப்’புக்கு என்னுடைய இரண்டாவது மெஸேஜ் வரும். எக்காரணம் கொண்டும் என்னை செல்போனில் தொடர்பு கொண்டு

பேச முயற்சி செய்ய வேண்டாம்.

எல்லோரும் குழப்பமாகி ஒருவரையொருவர் பார்த்துக் கொண்டார்கள். அருள் வேல்முருகனிடம் கேட்டார்.

“என்ன இப்படியொரு மெஸேஜ்...?”

“தெரியலை.... திரிசூலம் போனால்தான் தெரியும்..”

“நாங்க யாராவது உங்களோடு வரட்டுமா...?”

“வேண்டாம்..... ஏதோ விவகாரமான விஷயம் இருக்கப்போய்த்தான் கமிஷனர் ஆதிமூலம் இந்த செய்தியை ‘வாட்ஸ்அப்’புல அனுப்பியிருக்கார்...... ‘வாட்ஸ்அப்’ மேட்டரை செல்போனில் சொல்லியிருக்கலாம். ஆனால் அவர் சொல்லலை... சம்திங் ராங்... நான் புறப்படறேன். திரிசூலம் போனதும் அங்கே நடக்கிற நிகழ்வுகளை, உங்களுக்கு போன் பண்ணிச் சொல்றேன். உங்கள்ல யாராவது அஞ்சனாவை பத்திரமாய் கூட்டிட்டுப்போய் அவங்க வீட்ல விட்டுருங்க....!”

சாதுர்யா சொன்னாள்.

“நான் அந்த பொறுப்பை ஏத்துக்கறேன்... ஸார்.”

“தேங்க்யூ” என்று சொன்ன வேல்முருகன் அஞ்சனாவிடம் திரும்பினார்.

“இதோ பார் அஞ்சனா...... உன்னோட தோழி மிருணாளினி ஏன் தலைமறைவாய் இருக்கான்னு தெரியலை..... மிருணாளினி போலீஸோட கைக்கு கிடைக்கும்வரை நீ கொஞ்சம் ஜாக்கிரதையாய் இருக்கணும்....”

அஞ்சனாவின் கண்களில் நீர் பளபளத்தது.

“ஸார்...... நடக்கிற சம்பவங்களை எல்லாம் பார்த்தா எனக்கு ரொம்பவும் பயமாயிருக்கு.”

“பயப்படாதே அஞ்சனா.... மிருணாளினி ரொம்ப நாட்களுக்கு தலைமறைவாய் இருக்க முடியாது. எப்படியும் வெளியே வந்துதான் ஆகணும்..... அவ உனக்கு போன் பண்ணிப் பேசினா எதுவுமே உனக்குத் தெரியாத மாதிரி பேசு..... அவ எங்கே இருக்கான்னு கேட்டுத் தெரிஞ்சுக்கோ. டென்ஷன் வேண்டாம்.”

“ஸார்.... எனக்கு எந்த ஒரு பிரச்சனையும் வந்துடாதே...!”

“நீ எந்த தப்பும் பண்ணலைன்னா, யார்க்கும் பயப்பட வேண்டியது இல்லை....”

சொன்ன வேல்முருகன் எல்லோரையும் பார்த்து தலை அசைப்பால் விடை பெற்றுக்கொண்டு கடற்கரையின் இருட்டில் கலந்து மறைந்தார்.

● ● ●

திரிசூலம் ரயில்வே ஸ்டேஷன், அந்த ராத்திரியின் 12.30 மணி வேளையில், சோகையான ட்யூப்லைட் வெளிச்சத்தோடு வெறிச்சோடிக் காணப்பட்டது. ரயில் ஏதும் வருவதற்கான அறிகுறி இல்லாததால் மனித நடமாட்டம் அறவே அற்றுப்போய் ஏதோ தீவில் தன்னந்தனியாய் இருப்பது போன்ற உணர்வோடு வேல்முருகன் ஸ்டேஷனின் இரண்டாவது பிளாட்பாரத்தில் லேசாய் விரிசல் விட்டிருந்த ஒரு சிமெண்ட் பெஞ்சின் மேல் உட்கார்ந்திருந்தார்.

நிமிடத்திற்கு ஒரு தடவை செல்போனை எடுத்து 'வாட்ஸ்அப்'பில் ஏதாவது செய்தி வந்திருக்கிறதாவென்று பார்த்து வரவில்லை என்று தெரிந்ததும் பெருமூச்சுவிட்டார். கமிஷனரின் மேல் லேசாய் கோபம் வந்தது.

'எதற்காக இவர் இப்படி ஒரு கண்ணாமூச்சி விளையாட்டை விளையாடிக் கொண்டிருக்கிறார்...?'

'விஷயம் எதுவாக இருந்தாலும் போனில் நேரிடையாய் பேச வேண்டியதுதானே.. யாராவது அவர் ஃபோனை ட்ரேக் பண்ண வாய்ப்பு இருக்கலாம்னு நினைக்கறாரோ?'

சரியாய் 12.40 மணிக்குத்தான் அந்த வாட்ஸ்அப் மெசேஜ் வந்தது. பார்வை பரபரவென்று வரிகளின் மேல் படர்ந்தது.

ஸ்டேஷனை விட்டு வெளியே வரவும். ஆட்டோ ஸ்டாண்டிற்கு சற்றுத்தள்ளி இருட்டில் ஒரு ஆம்னி வேன் நின்று கொண்டு இருக்கும். இயல்பாய் நடந்து போய் வேனின் பின் சீட்டில் ஏறி அமரவும். ஏறி அமர்ந்ததும் வேன் கிளம்பும். வேனை ஓட்டும் டிரைவரிடம் பேச்சு கொடுக்கவோ அவர் யார் என்று தெரிந்து கொள்ளவோ சிறிதும் முயற்சிக்க வேண்டாம். வேண்டாத விளைவுகளை உண்டாக்கும். வேன் ஒரு பத்து நிமிஷம் பயணம் செய்துபின் ஒரு கட்டிடத்துக்கு முன்பாய் போய் நிற்கும். இறங்கிக்கொள்ளவும். ரெஜிஸ்ட்ரேஷன் நெம்பரைப் பார்க்க முயற்சி செய்ய வேண்டாம். அது ஃபேக் ரெஜிஸ்ட்ரேஷன் நெம்பர்

“வாட்ஸ்அப்” செய்தி முடிந்து போயிருக்க, வேல்முருகன் எழுந்து வேகவேகமாய் நடைபோட்டு ஸ்டேஷனுக்கு வெளியே வந்தார்.

சாலை விளக்குகள் எரியாததால், அரையிருட்டில் ஒரே ஒரு ஆட்டோ மட்டும் ஸ்டாண்டில் தெரிந்தது. இரண்டு பக்கமும் படுதா தொங்க, ஆட்டோவின் பின்சீட்டில் ட்ரைவர் தூங்கிக்கொண்டிருப்பதற்கு அறிகுறியாய் குறட்டை சத்தம் காற்றைக் கிழித்துக் கொண்டிருந்தது.

வேல்முருகன் சுற்றும்முற்றும் பார்த்தார். ஆள் நடமாட்டம் இல்லாமல், எல்லா கடைகளும் சாத்தப்பட்டு தெரிய கனமான நிசப்தம். ஆட்டோ ஸ்டாண்டிற்கு சற்றுத்தள்ளி அந்த வெள்ளை நிற ஆம்னி வேன் காத்திருந்தது.

மெதுவாய் நடைபோட்டு வேனை நெருங்கியவர் அதன் பின்பக்கக் கதவைத்திறந்து கொண்டு உள்ளே போய் உட்கார்ந்தார். வேன் அடுத்த விநாடியே புறப்பட்டது. ட்ரைவிங் சீட்டில் உட்கார்ந்திருந்த நபர் தன்னுடைய அடையாளம் தெரிந்துவிடக்கூடாது என்கிற ஜாக்கிரதை உணர்வோடு மப்ளரை தலைக்குக் கட்டியிருந்தான். வேனுக்குள் நிரம்பியிருந்த காற்றில் ஆல்கஹால் வாசம்.

‘வேனை ஓட்டும் டிரைவரிடம் பேச்சு கொடுக்கவோ அவர் யார் என்று தெரிந்து கொள்ளவோ சிறிதும் முயற்சிக்க வேண்டாம்.’ என்ற ‘வாட்ஸ்அப்’ செய்தியின் வரி வேல்முருகனை எதுவும் பேச விடாமல் தடுக்கவே, அவர் நெற்றியைப் பிடித்துக்கொண்டு சீட்டுக்கு சாய்ந்து உட்கார்ந்தார்.

வேன் போக்குவரத்தற்ற சாலையில் சீரான வேகத்தில் ஓட இரண்டு பக்கமும் இருட்டு கூடவே வந்தது. தொலைதூரத்தில் மின்விளக்குகள் கண்சிமிட்டிவிட்டு உடனே காணாமல் போயிற்று.

சரியாய் பத்து நிமிஷ பயணத்திற்குப் பிறகு, வேனின் வேகம் குறைந்து சற்றே வெளிச்சமான ஒரு கட்டிடத்துக்கு முன்பாய் நின்றது.

வேல்முருகன் கேட்டார், மெதுவான குரலில் “இந்த இடம்தானா...?”

“ம்....” ட்ரைவர் முனக, ஒரு சின்ன பயத்தோடு, தயக்கமாய் இறங்கிக்கொண்டார்.

வெளியே காற்று வேகமாய் வீசிக்கொண்டிருந்தது. “இது என்ன

கட்டிடம்?" என்று திரும்பிப் பார்த்துக்கொண்டு இருக்கும்போதே, வேன் அந்த இடத்தை விட்டு நகர்ந்து எதிர்திசையில் விரைந்து அடுத்த பத்து விநாடிகளுக்குள் காணாமல் போயிற்று. வேல்முருகன் திகைத்துத் திணறிக் கொண்டிருந்த விநாடி, அவருடைய செல்போன் ரிங்டோனை வெளியிட்டது.

எடுத்துப் பார்த்தார்.

டிஸ்ப்ளேயில் போலீஸ் கமிஷனர் ஆதிமூலம் தெரிய வேல்முருகன் பதட்டமடைந்து செல்போனை இடது காதுக்கு ஒற்றினார்.

"ஸார்....!"

"என்ன வேல்முருகன், வேன்ல போய் அந்த கட்டிடத்திற்கு முன்னாடி இறங்கிட்டீங்களா...?"

"இப்பத்தான் இறங்கினேன் ஸார்."

"எனக்கும் இப்பத்தான் 'வாட்ஸ்அப்' மூலமாய் தகவல் வந்தது."

"தகவல் தந்தது யார் ஸார்...?"

"அது யார்ன்னு உங்களுக்கு எப்படி தெரியாதோ... அதே மாதிரிதான் எனக்கும் தெரியாது..."

"நீங்க பேசறது எனக்குப் புரியலை ஸார்."

"வேல்முருகன்.....! மூணு மணி நேரத்துக்கு முந்தி ஒரு பெண் எனக்கு போன் பண்ணி காணாமே போன முகில்வண்ணனோட மகன் செந்தமிழ் எந்த இடத்துல எதுமாதிரியான நிலைமையில் இருக்கான்னு நீங்க தெரிஞ்சுக்க விரும்பினா நான் அனுப்புற 'வாட்ஸ்அப்' மெஸேஜை உங்க சி.பி.சி.ஐ.டி ஆபீஸர் வேல்முருகனுக்கு அப்படியே ஃபார்வேர்ட் பண்ணி அந்த இடத்துக்குப் போகச்சொல்லுங்க. அவர் அங்கே போக லேட் பண்ணினாலோ, போகாமே இருந்தாலோ செந்தமிழ் உடல் கூட அடக்கம் பண்ண கிடைக்காதுன்னு சொல்லிட்டு போன் இணைப்பை கட் பண்ணிட்டா....."

32

வேல்முருகன் பதட்டக் குரலில் செல்போனில் பேச்சைத் தொடர்ந்தார்.

"ஸார்..... உங்க கூட செல்போனில் பேசினது ஒரு பெண்ணா...?"

"ஆமா...."

"அநேகமாய் அது மிருணாளினியாய் இருக்கலாம் ஸார்."

"எனக்கும் அந்த சந்தேகம்தான்..... பை...த... பை, இப்போ முகில்வண்ணனோட மகன் செந்தமிழ் எங்கே இருக்கார்ன்னு எந்த நிலைமையில் இருக்கார்ன்னு அந்தப் பெண் போன்ல சொல்லலை.... மறுபடியும் எனக்கு போன் வரலாம். அதுவரைக்கும் நீங்க அதே இடத்துல இருங்க.....!"

"எஸ்......ஸார்"

"நீங்க இப்போ ஒரு கட்டிடத்துக்கு முன்னாடிதான் நின்னுட்டு இருக்கீங்க?"

"ஆமா... ஸார்"

"அது என்ன கட்டிடம்...?"

"தெரியலை ஸார்.....கட்டிடத்துக்குள்ளே கொஞ்சம் வெளிச்சம் இருக்கு....."

"சரி..... நீங்க மெல்ல நடந்து போய் அது என்ன கட்டிடம்.... முன்னாடி பெயர் பலகை ஏதாவது இருக்கான்னு பாருங்க. நான் லைன்ல வெயிட் பண்றேன்......!"

"எஸ்......ஸார்." வேல்முருகன் காதுக்கு செல்போனை ஒட்ட வைத்தபடி அந்தக் கட்டிடத்தை நோக்கிப் போனார். பெரிய காம்பௌண்ட் கேட் சாத்தப்பட்டிருக்க, அதன் இடதுபுறம் பெயர்ப்பலகை தெரிந்தது.

"அது என்ன பெயர்...?"

மனசுக்குள் கேள்வி முளைக்க, வேல்முருகன் பெயர்ப்பலகைக்கு அருகே சென்று பார்த்தார்.

'அமிர்தம் மருத்துவமனை' என்ற எழுத்துக்கள் பார்வைக்கு தட்டுப்பட்டன.

"ஸார்... இது ஒரு ஹாஸ்பிடலோட கட்டிடம். பேரு அமிர்தம்

ஹாஸ்பிடல். மல்டி ஸ்பெஷாலிட்டி ஹாஸ்பிடல் மாதிரி தெரியுது...."

"நல்லாப் பாருங்க வேல்முருகன் ஹாஸ்டலா.... ஹாஸ்பிடலா...?"

"ஹாஸ்பிடல்தான் ஸார்."

"பெயர்ப்பலகையில் டாக்டர் பேர் இருக்கா...?"

"இல்லை ஸார்..." என்று சொன்ன வேல்முருகன் கேட்டார்.

"இப்ப நான் என்ன ஸார் பண்றது..? ஹாஸ்பிடலுக்குள்ளே போய் பார்க்கட்டுமா.?"

"வேண்டாம்.... ஒரு அஞ்சு நிமிஷம்... வெளியவே வெயிட் பண்ணுங்க..... என்னுடைய வாட்ஸ்அப்புக்கு மெஸேஜ் வந்ததும் அதை உங்களுக்கு அப்படியே ஃபார்வேர்ட் பண்றேன்." கமிஷனரின் செல்போன் இணைப்பு அறுந்து போக, வேல்முருகன் எரிச்சலாகி சுற்றும் முற்றும் பார்த்தார்.

அந்த தெருவிலேயே ஹாஸ்பிடல் மட்டும் பிரதான கட்டிடமாய் தெரிய, சிறியரக வீடுகளும், கட்டிடங்களும் இருட்டில் கரைந்து மங்கலாய்த் தெரிந்தன. தெருவோரமாய் மெல்ல நடை போட்டார்.

சரியாய் பத்து நிமிஷம் கழித்து கமிஷனரிடம் இருந்து செல்போன் அழைப்பு வந்தது.

"வேல்முருகன்."

"ஸார்..."

"அந்தப் பெண் மறுபடியும் எனக்கு போன் பண்ணி பேசினா. நீங்க முகில்வண்ணனோட மகன் செந்தமிழை பார்த்து இருக்கீங்களா...?"

"நேர்ல பார்த்தது இல்லை ஸார்.... ஆனா போட்டோவில் பார்த்திருக்கேன்..."

"சரி..... ஹாஸ்பிடலுக்குள்ளே போங்க. ரூம் நெம்பர் 49ல் செந்தமிழ் அட்மிட் செய்யப்பட்டிருக்கார்."

"அவரோட உடம்புக்கு என்ன ஸார்...?"

"அந்த விபரம் தெரியலை. நீங்க போய் பார்த்துச் சொன்னாத்தான் எனக்குத் தெரியும்."

"நான் உடனே போய் பார்க்கிறேன் ஸார்". வேல்முருகன் செல்போனை மௌனமாக்கிக் கொண்டே ஹாஸ்பிடலின் காம்பௌண்ட் கேட்டை நோக்கிப் போனார். லேசாய்

சாத்தப்பட்டிருந்த கதவைத் திறக்க முயல உள்ளே ஸ்டூலில் உட்கார்ந்திருந்த வாட்ச்மேன் எழுந்து ஓடி வந்தார்.

“யார் ஸார்...?”

“டாக்டர் உள்ளே இருக்காரா...?”

“சீஃப் டாக்டர் இல்லை..... ட்யூட்டி டாக்டர்ஸ் இருக்காங்க. நீங்க யாரைப் பார்க்கணும் ஸார்.”

“ஒரு பேஷண்டை”

“ஸார்.... இந்த நேரத்துல பேஷண்ட்ஸ் யாரையும் பார்க்க அனுமதி கிடையாது.....!”

“போலீஸுக்குக் கூடவா...?”

வேல்முருகனின் உயரத்தையும், திடகாத்திரமான உடம்பையும் பார்த்து, சற்றே மிரண்டு பின்வாங்கிய வாட்ச்மேன் வாய் உலர்ந்து போனவராய் பவ்யமாய் கும்பிடு ஒன்றைப் போட்டார்.

“உள்ளே போங்க ஸார்.”

வேல்முருகன் ஹாஸ்பிடலின் பிரதான கட்டிடத்தை நோக்கி நடந்தார். வரிசையாய் அணிவகுத்திருந்த குரோட்டன்ஸ் தொட்டிகளுக்கு இடையே இருந்த சிமெண்ட் பாதையில் நடந்து எதிர்பட்ட கண்ணாடிக் கதவை திறந்து கொண்டு உள்ளே போனார். நீளமான க்ரானைட் வராந்தா ட்யூப்லைட்களின் வெளிச்சத்தில் வெறிச்சோடிப் போய்த் தெரிந்தது.

வராந்தாவின் பாதி தூரத்தைக் கடந்து இருந்த போது எதிரே வெள்ளைக்கோட் தரித்து, கழுத்தில் ஸ்டெத்தோடு அந்த நடுத்தர வயது டாக்டர் முன்பக்க வழுக்கை மின்ன நிதான நடை போட்டு வந்து கொண்டிருந்தார். வேல்முருகன் அவரை நிறுத்தினார்.

“எக்ஸ்க்யூஸ்மீ.....!”

அவர் என்ன என்பது போல தலையசைத்தார்.

“அயம் வேல்முருகன்....ஃப்ரம் சி.பி.சி.ஐ.டி.”

டாக்டரின் உடம்பு ஒரு சின்ன நடுக்கத்துக்கு உட்பட்டு இயல்புக்குத் திரும்பியது. குழப்பமான முகத்தோடு கேட்டார்.

“எனிதிங்க் இம்பார்ட்டண்ட்...?”

“எஸ்..... ஒரு பேஷண்டை பார்க்கணும்.....!”

“பேஷண்ட் நேம்...?”

“செந்தமிழ்....!”

டாக்டர் தன் இடது கையின் ஆட்காட்டி விரலால் நெற்றியைக் கீறிக் கொண்டே யோசித்துவிட்டு " நீங்க சொல்ற அந்த பேர்ல இங்கே எந்த பேஷண்ட்டும் அட்மிட்டாகியிருக்கிற மாதிரி தெரியலையே..... அவரோட உடம்புக்கு என்ன...?"

"தெரியாது.... ஆனா, அந்த பேஷண்ட் அட்மிட்டாகியிருக்கிற ரூம் நெம்பர் 49"

டாக்டர் முகம் நிறைய திகைப்பது தெரிந்தது.

"49 எண் அறையில் அட்மிட்டாகியிருக்கிற நபரை உங்களுக்கு தெரியுமா...?"

"தெரியும்"

"அவர் பேர் என்ன சொன்னீங்க ஸார்...?"

"செந்தமிழ்...."

"ரெண்டு மணி நேரத்துக்கு முந்திதான் அந்த பேஷண்ட்டை யாரோ ஒரு நபர் இங்கே கொண்டு வந்து அட்மிட் பண்ணிட்டு போனார்...."

வேல்முருகன் ஆர்வமானார். "அட்மிட் பண்ணின நபர் யாரு...?"

"அந்தக் குழப்பத்தில்தான் இப்போ ட்யூட்டி டாக்டர்ஸ் மூணு பேரும் இருக்கோம்....."

"என்ன குழப்பம்...?"

"ரெண்டு மணி நேரத்துக்கு முன்பு ட்யூட்டி டாக்டர்ஸ் நாங்க மூணு பேரும் காஷுவாலிடி வார்டில் இருந்தபோது, ஒரு டாக்ஸி ஹாஸ்பிடலுக்குள்ளே வேகமாய் வந்தது. அதிலிருந்து பதட்டத்தோடு இறங்கிய ஒரு நபர் வார்டுக்குள்ளே வந்து ஒரு பேஷண்ட்டை உயிருக்கு ஆபத்தான நிலைமையில் கொண்டு வந்து இருக்கேன். உடனடியாய் அட்டெண்ட் பண்ணுங்க டாக்டர். நான் டாக்ஸியை அனுப்பிவிட்டு வர்றேன்னு வெளியே போனார். நாங்க உடனடியாய் டாக்ஸிக்குள்ளே மயக்கமான நிலைமையில் இருந்த அந்த இளைஞனை ஐ.ஸி.யூனிட்டுக்கு கொண்டு போய் ட்ரீட்மெண்ட் கொடுக்க ஆரம்பிச்சோம். ஆனா, டாக்ஸியை அனுப்பிட்டு வர்றேன்னு சொல்லிட்டு வெளியே போன அந்த நபர் அதுக்கப்புறம் எங்க கண்ணிலேயே படலை. உடனே நாங்க ட்ரீட்மெண்ட்டை நிறுத்திட்டோம். வெளியூர்ல இருக்கிற சீஃப் டாக்டர்க்கு தகவல் கொடுத்தோம். அவர் பேஷண்ட்டை

உடனடியாய் ஐ.ஸி.யூனிட்டிலிருந்து மாற்றி அறைக்குக்கொண்டு போய் முதலுதவி மாதிரியான ட்ரீட்மெண்ட்டை மட்டும் கொடுத்து நாளைக்குக் காலை வரை வெயிட் பண்ணி பார்க்கச் சொன்னார். நாங்களும் சீஃப் டாக்டர் சொன்ன மாதிரியே ஐ.ஸி.யூனிட்டிலிருந்து சாதாரண ரூமுக்கு மாத்திட்டோம். இப்போதைக்கு ட்ரிப்ஸ் மட்டும் போயிட்டிருக்கு.... நாளைக்குக் காலை வரை பார்த்துட்டு போலீஸூக்கு இன்ஃபார்ம் பண்ணிடலாம்ன்னு இருந்தோம். அதுக்குள்ளே போலீஸ் டிபார்ட்மெண்டிலிருந்து நீங்களே வந்துட்டீங்க.... அந்த பேஷண்ட் யார்ன்னு உங்களுக்கு தெரியுமா ஸார்..''

''தெரியும்.... அவர் பேர் செந்தமிழ். எக்ஸ் சி.எம். முகில்வண்ணனோட மகன். கடந்த சில மணி நேரமாய் அவரைக் காணோம்ன்னு புகார். அது விசாரணையில் நான் இருந்தபோதுதான், இந்த ஹாஸ்பிடல்ல 49ம் நம்பர் ரூம்ல அட்மிட் செய்யப்பட்டிருக்கிறார் என்கிற தகவல் எனக்கு கிடைச்சது. அது உண்மையான்னு தெரிஞ்சுக்கத்தான் இங்கே வந்தேன். பை...த.... பை, இப்போ செந்தமிழை பார்க்கலாமா...?''

''பார்க்கலாம்.... வாங்க ஸார்....'' டாக்டர் சொல்லிக்கொண்டே நடக்க ஆரம்பித்துவிட வேல்முருகன் பின் தொடர்ந்தபடி கேட்டார்.

''டாக்டர்.... செந்தமிழின் உயிருக்கு எந்த ஆபத்தும் இல்லையே..?''

''இப்போதைக்கு எந்த ஆபத்தும் இல்லை. ஆனா நாளைக்கு நிலைமை எப்படியிருக்கும்ன்னு சொல்ல முடியாது.''

''அவரோட உடம்புக்கு என்ன பிரச்சினை...?''

''அவரோட உடம்புக்குள்ளே ஒரு விபரீதமான பிரச்சினையை யாரோ உண்டாக்கியிருக்காங்க.''

''விபரீதமான பிரச்சினையா...?''

''எஸ்..... அவரோட உடம்புக்குள்ளே யாரோ இண்ட்ரா மஸ்குலர் இஞ்ஜெக்ஷன் மருந்தைச் செலுத்தியிருக்காங்க....''

33

வேல்முருகன் அதிர்ந்து போனவராய் கேட்டார்.

“என்ன டாக்டர்.... சொன்னீங்க.... இண்ட்ரா மஸ்குலர் இஞ்ஜெக்ஷன் மருந்தா...?”

“எஸ்....”

“அந்த இஞ்ஜெக்ஷனை ஒருத்தர்க்குப் போட்டா அவங்க உடம்புக்குள்ளே எது மாதிரியான பிரச்சினை ஏற்படும் ...? ஏதோ விபரீதம்ன்னு சொன்னீங்க...?”

“ஆமா.... அதுல மூணு டைப் இருக்கு. மூணுமே மனிதனோட நரம்பு மண்டலத்துடன் சம்பந்தப்பட்டவை. நோயாளி ஒருவர்க்கு அந்த மருந்தை சரியான அளவில் செலுத்தினால் நரம்பு கோளாறுகள் சரியாகும். ஆனா, மருந்தின் அளவை அதிகப்படுத்தினால் ஒட்டுமொத்த நரம்பு மண்டலமும் பாதிக்கப்படும்.....”

“செந்தமிழுக்கும் அது மாதிரியான பாதிப்புதான் ஏற்பட்டிருக்கா...?”

“அதற்கான அறிகுறிகள் தெரியுது. பட், ரெண்டு மணி நேரத்துக்கு முன்னாடி அவரை ஐ.ஸி. யூனிட்டில் வைத்து ட்ரீட்மெண்ட் கொடுத்துட்டு இருந்த போது அவர்க்கு லேசாய் நினைவு திரும்பியது. அவரைப் பத்தின தகவல்களை தெரிஞ்சுக்கிறதுக்காக பேச்சுக் கொடுத்துப் பார்த்தோம். அவரால பேச முடியலை..... கஷ்டப்பட்டு பேச முயற்சி பண்ணின போது மயக்கமாயிட்டார். அவரோட உடம்புக்கு என்ன பிரச்சினைன்னு தெரிஞ்சுக்கிறதுக்காக ரத்த மாதிரி எடுத்து சோதனை பண்ணிப்பார்த்த போதுதான் அவரோட ரத்தத்தில் இண்ட்ரா மஸ்குலர் இஞ்ஜெக்ஷன் மூலம் செலுத்தப்பட்ட ஒரு வகை மருந்து கலந்திருப்பது தெரிய வந்தது....”

“டாக்டர்.... செந்தமிழோட உயிர்க்கு ஆபத்து இல்லைன்னு கொஞ்ச நேரத்துக்கு முன்னே சொன்னீங்க. ஆனா இப்ப நீங்க சொல்ற விபரங்களைப் பார்த்த அவரோட நிலைமை ரொம்பவும் சீரியஸாய் இருக்கும் போலிருக்கே...?”

“எஸ்... சீரியஸ்தான். ஆனா அவரோட பி.பி. லெவல், பல்ஸ்ரேட் எல்லாமே சிறப்பான முறையில் இருக்கு..... அதனால்

தான் உயிர்க்கு ஆபத்து இல்லைன்னு சொன்னேன். ஆனா, இனிமேல் வரப்போகும் நிமிஷங்களில் செந்தமிழோட ஹெல்த் கண்டிஷன் எப்படியிருக்கும்ன்னு எனக்குத் தெரியாது.....'' அந்த ட்யூட்டி டாக்டர் சொல்லிக்கொண்டே சாத்தப்பட்டு இருந்த ஒரு பக்கவாட்டு அறைக் கதவைத் திறந்து கொண்டு உள்ளே போனார்.

அறை அவ்வளவு சுத்தமாய் இல்லை. பெயிண்ட் பூச்சு உதிர்ந்து போன சுவர்கள். மங்கலாக எரிந்து கொண்டிருந்த ஒரு மஞ்சள் நிற குண்டு பல்பு. சுவரோரமாய் போடப்பட்டிருந்த ஒரு சாதாரண இரும்பு கட்டிலில் அழுக்கான பச்சை நிற போர்வை போர்த்தப்பட்டு செந்தமிழ் தெரிந்தான். உடம்புக்குள்ளே துளிதுளியாய் ட்ரிப்ஸ் போய்க்கொண்டிருந்தது. ஆழ்ந்த உறக்கத்தில் அவன் இருப்பதற்கு அடையாளமாய் வாய் லேசாய் பிளந்திருக்க மார்பு சீரான இடைவெளியில் ஏறி இறங்கிக் கொண்டிருந்தது.

வேல்முருகன், செந்தமிழைப்பார்த்து விட்டு ட்யூட்டி டாக்டரிடம் திரும்பினார்.

"இவர் சாதாரண நபர் இல்லை. முன்னாள் முதலமைச்சரோட மகன். அவரை இப்படிப்பட்ட ரூம்ல வெச்சு ட்ரீட்மெண்ட் கொடுத்துட்டு இருக்கீங்களே..?"

"ஸாரி ஸார்... இவர் எக்ஸ் சி.எம்.மோட மகன்னு நீங்க சொல்லித்தான் எனக்குத் தெரியும். இப்ப, உடனடியாய் இவரை ஐ.ஸி. யூனிட்டுக்கு மாத்தி இதுக்கு முன்பு கொடுத்துட்டிருந்த இன்டென்சிவ் கேர் ட்ரீட்மெண்ட்டை கண்டின்யூ பண்ணிடறோம்."

சொன்ன ட்யூட்டி டாக்டர், தன்னுடைய கோட் பாக்கெட்டினின்றும் செல்போனை எடுத்து யாரையோ தொடர்பு கொண்டு பேசினார். அதே விநாடியில் வேல்முருகனின் செல்போனும் ம்யூட் மோடில் வெளிச்சமாய் ஒளிர்ந்து யாரோ அழைப்பதை உணர்த்தியது. எடுத்துப் பார்த்தார். போனின் டிஸ்ப்ளேயில் போலீஸ் கமிஷனரின் பெயர்.

அறையை விட்டு வெளியேறி வராந்தாவின் ஜன்னல் ஓரமாய் போய் நின்று கொண்டு பேச ஆரம்பித்தார் வேல்முருகன்.

"ஸார்...! நானே உங்களுக்கு போன் பண்ணி பேசலாம்ன்னு இருந்தேன்." என்று ஆரம்பித்தவர் எல்லா விஷயங்களையும் நிதானமான குரலில் சொல்லி முடிக்க, மறுமுனையில் கமிஷனர் ஆதிமூலம் பதறினார்.

“செந்தமிழை எப்படியாவது நாம காப்பாற்றியாகணும் வேல்முருகன். அந்த ஹாஸ்பிடலில் லேட்டஸ்ட் மெடிக்கல் எக்யூப்மெண்ட்ஸ் இருக்கான்னு பாருங்க. இல்லேன்னா வேற ஹாஸ்பிடலுக்கு போயிடலாம்.”

“இதுவும் ஒரு மல்டி ஸ்பெஷாலிடி ஹாஸ்பிடல்தான் ஸார்......”

“சீஃப் டாக்டர் பேர் என்ன...?”

“தெரியலை ஸார்..... இனிமேல்தான் கேட்கணும்”

“வேல்முருகன்.....! முகில்வண்ணனோட ஃபேமிலி மெம்பர்ஸ் மேல யார்க்கு கோபம்ன்னு தெரியலை. சம்பவங்கள் எல்லாம் விபரீதமாய் போயிட்டிருக்கு.”

“ஸார்... இதுக்கெல்லாம் காரணம் அந்த மிருணாளினிதான்...”

“நான் அப்படி நினைக்கலை....”

“என்ன ஸார் சொல்றீங்க..?”

“மிருணாளினி ஒரு சாதாரண குடும்பப் பெண். முகில்வண்ணன் மாதிரியான ஒரு நபரை எதிர்த்து இப்படிப்பட்ட காரியங்களை செய்ய முடியுமா ..... கொஞ்சம் யோசியுங்க வேல்முருகன்...?”

“ஸார்..... உங்க கூட போன்ல பேசினது ஒரு பெண்தானே..?”

“பெண்தான்.... ஆனா அவள் மிருணாளினியாகத் தான் இருக்கணுமா..? வேறு ஒரு பெண்ணாகவும் இருக்கலாமே..?”

“ஸார்....மிருணாளினி தவறு செய்யாத பட்சத்தில் ஏன் தலைமறைவாய் இருக்கணும்..?”

“போலீஸ் தன்னைத் தேடறாங்களே என்கிற பயம் கூட காரணமாய் இருக்கலாம்.....”

“ஸார்..... நான் மேற்கொண்டு என்ன செய்யணும்.... செந்தமிழ் இதே ஹாஸ்பிடலில் இருக்கட்டுமா...? இல்லை சிட்டியில் இருக்கிற வேற ஏதாவது ஒரு நல்ல ஹாஸ்பிடலுக்குக் கொண்டு போயிடலாமா..?”

“வேண்டாம்..... இப்போதைக்கு அதே ஹாஸ்பிடலில் செந்தமிழ் ட்ரீட்மெண்ட்டில் இருக்கட்டும். செந்தமிழ் இது போன்ற நிலைமையில் இருக்கறது முகில்வண்ணனுக்குத் தெரிய வேண்டாம். அவரோட ஹெல்த் கண்டிஷன் இப்போ சரியில்லை. எந்தவிதமான ஒரு அதிர்ச்சிகரமான விஷயத்தையும் அவருடைய கவனத்துக்கு கொண்டு போக வேண்டாம்ன்னு ஃபேமிலி டாக்டர் சதாசிவம் கொஞ்ச நேரத்துக்கு முன்னாடிதான் என்கிட்டே

சொன்னார்.''

''டாக்டரோட பாயிண்ட் ஆஃப் வ்யூவில் அவர் சொல்றது சரிதான் ஸார். ஆனா செந்தமிழ் எங்கேன்னு முகில்வண்ணன் கேட்கும்போது அவர்க்கு நாம சொல்லக்கூடிய பதில் என்ன..?''

''ஏதாவது சொல்லி சமாளிக்கணும்... அந்த விஷயத்தை நான் பார்த்துக்கிறேன். உங்க அட்டென்ஷன் பூராவும் செந்தமிழ் மேல இருக்கட்டும்.... ஹாஸ்பிடல்ல அட்மிட்டாகியிருக்கிற விஷயம் மீடியாக்களுக்கு தெரியாமல் பார்த்துக்க வேண்டிய வேலை உங்களோடது. பி... அலர்ட்.''

''எஸ்... ஸார்.''

''ஏதாவது ஒரு முக்கியமான விஷயமாய் பேச எனக்கு போன் பண்ணனும்ன்னு நினைச்சா ஒரு மிஸ்டு கால் கொடுத்துட்டு வெயிட் பண்ணுங்க.....''

''எஸ்... ஸார்.''

மறுமுனையில் போலீஸ் கமிஷனர் செல்போனின் இணைப்பை துண்டித்துவிட, வேல்முருகன் ஒரு பெருமூச்சோடு திரும்பினார். ட்யூட்டி டாக்டர் நின்றிருந்தார். சொன்னார்.

''ஸார்..... வெளியூரிலிருந்து சீஃப் டாக்டர் பேசினார். அவர்கிட்டே நான் எல்லா விஷயத்தையும் சொல்லிட்டேன். அவரும் நாளைக்குக் காலையில் உடனடியாய் புறப்பட்டு வர்றேன்னுட்டார்.''

''சீஃப் டாக்டரோட பேர் என்ன..?''

''டாக்டர் லட்சுமிகாந்தன் ஸார்.''

''இப்ப அவர் எங்கே போயிருக்கார்..?''

''செங்கல்பட்ல அவர்க்கு இன்னொரு ஹாஸ்பிடல் இருக்கு ஸார். வாரத்துல மூணு நாள் அங்கே போயிடுவார். நாளைக்குக் காலையில் வந்துடுவார்....''

''செந்தமிழை ஐ.ஸி. யூனிட்டுக்கு கொண்டு போயிட்டீங்களா..?''

''டோண்ட் வொர்ரி ஸார்...... அதுக்கான ஏற்பாடுகள் நடந்துட்டு இருக்கு. இனி அவர்க்கு கொடுக்கக்கூடிய ட்ரீட்மெண்ட் வேற மாதிரி இருக்கும்....''

''பை.....த.......பை...... டாக்டர்.''

''சொல்லுங்க ஸார்..''

''செந்தமிழ் இங்கே அட்மிட்டாகியிருக்கிற விஷயம் வெளியே

யார்க்கும் தெரியக்கூடாது. இது போலீஸ் கமிஷனரோட உத்தரவு. உங்க சீஃப் டாக்டருக்கு போன் பண்ணிச் சொல்லிடுங்க...."

"இப்ப சொல்லிடறேன் ஸார்."

அப்புறம் டாக்டர்..... செந்தமிழை யாரோ ஒரு நபர் டாக்ஸியில் கொண்டு வந்து அட்மிட் பண்ணிட்டு போனதாக சொன்னீங்க இல்லையா...?"

"ஆமா..... ஸார்..."

"அந்த சம்பவம் சி.சி.டி.வி. காமிராவில் பதிவாயிருக்கும். அந்த காமிரா ஃபுட்டேஜ்ஜை வாங்கிப் பார்த்தீங்களா...?"

"ஸாரி ஸார்.... அந்த டாக்ஸி வந்து நின்ன பார்க்கிங் ஏரியாவில் சி.சி.டி.வி. காமிராவை ஃபிக்ஸ் பண்ணலை... பொதுவாய் அந்த இடத்துல எந்த ஒரு வாகனமும் நிக்காது."

"செந்தமிழை அட்மிட் பண்ண வந்த நபரை நீங்க பார்த்தீங்களா...?"

"நாங்க ட்யூட்டி டாக்டர்ஸ் யாருமே பார்க்கலை. ஸ்ட்ரெச்சரோடு போன ரெண்டு ஆர்டர்லீஸ் கூட அந்த நபரை சரியாய் கவனிக்கலை. பேஷண்ட்டை உள்ளே கொண்டு போங்க. நான் டாக்ஸியை அனுப்பிவிட்டு பின்னாடியே வர்றேன்னு அவன் சொன்னதை ஆர்டர்லீஸ் நம்பிட்டாங்க."

"அந்த ஆர்டர்லீஸ் இப்ப இருக்காங்களா...?"

"இல்லை... ஸார்.... அவங்களுக்கு ட்யூட்டி முடிஞ்சு கிளம்பிட்டாங்க. நாளைக்கு காலையில்தான் வருவாங்க..."

"நான் அவங்களைப் பார்க்கணும்.." வேல்முருகன் சொல்லிக் கொண்டிருக்கும்போதே, அவருடைய செல்போன் யாரோ அழைப்பதற்கு அறிகுறியாய் வெளிச்சமாய் ஒளிர்ந்தது.

எடுத்துப் பார்த்தார். நித்திலன் பெயர் டிஸ்ப்ளேயில் தெரிந்தது. மெலிதான குரலில் பேசினார்.

"சொல்லுங்க நித்திலன்."

"ஸார் நீங்க இப்ப எங்கே இருக்கீங்க...?"

"திரிசூலம் ஏரியாவில்."

"உடனே புறப்பட்டு வர முடியுமா...?"

"ஏன் என்ன விஷயம்...?"

"கஜபதி உயிரோடு இல்லை...."

34

வேல்முருகன் அதிர்ச்சியில் உறைந்து போனவராய் சில விநாடிகள் ஒன்றும் பேசத் தோன்றாமல் செல்போனை காதில் பொருத்திக்கொண்டு அப்படியே நின்றார். பிறகு நடுக்கமான குரலில் கேட்டார்.

"என்ன சொல்றீங்க நித்திலன்? கஜபதி உயிரோடு இல்லையா...?"

"ஆமா...."

"என்னாச்சு...?"

"தெரியல ஸார்...... எங்க சீஃப் அருள், பத்து நிமிஷத்துக்கு முன்னாடி எனக்கு போன் பண்ணி பேசினார். அவர்தான் கஜபதி உயிரோடு இல்லை என்கிற விஷயத்தைச் சொன்னார்."

"கஜபதி எப்படி இறந்தார்ன்னு சொல்லலையா...?"

"சொல்லலை..."

"கஜபதியோட மரணம் எப்படின்னு கேட்க வேண்டியதுதானே...?"

"கேட்டேன் ஸார்...... அதுக்கு அவர் போன்ல ஏதுவும் வேண்டாம். நீ.... உடனே புறப்பட்டு நுங்கம்பாக்கத்தில் இருக்கிற கஜபதி வீட்டுக்கு வந்துருன்னு சொன்னார். அப்படியே உங்களுக்கும் தகவல் கொடுத்துடச் சொன்னார். கஜபதி வீடு உங்களுக்கு தெரியுமா ஸார்...?"

"தெரியும்.....!"

"உங்களால் வர முடியுமா...?"

"வர்றேன்...."

"போலீஸ் கமிஷனரின் இன்ஸ்ட்ரக்சன்படி திரிசூலம் போனீங்க, அங்கே நிலவரம் என்ன ஸார்..?"

"இங்கேயும் நிலவரம் சரியில்லை..... மணிமார்பன் கொலை செய்யப்பட்ட விவகாரத்தில் நாம எதிர்பார்க்காத சம்பவங்கள் வேகவேகமாய் நடந்துகிட்டு இருக்கு...."

"என்ன ஸார் சொல்றீங்க...?"

"காணாமல் போனதாய் சொல்லப்பட்ட செந்தமிழ் திரிசூலம் ஏரியாவில் இருக்கிற ஒரு ஹாஸ்பிடலில் உணர்வற்ற நிலையில் அட்மிட் செய்யப்பட்டிருக்கார்.... அட்மிட் பண்ணினது யார்ன்னு

தெரியல.... ஒரு மனிதனின் நரம்பு மண்டலத்தை முடமாக்கவல்ல இண்ட்ரா மஸ்குலர் இஞ்ஜெக்ஷன் அவர்க்குப் போடப்பட்டிருக்கு.... மணிமார்பனின் கொலைக்கு காரணமான நபரை வேகமாய் நெருங்கியாகணும் நித்திலன். அப்படி இல்லாத பட்சத்தில் இன்னமும் பல இழப்புகளை நாம் பார்க்க வேண்டியிருக்கும்."

"ஸார்..... செந்தமிழோட உயிர்க்கு ஆபத்து இல்லேயே....?"

"உயிர்க்கு எந்த ஆபத்தும் இல்லை.... ஆனா உடம்போட செயல்பாடுகள் இனிவரும் நாட்களில் எப்படியிருக்கும்ன்னு சொல்ல முடியாது. நான் நேர்ல வந்து உங்களுக்கு எல்லாத்தையும் சொல்றேன்."

வேல்முருகன் செல்போனில் பேச்சை முடித்துக் கொண்டு ஒரு நர்ஸிடம் பேசிக்கொண்டிருந்த ட்யூட்டி டாக்டரிடம் வந்தார்.

"டாக்டர்.....!"

அவர் நர்ஸை விட்டு விலகி வந்தார்.

"எஸ்....."

"நான் ஒரு அவசர வேலையா கிளம்பிப் போக வேண்டியிருக்கு... செந்தமிழுக்கு சரியான ட்ரீட்மெண்ட்டை கண்டின்யூ பண்ணுங்க.. நான் நாளைக்குக் காலையில் வர்றேன்.... இஃப் எனி அர்ஜென்ஸி காண்டாக்ட் மீ...... ப்ளீஸ் நோட்....திஸ் ஈஸ் மை செல் நெம்பர்...."

வேல்முருகன் தன்னுடைய செல்போனின் எண்களை சொல்ல, டாக்டர் ஒரு தாளில் அதை குறித்து வைத்துக்கொண்டார்.

"டாக்டர்....! வெரி மோஸ்ட் இம்பார்டெண்ட் ஒன் ஈஸ்..... செந்தமிழைப் பார்க்க யாரையும் அலவ் பண்ண வேண்டாம். செந்தமிழ் நார்மலான நிலைக்கு வருகிற வரைக்கும், அவர் இங்கே அட்மிட்டாகியிருக்கிற விஷயம் மீடியாக்களுக்கு தெரியக்கூடாது.....!"

"டோண்ட் வொர்ரி ஸார்......இந்தப் பிரச்சினையின் சீரியஸ்னஸ் எனக்கும் தெரியுது. நான் சீஃப் டாக்டர்கிட்டே பேசிட்டு தேவையான ஏற்பாடுகளைப் பண்ணிடறேன்"

"ஓகே டாக்டர்.. ப்ளீஸ் டேக் கேர் ..... இப்போ...... நான் நுங்கம்பாக்கம் போக ஒரு வண்டி அரேஞ்ச் பண்ண முடியுமா.. இஃப் யு டோன்ட் மைண்ட் .."

"நோ ப்ராப்ளம்... ஐ வில் டூ தி நீட்ஃபுல்... என்னோட காரை நீங்க யூஸ் பண்ணிக்கலாம்."

"தேங்க்யூ டாக்டர்...." வேல்முருகன் டாக்டரின் கையைப்

பற்றிக் குலுக்கிவிட்டு அந்த அறையினின்றும் வெளிப்பட்டார்.

● ● ●

நேரம் நள்ளிரவைத் தாண்டியிருக்க, வேல்முருகன் நுங்கம்பாக்கம் ஏரியாவில் இருந்த கஜபதி வீட்டுக்கு முன்பாய் காரை நிறுத்தி இறங்கிக் கொண்டார்.

கஜபதி வீடு மங்கலான வெளிச்சத்தில் அமைதியாய் இருந்தது. இறங்கி சிறிய காம்பௌண்ட் கேட்டைத் திறந்து கொண்டு உள்ளே போனார். வீட்டு வாசற்படி ஏறும்போதே நித்திலன் எதிர்பட்டான்.

“வாங்க ஸார்........ உங்களுக்காகத்தான் வெயிட் பண்ணிட்டிருக்கோம்...”

“இந்த ஏரியா பீட் போலீஸ் ஸ்டேஷனிலிருந்து இன்ஸ்பெக்டர் வந்துட்டாரா...?”

“வந்துட்டார் ....ஸார்”

“அவர் பேர் என்ன...?”

“பிரசன்னா..... அவரோடு சப் இன்ஸ்பெக்டர் ஒருத்தரும், ரெண்டு கான்ஸ்டபிள்களும் வந்து ஃபார்மாலீட்டீஸைப் பார்த்துட்டு இருக்காங்க...!”

“உங்க ஐ.டி. டிபார்ட்மெண்ட் மேலதிகாரி அருள் வந்துட்டாரா...?”

“வந்துட்டார் ஸார்....... இன்ஸ்பெக்டர் பிரசன்னாவோடு பேசிட்டிருக்கார்” நித்திலன் சொல்லிக்கொண்டே பக்கத்தில் இருந்த ஒரு அறைக்குள் நுழைந்தார். அந்த அறையின் ஜன்னலுக்குப் பக்கத்தில் நின்றபடி ஐ.டி. அதிகாரி அருளும், இன்ஸ்பெக்டர் பிரசன்னாவும் ஏதோ பேசிக்கொண்டு இருக்க, வேல்முருகனைப் பார்த்ததும் பிரசன்னா சட்டென்று அலர்ட்டாகி அட்டென்ஷனுக்கு வந்து சல்யூட் வைத்துத் தளர்ந்தார். அதை தலையசைப்பால் ஏற்றுக்கொண்ட வேல்முருகன் இன்ஸ்பெக்டர்க்கு நேர் எதிராய் வந்து நின்றார்.

“மிஸ்டர் பிரசன்னா....”

“ஸார்......”

“கஜபதியோட மர்டர் நான் எதிர்பார்க்காத ஒண்ணு..... எப்படி மர்டர்...?”

“ஸாரி ஸார்.... கஜபதியை யாரும் கொலை செய்யலை...!”

“தென் ...?”

“சூசையிட்”

“என்னது..? தற்கொலையா...?”

“எஸ் ஸார்.... தூக்கு போட்டு, தற்கொலை லெட்டர் எழுதி வெச்சுட்டுத்தான் அந்த முடிவை எடுத்திருக்கார்.....”

வேல்முருகன் அதிர்ந்து போனவராய் தலையை ஆட்டினார். “இட் காண்ட் பி..... கஜபதி தற்கொலை பண்ணியிருக்க முடியாது மிஸ்டர் பிரசன்னா...... பாடி எங்கே...?”

“கம் வித் மீ ஸார்.....” இன்ஸ்பெக்டர் பிரசன்னா வேல்முருகனை அடுத்தாற்போல் இருந்த அந்த அறைக்குக் கூட்டிக்கொண்டு போக அந்தக்காட்சி அவருடைய பார்வையைத் தாக்கியது.

அறையின் மைய சீலிங்கிலிருந்து ஒரு நேர்க்கோட்டைப் போல் தொங்கிக் கொண்டிருந்தார் கஜபதி. அதிர்ச்சியில் உறைந்து போய் அண்ணாந்து பார்த்துக் கொண்டிருந்த வேல்முருகனிடம் பிரசன்னா சொன்னார்.

“ஸார்... இது கஜபதி தற்கொலை பண்ணிக்கப் போறதுக்கு முந்தி அவர் எழுதின லெட்டர்...!”

அதிர்ச்சி விலகாத முகத்தோடு பிரசன்னா நீட்டிய கடிதத்தை வாங்கிப் படிக்க ஆரம்பித்தார் வேல்முருகன்.

காவல்துறைக்கு கஜபதி எழுதிக் கொண்டது. இது கடிதம் அல்ல. என்னுடைய மரண வாக்குமூலம். என் மரணத்துக்கு நானே காரணம், யாரும் காரணமில்லை என்பதை என்னுடைய வாக்குமூலத்தின் ஆரம்ப வரியிலேயே அழுத்தமாய்ச் சொல்லிவிடுகிறேன். நான் என் வாழ்க்கையில் செய்த மிகப் பெரிய தவறு ஒரு முழுநேர அரசியல்வாதியாக மாறியதுதான். கட்டின மனைவியை மறந்து, பெற்ற மகளை மறந்து நான் சார்ந்த கட்சிக்காக தமிழ்நாடு முழுவதும் சுற்றினேன். என் மனைவி நோய்வாய்ப்பட்டு மருத்துவமனையில் இருந்தபோதும்கூட அவளைப்போய் பார்க்காத அளவுக்கு ஓர் அழுக்கான அரசியல்வாதி நான். என் மனைவி இறந்த செய்தி கூட எனக்கு நான்கு மணிநேரம் கழித்துத்தான் தெரிய வந்தது.

மனைவி இல்லாத போதுதான் அவளுடைய அருமை தெரிந்தது. அதன்பிறகு மகளை நல்லபடியாய் வளர்த்து

படிக்க வைத்து ஒரு நல்ல வரன் பார்த்து திருமணம் செய்து வைத்தேன். நான் வாழ்க்கையில் செய்த ஒரே நல்ல காரியம் இது ஒன்றுதான். நான் இந்த அரசியலை விட்டு விலக முடியாது. காரணம் இது ஒரு புதைமணல். நான் இதிலிருந்து விடுபட முடியாது என்கிற காரணத்தினால் தற்கொலை செய்து என்னுடைய வாழ்க்கையை முடித்துக்கொள்கிறேன். இது நான் எடுத்த முடிவு. விசாரணை என்கிற பெயரில் யாரையும் துன்புறுத்த வேண்டாம்.

இப்படிக்கு

கஜபதி

வேல்முருகன் கடிதத்தை முழுமையாய் படித்து விட்டு தொங்கிக் கொண்டிருந்த கஜபதியின் உடலைப் பார்த்துவிட்டு இன்ஸ்பெக்டரிடம் திரும்பினார்.

“பாடியை ஏன் கீழே இறக்கலை...!”

“நீங்க வர்றதுக்காக வெயிட் பண்ணிட்டிருந்தோம் ஸார்.....”

“மொதல்ல பாடியை இறக்குங்க...!”

“எஸ் ஸார்....” இன்ஸ்பெக்டர் பிரசன்னா சொல்லி விட்டு அங்கிருந்து நகர வேல்முருகனின் பார்வை தனக்குப் பக்கத்தில் நின்றிருந்த அருளின் பக்கமாய் திரும்பியது. கேட்டார்.

“ஸார்..... கஜபதியோட தற்கொலையை உங்களால நம்ப முடியுதா...?”

“நான் நம்பறேன் மிஸ்டர் வேல்முருகன்”

“என்ன ஸார்.... சொல்றீங்க.... சில மணி நேரத்துக்கு முன்னாடி பெசண்ட் நகர் பீச்சில் கஜபதி நம்ம கூட பேசும்போது கூட உற்சாகமான மனநிலையில்தான் இருந்தார். அதுக்கப்புறம் அவர் தற்கொலை பண்ணிக் கொள்கிற முடிவுக்கு எப்படி போயிருக்க முடியும்...?”

“மிஸ்டர் வேல்முருகன்...! நீங்க பீச்சிலிருந்து கிளம்பி திரிசூலத்துக்கு போன பிறகு, அடுத்த பத்து நிமிஷத்துக்குள்ளே நாங்களும் அங்கிருந்து கிளம்பிட்டோம். நான் என்னோட வீட்டுக்குப் போய் காரை போர்டிகோவில் பார்க் பண்ணிட்டிருந்த போது கஜபதி எனக்கு போன் பண்ணினார். நான் போனை அட்டெண்ட் பண்ணி என்ன விஷயம்ன்னு கேட்டேன். அதுக்கு

அவர் ‘ஸார் எனக்கு மனசு சரியில்லை. உயிரோடு இருக்கவே பிடிக்கவில்லை. தற்கொலை பண்ணிக்கலாம்ன்னு இருக்கேன். இது நானாக எடுத்த முடிவு. லெட்டரும் எழுதி வெச்சிருக்கேன்’னு சொல்லிட்டு போனை கட் பண்ணிட்டார்....!”

35

அருள் சொன்னதைக் கேட்டு ஒரு சில விநாடிகள் மௌனமாய் இருந்த வேல்முருகன் பிறகு அந்த கேள்வியைக் கேட்டார்.

“கஜபதி அப்படி சொல்லி போனைக் கட் பண்ணினதும் நீங்க மறுபடியும் அவரோட செல்போன் நெம்பரை காண்டாக்ட் செய்யலையா...?”

“உடனே காண்டாக்ட் பண்ணினேன். ஆனா போன் ‘ஸ்விட்ச் ஆஃப்’ ஆகியிருந்தது....... கஜபதியோட தற்கொலை முடிவை தடுத்து நிறுத்தறதுக்காக, அதே நிமிஷம் கார்ல புறப்பட்டு அவரோட வீட்டுக்கு வந்தேன். வீட்டோட வாசல் திறந்திருந்தது. காரை வெளி வாசலில் நிறுத்திட்டு உள்ளே போனேன். முன்பக்க அறைகள் ரெண்டும் இருட்டில் இருக்க பக்கவாட்டு அறையில் மட்டும் வெளிச்சமாய் இருந்தது. மனசைத் திடப்படுத்திகிட்டு உள்ளே போய் பார்த்தேன். கஜபதி தூக்கில் தொங்கிட்டு இருந்தார். எனக்கு என்ன செய்யறதுன்னு தோணல. உடனடியாய் நித்திலனுக்கு போன் பண்ணி தகவல் கொடுத்தேன்.....”

வேல்முருகன் மேற்கொண்டு பேசும் முன்பு அவர்க்குப் பின்பக்கம் “ஸார்...” என்ற குரல் கேட்டு திரும்பினார்.

இன்ஸ்பெக்டர் பிரசன்னா நின்றிருந்தார்.

“என்ன...?”

“கஜபதியோட பாடியை இறக்கிட்டோம் ஸார். அவர் உடம்புல ஒரு சின்ன காயம் கூட இல்லை ஸார்...... அவரோட சட்டை பாக்கெட்டில் இந்த போட்டோ மட்டும் இருந்தது ஸார்.” சொன்ன இன்ஸ்பெக்டர் அந்த போட்டோவை வேல்முருகனிடம் நீட்ட அவர் வாங்கிப் பார்த்தார்.

போட்டோவில் கஜபதி நாற்காலியில் உட்கார்ந்திருக்க அவர்க்குப் பின்னால் ஒரு இளம்பெண் கையில் குழந்தையோடும், அவள் அருகே இளைஞன் ஒருவனும் சிரித்துபடி நின்றிருந்தார்கள்.

“யார் இது ...?”

“ஸார்..... இது கஜபதியோட பொண்ணு சுமதி. இவர் சுமதியோட கணவர் சம்பத். குழந்தை விஜேஷ்.......” என்று சொன்ன இன்ஸ்பெக்டர் தயக்கத்தோடு சொன்னார்.

“போட்டோவோட பின்பக்கம் பார்த்துருங்க ஸார்”

வேல்முருகன் போட்டோவை திரும்பிப் பார்க்க ஸ்கெட்ச் பேனாவால் எழுதப்பட்ட இரண்டு வரிகள் பார்வைக்குத் தட்டுப்பட்டன.

என் உயிர் பிரியும்போது இந்தப் போட்டோ என்னோடு இருக்க ஆசைப் பட்டேன்

-கஜபதி

தோள்களைக் குலுக்கி உஷ்ணமாய் பெருமூச்சு விட்ட வேல்முருகன் பிரசன்னாவை ஏறிட்டார்.

“சுமதிக்கு தகவல் கொடுத்தீங்களா...?”

“நாங்க இங்கே வந்து ஃபார்மாலிடீஸைப் பார்த்துக் கொண்டு இருக்கும்போதே சுமதி வந்துட்டாங்க ஸார்..”

“சுமதிக்கு எப்படி விஷயம் தெரிந்தது...?”

“கஜபதி அருள் ஸாருக்கு போன் பண்ணி பேசின மாதிரியே சுமதிக்கும் போன் பண்ணி தன்னோட வாழ்க்கையை முடிச்சுக்கப் போறதாய் சொல்லியிருக்கார். தாம்பரத்துல குடியிருக்கிற சுமதி பதறியடிச்சுகிட்டு குழந்தையும், கையுமாய் டாக்ஸி பிடிச்சு வந்துட்டாங்க...”

“இப்ப சுமதி எங்கே...?”

“தூக்குல தொங்கிட்டு இருக்கிற அப்பாவோட உடம்பைப் பார்த்ததும் அதிர்ச்சியில் மயக்கமாயிட்டாங்க... இப்பத்தான் மயக்கம் தெளிஞ்சு எழுந்து உட்கார்ந்து சகஜ நிலைமைக்கு திரும்பியிருக்காங்க.....” பக்கத்தில் இருந்த ஒரு அறையைக் காட்டி கொண்டே பிரசன்னா செல்ல, வேல்முருகன் அந்த அறைக்குள் நுழைந்தார்.

கட்டிலில் குழந்தை தூங்கிக் கொண்டிருக்க, பக்கத்தில் முழங்கால்களைக் கட்டிக்கொண்டு உட்கார்ந்திருந்த சுமதி அழுகையோடு எழுந்தாள். அவளிடம் தன்னை அறிமுகப் படுத்திக்கொண்ட வேல்முருகன், நிதானமான குரலில் பேச ஆரம்பித்தார்.

“இதோ பாரம்மா.... சிலமணிநேரத்துக்கு முன்னாடி உன்னோட அப்பா பெசண்ட் பீச்சுல எங்க கூட உட்கார்ந்து பேசிகிட்டு

இருக்கும்போது உற்சாகமான மனநிலைமையில்தான் இருந்தார். தற்கொலை பண்ணிக்கிற எண்ணம் அவரோட மனசுக்குள்ளே இருந்திருந்தா பீச்சுக்கே வந்திருக்க மாட்டார்........ என்னோட பாய்ண்ட் ஆஃப் வ்யூவில் அவர் தற்கொலை பண்ணிக்க வாய்ப்பே இல்லை.....நீ என்னம்மா நினைக்கிறே...?"

சுமதி அழுகைக்கு அணை போட முயன்று குரல் தழுதழுத்தாள்.

"அப்பா தற்கொலை பண்ணிக்க வாய்ப்பு இருக்கு ஸார்..."

"எப்படி சொல்றே...?"

"ரெண்டு வாரத்துக்கு முன்னால அப்பா என்னைப்பார்க்க வீட்டுக்கு வந்திருந்தார். எப்பவுமே அவர் உற்சாகமாய் இருப்பார். ஆனா, அன்னிக்கு அவரைப்பார்க்கும்போது சோர்வாய் தெரிஞ் சார். ஏம்பா, உடம்பு சரியில்லையான்னு கேட்டேன். அதுக்கு அவர் உடம்பெல்லாம் நல்லாத்தான் இருக்கம்மா..... மனசுதான் சரியில்லைன்னு சொன்னார். தொடர்ந்து அவர் பேசும்போது இந்த அசிங்கம் பிடிச்ச அரசியல் வாழ்க்கை அலுத்துப் போச்சும்மா..... பொய் பேசாமே நாட்களை நகர்த்த முடியலைன்னு சொன்னார். நான் அதுக்கு உங்களுக்கு அரசியல் பிடிக்கலைன்னா வெளியே வந்துடுங்கப்பான்னு சொன்னேன். அதுக்கு அவர்......"

சுமதி மேற்கொண்டு பேச முடியாமல் சேலைத்தலைப்பால் வாயைப் பொத்திக்கொண்டாள். வேல்முருகன் கேட்டார்.

"அப்பா என்ன சொன்னாரம்மா...?"

சுமதி அழுகையை மென்று விழுங்கிவிட்டு சொன்னாள். "அரசியலை விட்டு நான் வெளியே வரணும்ன்னா செத்துதாம்மா போகணும். அதுவும் ஒரு நாளைக்கு நடக்கும்ன்னு சொல்லிட்டு கண் கலங்கினார். நானும், என்னோட கணவரும் அவர்க்கு ஆறுதல் சொன்னோம்..."

"இப்ப..... உங்க ஹஸ்பெண்ட் வரலையா...?"

"வரலை... மும்பையில் இருக்கிற ஒரு ஐ.டி. கம்பெனியில் வேலைல இருக்கார். அப்பாவைப் பற்றிய தகவலை அவர்க்கு கொடுத்துட்டேன். அடுத்த ஃப்ளைட்ல புறப்பட்டு வர்றேன்னு சொல்லிட்டார்."

"அவர் பேர் என்ன...?"

"சம்பத்..."

“அவர் மும்பையில் இருக்கார். நீங்க இங்கே இருக்கீங்க... காரணம் என்னன்னு தெரிஞ்சிக்கலாமா...?”

“மும்பையில் இருக்கிற ஒரு ஐ.டி. கம்பெனியில் அவர் ஒரு நல்ல போஸ்டில் இருக்கார். அவருக்கு ரிசைன் பண்ண விருப்பமில்லை. எனக்கும் அங்க போக மனசில்லை. அதனால பதினஞ்சு நாளைக்கு ஒரு தடவை சென்னை வந்துட்டு போவார்.” சுமதி சொல்லிக் கொண்டிருக்கும்போதே வேல்முருகன் செல்போன் ‘திடுக்’கென்று விழித்துக் கொண்டு கூப்பிட்டது. எடுத்து அழைப்பது யார் என்று பார்த்தார்.

போலீஸ் கமிஷனர் ஆதிமூலம்.

வேல்முருகன் அறைக்கு வெளியே போய் பேசினார்.

“ஸார்..... நானே உங்களை காண்டாக்ட் பண்ணி ஒரு விஷயத்தைப்பத்தி சொல்லலாம்ன்னு இருந்தேன்...”

“அது என்ன விஷயம்ன்னு எனக்குத் தெரியும். கஜபதியோட தற்கொலை விவகாரம்தானே...?”

“ஆமா... ஸார்..”

“டெப்டி கமிஷனர் நியூட்டன் இப்பத்தான் எனக்கு சொன்னார். நீங்க ஸ்பாட்லதான் இருக்கீங்களா...?”

“ஆமா ஸார். இன்வெஸ்டிகேஷன் போய்கிட்டு இருக்கு....!”

“கஜபதியோட தற்கொலைக்கான காரணத்தை கெஸ் பண்ணிட்டீங்களா..?”

“ஸாரி ஸார்”

“எதுக்கு ஸாரி...?”

“கஜபதி தற்கொலை பண்ணிக்கலை ஸார். ஹி ஈஸ் மர்டர்ட்....!”

“எப்படி அந்த முடிவுக்கு வந்தீங்க...?”

“மணிமார்பன்.... கொலையா.... தற்கொலையா ஸார்...?”

“கொலை.... அதுல என்ன சந்தேகம்...?”

“மணிமார்பனை கொலை செய்ததாய் சொல்லப் படுகிற நபரான நீலகண்டன் கொலையா.... தற்கொலையா ஸார்...?”

“அதுவும் கொலைதான்.”

“அதேபோல் செந்தமிழையும் யாரோ கொலை பண்ண முயற்சி பண்ணியிருக்காங்க. அவர் இப்போ ஹாஸ்பிடல்ல

அட்மிட்டாகியிருக்கார் இல்லையா ஸார் ...?”

“எஸ்.....”

“கஜபதி இவர்களோடு சம்பந்தப்பட்ட ஒரு நபர். அந்த ஒரு காரணத்தை வெச்சு பார்க்கும்போது கஜபதி ஏன் கொலை செய்யப்பட்டு இருக்கக்கூடாது...?”

“போஸ்ட்மார்ட்டம் ரிப்போர்ட் என்ன சொல்லுதுன்னு பார்ப்போம்.... பை...த...பை.... இப்ப நான் உங்களுக்கு போன் பண்ணினது எதுக்காகத் தெரியுமா...?”

“சொல்லுங்க ஸார்....”

“முகில்வண்ணனையும் சேர்த்து ஒட்டுமொத்த குடும்பத்தையும் தீர்த்துக்கட்ட ஒரு திரைமறைவு வேலை நடந்துட்டிருக்கு. கொஞ்ச நேரத்துக்கு முன்னாடிதான் அந்த உண்மையும் வெளியே வந்தது.”

“என்ன ஸார் சொல்றீங்க...?”

“உண்மையை சொல்லிட்டிருக்கேன்.....பக்கத்துல யாராவது இருக்காங்களா..?”

“இல்ல ஸார்.....”

“சரி..... ஷிவ்ராம் தத்தாத்ரேயா என்கிற பெயரை கேள்விப்பட்டு இருக்கீங்களா..?”

“கேள்விப்பட்டிருக்கேன்.”

“யார்ன்னு சொல்லுங்க பார்ப்போம்.”

“நம்ம தமிழ்நாட்டோட கவர்னர் சுக்தேவ் பட்டேலுக்கு பி.ஏ.வாய் இருக்கார். கவர்னர் கலந்துக்கிற எல்லா ஃபங்ஷனிலும் இருப்பார். பார்த்து இருக்கேன்..... அவர்க்கு என்ன ஸார்..?”

“அந்த ஷிவ்ராம் தத்தாத்ரேயாதான் முகில்வண்ணனோட ஒட்டுமொத்த ஃபேமிலியையும், அவர்க்கு வேண்டப்பட்ட நெருங்கிய நண்பர்களையும் தவணை முறையில் தீர்த்துக்கட்ட திட்டம் போட்டு காய்களை நகர்த்திட்டிருக்கார்.”

வேல்முருகன் அதிர்ந்தார்.

“எ...எ..ன்ன ஸார்....சொல்றீங்க... ஒரு கவர்னரோட பி.ஏ. இப்படியெல்லாம் ஒரு க்ரிமினல் மாதிரி....”

“எப்படி செயல்பட முடியும்ன்னு கேட்கறீங்களா.....? எனக்கும் அந்த சந்தேகம் இருந்தது. ஆனா, நம்முடைய காவல்துறையின்

உளவுப்பிரிவுத் தலைவர் ஞானசேகரன் கொடுத்த அதிகாரப் பூர்வமான ‘இன் காமிரா’ தகவல் இது....”

“தகவல் ஓ.கே ஸார்..... ஆனா சாட்சியம் வேணுமே...?”

“சாட்சியம் கிடைச்சிருக்கு வேல்முருகன்...”

36

வேல்முருகன் செல்போனில் குரலைத் தாழ்த்தி போலீஸ் கமிஷனர் ஆதிமூலத்திடம் கேட்டார்.

“என்ன சாட்சியம் ஸார்...?”

“போன்ல எதையும் பேச முடியாது. நீங்க கஜபதியோட பாடியை போஸ்ட்மார்ட்டத்துக்கு அனுப்பிவிட்டு அடையார் சாஸ்திரி பவனுக்குப் பின்னாடி இருக்கிற உளவுப்பிரிவு செல்லுக்கு வாங்க..... நீங்க வர்றது ரகசியமாய் இருக்கட்டும். யார்க்கும் தெரியப்படுத்த வேண்டாம்.”

வேல்முருகன் செல்போனை அணைத்துவிட்டு இன்ஸ்பெக்டர் பிரசன்னாவிடம் வந்தார்.

“கஜபதியோட டெட்பாடியை போஸ்ட்மார்ட்டத்துக்கு அனுப்பற ஃபார்மாலிடீஸை கன்டின்யூ பண்ணுங்க. நாளைக்குக் காலையில் ஜி.ஹெச்சில் பார்க்கலாம். நான் இப்போ வேற ஒரு வேலையாய் கிளம்பறேன்.”

“எஸ் ஸார்...”

“பை....த.....பை..... ஒன்மோர் இம்பார்ட்டன்ட் திங்க்..... யூ ஹேவ் டு மைண்ட் இட்....”

“சொல்லுங்க ஸார்...”

“நாளைக்கு ஜி.ஹெச்சில் கஜபதியோட டெட்பாடியை போஸ்ட்மார்ட்டம் பண்ற டாக்டர்ஸ் யார்ங்கிறதை நோட் பண்ணி எனக்கு தகவல் கொடுங்க.... போஸ்ட்மார்ட்டம் நேர்மையாய் நடந்தால்தான் கஜபதியோட மரணம் கொலையா இல்லை தற்கொலையான்னு தெரிய வரும்...”

“அந்த விஷயத்தை நான் ‘க்ளோஸ் ஃபாலோஅப்’ பண்ணிக்கறேன் ஸார். தேவைப்பட்டா டாக்டர்ஸ் போஸ்ட்மார்ட்டம் பண்ணும்போது வீடியோ கவரேஜ் பண்ண ஏற்பாடு பண்ணிடறேன் ஸார்...”

“தட்ஸ் குட்...” என்று சொல்லிக்கொண்டே வேல்முருகன் வாசலை நோக்கி நகர்ந்த விநாடி அருளும், நித்திலனும் தயக்கமாய் எதிர்பட்டார்கள். நித்திலன் குரலைத் தாழ்த்தினான்.

“என்ன ஸார்..... புறப்பட்டுட்டீங்களா...?”

“ஒரு அஃபிஷியல் அர்ஜென்ஸி.... நான் உடனே கிளம்பிப்போகணும். நாம, நாளைக்கு காலையில் மீட் பண்ணலாம்.”

“நேத்து ராத்திரி பீச்ல உட்கார்ந்து பேசும்போது நாங்க ஒரு விஷயம் சொன்னோம். முகில்வண்ணன் வீட்டுக்கு அதிரடியாய் போய் ஒரு ரெய்ட் பண்ணனும்ன்னு. அந்த ரெய்ட்டை நாளைக்கு காலையில் எட்டு மணிக்கு வெச்சுக்கலாம்ன்னு இருக்கோம்.... போலீஸ் கமிஷனர் ஆதிமூலம் அந்த நேரத்தில் முகில்வண்ணன் வீட்டில் இருப்பாரா இல்லையான்னு நீங்க தகவல் கொடுத்தா எங்களுக்கு உதவியாய் இருக்கும்..”

வேல்முருகன் எரிச்சலாகி இரண்டு பேரையும் மாறி மாறி பார்த்தார்

“ஏன் இப்படி அவசரப்படறீங்க...?”

“அவசரப்படாமே என்ன ஸார் பண்றது...?முகில்வண்ணன்கிட்டே இருக்கிற 500 கோடி ரூபாய் ஊழல் பணத்தை அபகரிக்க யாரோ திட்டம் போட்டு, அவரோட ஃபேமிலி மெம்பர்ஸை எய்ம் பண்ணி முடிச்சுட்டு வர்றாங்க. முகில்வண்ணனுக்கு வலது கை மாதிரி இருந்த கஜபதியும் இப்ப உயிரோடு இல்லை. நடக்கிற சம்பவங்களின் வேகத்தைப் பார்த்தா, அவரோட ஃபேமிலியில் யாருமே உயிரோடு இருக்க மாட்டாங்க போலிருக்கு. இந்தக் கொலைச் சம்பவங்களுக்கு முற்றுப்புள்ளி வைக்கணும்ன்னா, முகில்வண்ணனோட பண்ணை வீட்டை ரெய்ட் பண்ணி அந்த 500 கோடி ரூபாய் ஊழல் பணத்தை வெளியே கொண்டு வரணும்.”

“ஒரு ரெண்டு நாள் பொறுமையாய் இருங்க...”

“எதுக்காக ரெண்டு நாள் அவகாசம் கேட்கறீங்க...?”

“இப்ப... அது கொஞ்சம் பெரிய விவகாரம்..... மேலிடத்தின் முறையான உத்தரவு இல்லாமே நீங்க அதிரடியாய் ரெய்ட் பண்றது அவ்வளவு புத்திசாலித்தனமாய் எனக்குப்படலை. கடுமையான விளைவுகளைச் சந்திக்க நேரிடலாம்.”

“என்ன ஸார்.....கட்சி மாறிட்டீங்க போலிருக்கு.”

“நோ......நோ.....நான் என்னிக்குமே நியாயத்தோட கட்சிதான். நான் காரணமில்லாமே எதையும் சொல்ல மாட்டேன். நான் இப்போ ஒரு முக்கியமான விஷயத்துக்காக போயிட்டிருக்கேன். இப்ப நிலைமை சரியில்லை. ரெண்டு நாள் பொறுங்க. நான் பச்சைக்கொடி காட்டினதும் உங்களோட சர்ஜிகல் ரெய்டை

முகில்வண்ணன் வீட்ல நடத்தலாம்...''

அருள் சில விநாடிகள் யோசனையாய் வேல் முருகனை பார்த்து தலையசைத்தார்.

''இட்ஸ் ஓ.கே... மிஸ்டர் வேல்முருகன். வீ அக்ரி வித் யுவர் வேர்ட்ஸ். இதுவரைக்கும் உங்க இன்வெஸ்டிகேஷனில் நீங்க சரியாய் போயிட்டு இருக்கீங்க. நாங்க முகில்வண்ணன் வீட்ல ஒரு சர்ஜிகல் ரெய்ட் நடத்தப்போறதை நீங்க எதிர்க்கலை. ரெண்டு நாள் அவகாசம் கேட்கறீங்க. தட்ஸ் ஆல்... 48 மணி நேரம்தானே... வெயிட் பண்றோம்....''

''தேங்க் யூ......''

''மறுபடியும் நாம எப்போ மீட் பண்றோம்...?''

''நானே உங்களுக்கு போன் பண்றேன்.''

சொன்ன வேல்முருகன் வேகமான நடையில் அந்த இடத்தை விட்டு வெளியேறினார்.

● ● ●

நள்ளிரவைத் தாண்டிய அந்த நேரத்தில் ஒட்டுமொத்த அடையாறும், எல்.இ.டி. விளக்குகளின் வெளிச்சத்தில் குளித்தபடி நிசப்தமாய் தெரிந்தது.

சாஸ்திரி பவனுக்கு பின்புறம் இருந்த சாலையின் முகப்பிலேயே டாக்ஸியை நிறுத்தி இறங்கிக்கொண்ட வேல்முருகன் டிரைவருக்கு பணத்தைக் கொடுத்து அனுப்பிவிட்டு, சற்று தூரத்தில் தெரிந்த உளவுத்துறை பிரிவுக்கு சொந்தமான காவி நிற கட்டிடத்தை நோக்கி நடந்தார். கட்டிடத்துக்கு முன்பாய் ஒரு ஜீப்பும் காரும் தெரிந்தது. கட்டிடத்துக்கு உள்ளே அரைகுறையான வெளிச்சம் ஏதோ ஒரு அழுக்கு மஞ்சள் துணி போல் பரவியிருந்தது.

வேல்முருகன் நிதானமாய் நடை போட்டு கட்டிடத்தின் காம்பௌண்ட் கேட் அருகே செல்ல தோளில் சாத்திய ரைஃபிளோடு அங்கே நின்றிருந்த செண்ட்ரி கான்ஸ்டபிள் உத்யோகபூர்வமான சல்யூட்டை கொடுக்க, அதை தலையசைப்பால் ஏற்றுக்கொண்டு உள்ளே போனார்.

முன்னறையிலே கமிஷனர் ஆதிமூலம் ஒரு நாற்காலியில் சாய்ந்து உட்கார்ந்து செல்போனில் பேசிக்கொண்டிருப்பது தெரிய அவர்க்கு முன்பாய் போய் நின்று சல்யூட் அடித்து தளர்ந்தார்.

செல்போனில் உடனடியாய் பேச்சை முடித்துக்கொண்ட ஆதிமூலம் தனக்கு எதிரில் இருந்த நாற்காலியைக் காட்டினார்.

“உட்காருங்க வேல்முருகன்.”

உத்தியோக பணிவுடன் வேல்முருகன் நாற்காலியில் ஒரு நேர்கோடாய் உட்கார்ந்தார். ஆதிமூலம் கேட்டார்.

“திரிசூலம் ஹாஸ்பிடலில் அட்மிட் செய்யப்பட்ட செந்தமிழின் உடல்நிலை இப்போ எப்படியிருக்கு...?”

“உயிர்க்கு எந்த ஆபத்தும் இல்லை ஸார்.. அவர்க்கு போடப்பட்டு இருக்கிற அந்த இஞ்ஜெக்ஷன் அவரோட ஆரோக்கியத்தை எந்த அளவுக்கு பாதிக்கும்ன்னு தெரியலை....”

“எக்ஸ் சி.எம். முகில்வண்ணனின் ஹெல்த் கண்டிஷனும் சரியில்லை. மாப்பிள்ளை மணிமார்பன் கொலை செய்யப்பட்டதும், செந்தமிழ் காணாமே போனதும் அவரை அதிர்ச்சியோட விளிம்புக்குக் கொண்டு போய் நிறுத்தியிருக்கு. ஏறின பி.பி.லெவல் குறையவேயில்லை.....எந்த நிமிஷமும் அவர்க்கு ஸ்ட்ரோக் வரலாம்ன்னு டாக்டர் சொல்லியிருக்கிறதால ஒட்டுமொத்த குடும்பமும் ஆடிப் போயிருக்கு....!”

வேல்முருகன் குறுக்கிட்டு கேட்டார்.

“ஸார் ..... நீங்க கொஞ்ச நேரத்துக்கு முன்னாடி போன்ல பேசின போது சொன்ன கவர்னரோட பி.ஏ.வோட விஷயம் எந்த அளவுக்கு உண்மைன்னு தெரிஞ்சுக்கலாமா...?”

“நம்முடைய காவல்துறையின் உளவுப்பிரிவுத் தலைவர் ஞானசேகரன் தகவல் கொடுத்தா அது என்னிக்குமே பொய்யாய் போனதில்லை. தமிழக கவர்னர் சுக்தேவ் பட்டேலின் பி.ஏ.வாய் இருக்கிற ஷிவ்ராம் தத்தாத்ரேயாதான் முகில்வண்ணனோட வீட்டில் நடந்துட்டு இருக்கிற எல்லா அசம்பாவித சம்பவங்களுக்கும் காரணம்ங்கிறதை அதிகாரப் பூர்வமாய் கண்டுபிடிச்சு ஒரு சாட்சியத்தையும் கண் முன்னாடி கொண்டு வந்து நிறுத்திட்டார்...”

“யார் அந்த சாட்சி..?”

“வாங்க பார்க்கலாம்...!” போலீஸ் கமிஷனர் ஆதிமூலம் எழுந்து பக்கத்து அறையை நோக்கி நடக்க ஆரம்பிக்க வேல்முருகன் அவரைப் பின் தொடர்ந்து போனார்.

இருவரும் அறைக்குள் நுழைந்தார்கள். ஜீரோ வாட்ஸ் பல்ப் வெளிச்சத்தில் அறை அழுது வடிய, அறையின் மையத்தில்

போடப்பட்ட நாற்காலியில் இடுப்பில் ஜட்டியோடு உட்கார வைக்கப்பட்டிருந்தான் அந்த இளைஞன். வடநாட்டு முகம். நாற்பது வயது இருக்கலாம். அகலமான தோள்பட்டைகளில் ஆரோக்கியம் தெரிந்தது. அடிபட்ட இடங்கள் கன்றிப்போய் வீங்க ஆரம்பித்திருந்தன. கடைவாயில் வழிந்த ரத்தம் கருஞ்சிவப்பில் உறைந்து போய் கெட்டியாய் தெரிய தலை பக்கவாட்டில் தொங்கியிருந்தது.

கையில் லாட்டியோடு ஆறடி உயரத்தில் ஒரு தூண் போல் நின்றிருந்த கான்ஸ்டபிளிடம் திரும்பினார் கமிஷனர். “என்ன மார்டின்...... மறுபடியும் வாயைத்திறந்து ஏதாவது சொன்னானா..?”

“இல்ல...... ஸார்...... மயக்கமாயிட்டான். மூஞ்சியில் ஐஸ் வாட்டர் அடிச்சும் மயக்கம் தெளியலை...”

“யோவ்...! செத்துகித்து போயிடப்போறான். மொதல்ல ஆம்புலன்ஸுக்கு போன் பண்ணு...... அவன் உயிரோடு வேணுமய்யா...... இந்த சின்ன மீனை வெச்சுத்தான் பெரிய திமிங்கலத்தை பிடிக்கணும்... மூச்சு இருக்கா....இல்லையா..?”

“மூச்சிருக்கு ஸார்.....!”

“பேசிட்டிருக்காதே.... ஜி.ஹெச்சுக்கு போன் பண்ணு எமர்ஜென்ஸி ஆம்புலன்ஸ் வரட்டும்....!”

“இப்ப பண்ணிடறேன் ஸார்.” கான்ஸ்டபிள் மார்டின், தன் கையில் இருந்த செல்போனை உயிர்ப்பித்துக் கொண்டிருக்க கமிஷனர் திரும்பி வேல்முருகனை ஏறிட்டார்.

“இவன் பேரு இஷ்மி பர்மான். மும்பை குர்லா பகுதியில் பெரிய தாதா, கடந்த ஒரு வார காலமாய் சென்னை ஈ.சி.ஆர். ரோட்டில் இவனோட நடமாட்டம் இருந்ததை நம்ம போலீஸ் உளவுத்துறை மோப்பம் பிடிச்சு க்யூ பிராஞ்ச்சுக்கு தகவல் கொடுக்க, நீலாங்கரை ரிசார்ட்டில் தங்கியிருந்த இவனை மூணு மணி நேரத்துக்கு முன்னாடி கைது பண்ணி இங்கே கொண்டு வந்துட்டோம். போலீஸ் மரியாதை கொடுத்து விசாரிச்சதில் அவன் சொன்ன ஒரே வாக்கியம் ‘கவர்னரோட பி.ஏ. ஷிவ்ராம் தத்தாத்ரேயா எனக்கு சென்னையில் சில வேலைகள் கொடுத்தார். அதை செய்யத்தான் வந்தேன்’.....!”

“என்ன வேலைகள்ன்னு நீங்க கேட்கலையா ஸார்.....?”

“கேட்டோம்..... அவன் வாயைத் திறக்கலை... அவனோட செல்போனை பறிமுதல் பண்ணி சோதனை பண்ணின போது

போனில் காலரி ஆப்ஷனில் முகில்வண்ணன், மணிமார்பன், செந்தமிழ், மணிமார்பனின் மனைவி, செந்தமிழின் மனைவி, கஜபதி உட்பட ஏழு எம்.எல்.ஏக்கள் போட்டோக்கள் இருந்தது. காண்டாக்ட்ஸில் போய்ப் பார்த்தபோது எஸ்.டி **(S.D)** என்கிற நபருக்கு நேற்று சாயந்தரம் ஆறுமணியிலிருந்து எட்டு மணிக்குள் பதினைந்து தடவை பேசியிருக்கான்."

"அது யார் எஸ்.டி..?"

"ஷிவ்ராம் தத்தாத்ரேயா...."

37

வேல்முருகன் வியப்பின் விளிம்பிற்குச் சென்று கமிஷனர் ஆதிமூலத்தை ஏறிட்டார்.

"ஸார்.... இதை என்னால் நம்ப முடியலை. ஒரு மாநில கவர்னரோட பி.ஏ. மும்பை தாதா இஷ்மி பர்மான் என்கிற நபரோடு சர்வ சாதாரணமாய் தொடர்பு வெச்சுட்டு மர்டர் மாதிரியான கொலைச்சம்பவங்களில் ஈடுபட முடியுமா என்ன?"

ஆதிமூலத்தின் உதடுகளில் ஒரு கசப்பான புன்னகை உதித்து அப்படியே உறைந்து போயிருக்க அவர் மெதுவாய் குரலைத்தாழ்த்தினார்.

"வேல்முருகன்... உங்களுக்கு ஒரு விஷயம் சொல்லட்டுமா..... இன்னிக்கு தமிழ்நாட்ல கொலை கொள்ளைகளை நடத்திட்டு வர்ற கூலிப்படை ஆட்கள் ஆயிரத்து ஐநூறு பேர் இருக்காங்க. இத்தனை பேரும் பல குழுக்களாக பிரிஞ்சு இருந்தாலும் அரசாங்கத்தில இருக்கிற சில பெரிய தலைகளின் கண்ணசைவுக்கு கட்டுப்பட்டவங்களாக, அவங்களோட விசுவாச ஊழியர்களாய் இருக்காங்க. இந்த இஷ்மி பர்மான் போன்ற ஆட்கள் எல்லாம் வெறும் அம்புகள்தான். இவனால கொலை செய்யப்படப்போகிற ஆள் யார்ன்னு இவனுக்கு முன்னே பின்னே தெரியாது. போட்டுத்தள்ள வேண்டியது மட்டும்தான் இவன் மாதிரியான ஆட்களோட வேலை."

"ஸார்... நீங்க சொல்ற விஷயத்தை வெச்சுப்பார்க்கும்போது இந்த இஷ்மி பர்மான்தான் முகில்வண்ணனின் மாப்பிள்ளை மணிமார்பனின் கொலைக்கு காரணகர்த்தாவாய் இருக்கணும்....!"

"மே....பி....."

"அப்போ..... அந்த வாட்டர்கேன் வேன் ட்ரைவர் நீலகண்டன்...?"

"அவன் இஷ்மி பர்மானோட கூலிப்படை ஆட்களில் ஒருத்தனாய் இருந்து இருக்கலாம்."

"ஸார்.... இந்த கேஸ்ல யாரை நம்பறது யாரை நம்பகூடாதுன்னு தெரியலை."

கமிஷனர் ஆதிமூலம் மெல்லச்சிரித்தார்

"உங்களுக்கு என் பேர்ல கூட சந்தேகம் இருக்குன்னு

எனக்கு தெரியும். நான் முகில்வண்ணனுக்கு விசுவாசமாகவும், கிட்டத்தட்ட ஒரு அடியாள் மாதிரியும் இருக்கிறதாய் நீங்க நினைக்கலாம். ஆனா, உண்மையான நிலவரம் என்னன்னு உங்களுக்குத் தெரியுமா...?"

"ஸார்.... இப்ப நீங்க என்ன சொல்ல வர்றீங்கன்னு எனக்குத் தெரியலை."

"உங்களுக்குப் புரியும்படியாவே சொல்றேன். நான் எக்ஸ் சீஃப் மினிஸ்டர் முகில்வண்ணனுக்கு விசுவாசமானவன் கிடையாது. இப்போ பதவியில் இருக்கிற சி.எம்.வஜ்ரவேலுக்கு ஆதரவாய் செயல்பட்டுட்டு இருக்கிற அரசு அதிகாரி... இன்னும் சொல்லப்போனா முகில்வண்ணனுக்கு ஆதரவாய் இருக்கிற மாதிரி நடிச்சுகிட்டே உளவு வேலைப் பார்த்துட்டு இருக்கேன்."

"ஸா...ஸார்...!"

"முதல் முதலாய் உங்ககிட்டதான் இந்த உண்மையைச் சொல்லிட்டிருக்கேன். இப்போதைக்கு இந்த உண்மை வெளியே யார்க்கும் தெரிய வேண்டாம்."

"நான் சொல்லமாட்டேன். ஆனா, எனக்கு ஒரு சந்தேகம். கேட்கலாமா ஸார்...?"

"ப்ளீஸ்...."

"எதுக்காக இந்த உளவு வேலை...?"

"முகில்வண்ணன் ரெண்டு தடவை முதல் அமைச்சராய் இருந்தவர். மூன்றாவது தடவையும் முதலமைச்சராக விரும்பினார். ஆனால் கட்சித் தலைமை அவர் மேல் ஊழல் வழக்கு இருப்பதைச் சுட்டிக் காட்டி முதலமைச்சராக்க விரும்பலை... வஜ்ரவேலுக்கு ஆதரவாய் நிறைய எம்.எல்.ஏக்கள் இருந்ததால, முகில்வண்ணன் தன்னோட எதிர்ப்பைக் காட்டாமல் பதுங்கிகிட்டார். அப்படி பதுங்கிக்கிட்டவர் சும்மா இருக்கலை.... தன்கிட்டே கொட்டிக்கிடக்கிற கோடிக்கணக்கான ஊழல் பணத்தை வெச்சு கட்சி எம்.எல்.ஏக்களை விலைக்கு வாங்கற முயற்சியில் ஈடுபட்டார். இதை எப்படியோ ஸ்மெல் பண்ணிட்ட சி.எம். வஜ்ரவேல், அந்த முயற்சியைத் தடுக்க சில ஏற்பாடுகளைப் பண்ணினார். அந்த ஏற்பாடுகளில் ஒன்றுதான் நான் முகில்வண்ணனுக்கு விசுவாசமாய் இருக்கிற மாதிரி நடிக்க ஆரம்பிச்சது......!"

வேல்முருகன் பிரமிப்போடு கேட்டுக்கொண்டு இருக்க

கமிஷனர் ஆதிமூலம் தொடர்ந்தார்.

“முகில்வண்ணனோட அன்றாட நடவடிக்கைகளை கண்காணிச்சு அவர் யார் யாரை மீட் பண்றார்..... எந்தெந்த எம்.எல்.ஏக்களுக்கு வலை வீசுறார்ன்னு கண்டுபிடிச்சு ரிப்போர்ட் அனுப்புறதுதான் என்னோட வேலை. இதைப் புரிஞ்சுக்காத பத்திரிக்கை ஊடகங்களும், தொலைக்காட்சி ஊடகங்களும் என்னை முகில்வண்ணனோட அடியாள் மாதிரி சித்தரிச்சு மீம்ஸ் போட்டுகிட்டு இருக்காங்க.”

“ஸார்.... இதுநாள் வரைக்கும் நானும் அப்படித்தான் நினைச்சுட்டிருந்தேன்.”

கமிஷனர் ஆதிமூலம் சிரித்தார்.

“இந்த கேஸ் ஒரு முடிவுக்கு வர்ற வரைக்கும் அந்த நினைப்பை அப்படியே கண்டின்யூ பண்ணிட்டிருங்க வேல்முருகன்.”

“ஒரு மேலதிகாரியான நீங்க இப்படிப்பட்ட ஒரு உண்மையை ஷேர் பண்ணிகிட்டதுக்காக நன்றி ஸார். ஆனா ஒரு விஷயத்தை உங்ககிட்டயிருந்து தெளிவுபடுத்திக்க விரும்பறேன். மே.... ஐ...?”

“என்ன சொல்லுங்க...?”

“சி.எம். சந்தேகப்படற மாதிரி முகில்வண்ணன் தன்னோட கட்சி எம்.எல்.ஏக்களை பணம் கொடுத்து விலைக்கு வாங்க முயற்சி பண்ணியிருக்காரா...?”

“அவர் பண்ணாமே இருப்பாரா.... பண்ணினார். ஆனா நேரிடையாய் இல்லை. எம்.எல்.ஏக்களை வளைக்கிற பொறுப்பை தன்னோட மாப்பிள்ளை மணிமார்பன்கிட்டேயும், மகன் செந்தமிழ்கிட்டேயும் கொடுத்து இருந்தார். அவங்களும் அதற்கான முயற்சிகளை பண்ணிட்டு இருந்தாங்க. ஆனா பலன் கிடைக்கலை.”

“அதுக்கு என்ன காரணம் ஸார்...?”

“ஆட்சியில் இருக்கிற எம்.எல்.ஏக்களுக்கு பதவியில் இருக்கும்போதுதான் சம்பாதிக்க வாய்ப்பு அதிகம். அதுவும் இல்லாமே முகில்வண்ணன் ஒவ்வொரு எம்.எல்.ஏவுக்கும் நிர்ணயம் பண்ணின தொகை ஒரு கோடி. ஆனா, அவங்க டிமாண்ட் பண்ணினது பத்து கோடி. ஆனாலும் 5 கோடி ரூபாய் வரைக்கும் பேரம் போயிட்டு இருந்தது. இந்த எம்.எல்.ஏக்களை இழுக்கற வேலை கடந்த ஆறுமாத காலமாகவே ரொம்பவும் ரகசியமான முறையில் திரை மறைவில் நடந்துகிட்டு இருந்தது.”

கமிஷனர் ஆதிமூலம் சொல்லிக் கொண்டிருக்கும் போதே கான்ஸ்டபிள் மார்டின் பக்கத்தில் வந்து நின்று நிதானமான குரலில் சொன்னார்.

"ஸார்..... ஜி.ஹெச்சிலிருந்து ஆம்புலன்ஸ் வேன் வந்தாச்சு. இஷ்மி பர்மானை ட்ரீட்மெண்டுக்கு அனுப்பிடலாமா...?"

"நீயும் கூடவே போய்யா......!"

"எஸ் ஸார்"

● ● ●

வாசலில் நின்றிருந்த வெள்ளை நிற ஆம்புலன்ஸ் வேனில் இஷ்மி பர்மான் ஸ்ட்ரெச்சர் மூலமாக உள்ளே போக, கான்ஸ்டபிள் மார்டினும், இன்னொரு செக்யூரிட்டி கான்ஸ்டபிளும் ஏறிக்கொண்டார்கள்.

ஆம்புலன்ஸ் வேன் புறப்பட்டுப் போனதும் கமிஷனர் ஆதிமூலம் வேல்முருகனிடம் திரும்பினார்.

"கவர்னரோட பி.ஏ. ஷிவ்ராம் தத்தாத்ரேயா ஒரு ஐ.ஏ.எஸ். ஆபீஸர். வடநாட்டில் ஒரு மாவட்டத்துக்கு கலெக்டராய் இருந்த ஒரு நல்ல அட்மின்ஸ்ட்ரேட்டர். ஆனா இன்னிக்கு இருக்கிற சாக்கடை அரசியல் அவரை ஒரு சராசரி மனுஷனாக்கி இஷ்மி பர்மான் மாதிரியான ஆட்களோடு சேர்ந்து சட்ட விரோதமான செயல்களில் ஈடுபட வெச்சிருக்கு.....!"

வேல்முருகன் கவலையான குரலில் கேட்டார். "ஸார் இந்தப் பிரச்சினையை எப்படி ஹேண்டில் பண்ணப்போறோம்...? ஆளும் கட்சியைச் சேர்ந்த ஒரு வார்டு கவுன்சிலர்க்குக்கூட நம்ம போலீஸ் பயப்பட வேண்டியிருக்கு. ஷிவ்ராம் தத்தாத்ரேயா கவர்னரோட பி.ஏ. தாதா இஷ்மி பர்மான் அவரோட பேரைச் சொன்னாங்கிற ஒரே ஒரு காரணத்துக்காக அவரை நம்மால விசாரிக்க முடியுமா...?"

"முடியும்...."

"எப்படி ஸார் ...?"

"விசாரிக்கப்போறது நாம கிடையாது...."

"அப்புறம் யார் ஸார்...?"

"டெல்லி சி.பி.ஐ.யில் தமிழ்நாட்டைச் சேர்ந்த ஒரு அதிகாரி இருக்கார். பேரு நரசிம்மஹரி. வெரி ஹானஸ்ட் ஆபீஸர். ட்யூட்டி

கான்ஷியஸ் ரொம்பவும் அதிகம். அவர்க்கு டிபார்ட்மெண்ட்ல இன்னொரு பேர் என்ன தெரியுமா...? மிஸ்டர் டெரர். ரெண்டு வருஷங்களுக்கு முன்னாடி பிரைம் மினிஸ்டரோட ரிலேட்டீவ் ஒருத்தரை வீட்டுக்கே போய் மிட்நைட்ல கைது பண்ணியவர். ஒரு மணி நேரத்துக்கு முன்னாடியே அவர்க்கு போன் பண்ணி விஷயத்தை சொல்லிட்டேன். இஷ்மி பர்மானோட முழு வாக்குமூலமும் கிடைச்சபிறகு அதை டைப் பண்ணி அவரோட இமெயில் ஐ.டிக்கு அனுப்பச் சொன்னார். இனி அடுத்தபடியாய் நாம செய்யப்போற வேலை அதுதான்.''

கமிஷனர் சொல்லிக்கொண்டிருக்கும்போதே கட்டிடத்தின் வாசலில் சின்னதாய் ஒரு இரைச்சல் கேட்டது. வேல்முருகன் எட்டிப்பார்த்துவிட்டு சொன்னார்.

''ஸார்.... வாசல்ல ஒரு வேன் வந்து நிக்குது.''

''வேனா...?''

கமிஷனர் அறையின்றும் வெளிப்பட்டு வாசலை நோக்கி நடக்க, வேல்முருகன் பின் தொடர்ந்தார். சொன்னார்.

''ஆம்புலன்ஸ் வேன் மாதிரி தெரியுது ஸார்..''

வேனில் முன்பக்கத்தில் இருந்து டிரைவரும், பின்பக்கத்தில் இருந்து ஆர்டர்லி இரண்டு பேர்களும் இறங்கி நிழல் உருவங்களாய் உள்ளே வந்தார்கள்.

கமிஷனர் கேட்டார்.

''யாரு...?''

''ஜி.ஹெச்சிலிருந்து வர்றோம் ஸார். ஒரு விசாரணை கைதியை ஹாஸ்பிடலில் உடனடியாய் அட்மிட் பண்ணனும். புறப்பட்டு வாங்கன்னு கான்ஸ்டபிள் மார்டின் போன் பண்ணியிருந்தார். போன் பண்ணினபோது வேன் அவெய்லபிளா இல்லை. இப்பதான் கிடைச்சுது. புறப்பட்டு வந்தோம். ஸாரி ஃபார் த டிலே ஸார்.''

அவர்களில் ஒருவர் பேசப்பேச...

கமிஷனர் ஆதிமூலமும், வேல்முருகனும் கலக்கம் அடைந்து ஒருவரை ஒருவர் பார்த்துக்கொண்டார்கள்.

38

கமிஷனர் ஆதிமூலம், வேல்முருகன் இருவரும் முதலமைச்சர் வஜ்ரவேலின் அறைக்குள் நுழைந்து செல்போனில் பேசிக்கொண்டிருந்த அவர்க்கு முன்பாய் நின்று சல்யூட் அடித்துவிட்டு விறைத்த உடம்புகளோடு நின்றார்கள்.

வஜ்ரவேல் செல்போனில் பேசுவதை நிறுத்தாமல் கண்ணசைவால் அவர்களுக்கு தனக்கு முன்பாய் இருந்த நாற்காலிகளைக் காட்டி உட்காரும்படி சைகை செய்ய இருவரும் உட்கார்ந்தார்கள். செண்ட்ரலைஸ்ட் ஏ.சி. அந்த அறையை ஊட்டியாய் மாற்றியிருந்தது. அவர்கள் இருப்பதை பொருட்படுத்தாமல் முதலமைச்சர் வஜ்ரவேலு கோபத்தையும் கெட்ட வார்த்தைகளையும் கலந்து செல்போனில் கொட்டிக்கொண்டிருந்தார்.

"இதோ பாரய்யா..... இந்த எம்.பி. இடைத்தேர்தலில் நாம ஜெயிச்சாத்தான் செண்ட்ரல் கவர்ன்மெண்ட் நம்மளைப்பார்த்து பயப்படும்... நம்ம கட்சியோடு கூட்டணி வெச்சுக்க என்னோட ரூமுக்கு வெளியே ஒரு மணி நேரமாவது அந்தக்கட்சித்தலைவர்கள் காத்துக்கிடக்கணும். ஜனங்களுக்கு நம்ம கட்சி மேல எவ்வளவு கோபம் இருந்தாலும் சரி. ஒரு வோட்டுக்கு ஐயாயிரம் கொடுத்தா எல்லாத்தையும் மறந்துடுவாங்க. எப்படிப்பட்ட கோபமும் காணாமே போயிடும். நீ அந்த மாவட்டத்துல பத்து வருஷமா செயலாளராய் குப்பை கொட்டியிருக்கே. போன தடவை நடந்த சட்டசபை தேர்தல்ல ஆறு தொகுதிகளில் ஒரே ஒரு தொகுதி மட்டும் ஜெயிச்சோம்...... அதுவும் 103 ஓட்டு வித்தியாசத்துல...... மறு வாக்கு எண்ணிக்கை நடத்தியிருந்தா அதிலேயும் தோத்து போயிருப்போம். மூத்திர வாடை அடிக்கிற ஒரு முட்டு சந்துக்குள்ளே கள்ளச்சாராயம் வித்துட்டிருந்த நீ இன்னிக்கு ரெண்டு ஹோட்டலுக்கும், ஒரு மல்ட்டிஃப்ளக்ஸ் தியேட்டர்க்கும், ஒரு என்ஜினீரிங் காலேஜூக்கும் ஓனர். ஊருக்கு ஒரு பொண்டாட்டி..... கட்சியை வளர்க்கிறதுக்குப் பதிலா உனக்கு வேண்டியதையெல்லாம் வளர்த்து வெச்சிருக்கே. உன்னை மாவட்டச் செயலாளரா நியமிச்சதுக்குப் பதிலா சினிமாவில குத்தாட்டம் போடற எந்த ஒரு நடிகையை நியமிச்சு இருந்தாலும் இந்நேரம் கட்சி உருப்பட்டிருக்கும்.... நீ இப்போ எனக்கு எந்த

ஒரு சமாதானத்தையும் சொல்லிட்டிருக்க வேண்டாம். ரெண்டு நாள் கழிச்சு பிராந்தி, விஸ்கி வாசனை இல்லாமே வந்து என்னைப்பாரு...!"

கோபமாய் பேசி செல்போனை அணைத்தவர் ஒரு உடனடிப் புன்னகையை உதட்டுக்குக் கொடுத்தபடி போலீஸ் கமிஷனரை ஏறிட்டார். மென்மையான குரலில் கேட்டார்.

"என்ன ஆதி..... ஏதாவது தகவல் கிடைச்சுதா?"

"இல்ல ஸார்.... சம்பவம் நடந்து ரெண்டு நாளாகியும் மும்பை தாதா இஷ்மி பர்மானை கடத்திட்டு போன அந்தப் போலி ஆம்புலன்ஸ் ஆட்கள் யார்ன்னு கண்டுபிடிக்க முடியலை.... ரெண்டு ஸ்பெஷல் ஸ்க்வாட் 24 மணி நேரமும் அலர்ட்ல இருந்து 360 டிகிரி அப்சர்வேஷனை ஃபாலோ அப் பண்றாங்க. பட் வி குட் நாட் கெட் எனி யூஸ்ஃபுல் ரிப்ளை."

"இந்த கடத்தல் விவகாரத்துல கவர்னரோட பி.ஏ. ஷிவ்ராம் தத்தாத்ரேயா சம்பந்தப்பட்டிருப்பார்ன்னு நீங்க நினைக்கிறீங்களா...?"

"சர்ட்டன்லி ஸார்...... இஷ்மி பர்மான் மூலமாய் எந்த உண்மையும் வெளியே வந்துடக்கூடாதுன்னு கவர்னரோட பி.ஏ. செயல்பட்டு காய்களை மூவ் பண்ணிட்டிருக்கார். முகில்வண்ணனோட ஃபேமிலி மெம்பர்ஸை தீர்த்துக் கட்டற அளவுக்கு அவர்க்கு என்ன கோபம்ன்னு தெரியலை..."

வேல்முருகன் குறுக்கிட்டார்.

"ஸார்...... எல்லாத்துக்கும் காரணம் அந்த ஐநூறு கோடி ரூபாய் பணம். அந்தப் பணத்தை முகில்வண்ணன் கிட்டயிருந்து மீட்கிற முயற்சியிலதான் இத்தனை கொலைச்சம்பவங்கள் நடந்திருக்கு... இந்திய அரசில் இருக்கிற ஒரு முக்கியமான புள்ளியோட மூளைதான் இந்த திட்டத்துக்கான தலைமை செயலகம்... வருமானவரித்துறைக்கும் தெரியாமே அமலாக்கப்பிரிவுக்கும் தெரியாமே முகில்வண்ணன்கிட்டே இருக்கிற ஐநூறு கோடி ரூபாயை எப்படி அபகரிக்கலாம்ன்னு ஷிவ்ராம் தத்தாத்ரேயா திட்டம் போட்டிருக்கார். இந்த உண்மைகள் எல்லாம் வெளியே வரணும்ன்னா கடத்திக்கொண்டு போகப்பட்ட இஷ்மி பர்மான் நமக்கு உயிரோடு கிடைக்கணும் ஸார். அவன்கிட்டேயிருந்து ஒரு க்ளீயர் ஸ்டேட்மெண்ட் வாங்கிட்டோம்ன்னா கவர்னரோட பி.ஏ.வை

டெல்லி சி.பி.ஐ. உதவியோடு ஒரு ராத்திரி நேரத்துல அவரோட வீட்டுக்குப் போய் அரஸ்ட் பண்ணிடலாம் ஸார்......"

முதலமைச்சர் வஜ்ரவேலு மெல்ல சிரித்தார்.

"இதெல்லாம் நடக்ககூடிய காரியமா.....அந்த இஷ்மி பர்மானை இந்நேரம் சாம்பலாக்கி கடல்ல கரைச்சிருப்பாங்க...."

வேல்முருகன் மேற்கொண்டு பேசும்முன்பு அவருடைய செல்போன் இன்கம்மிங் கால் வருவதற்கு அறிகுறியாக வெளிச்சமாய் ஒளிர்ந்தது. எடுத்து அழைப்பது யார் என்று பார்த்துவிட்டு கமிஷனரிடம் திரும்பினார்.

"ஸார்.... முகில்வண்ணனோட மகன் செந்தமிழ் அட்மிட் செய்யப்பட்டிருக்கிற திரிசூலம் அமிர்தம் ஹாஸ்பிடலில் இருந்து சீஃப் டாக்டர் பேசறார்."

"ஸ்பீக்கரை 'ஆன்' பண்ணிட்டுப் பேசுங்க."

"எஸ் ஸார்..." என்று சொல்லி தலையசைத்த வேல் முருகன் ஸ்பீக்கரை 'ஆன்' செய்துவிட்டு பேசினார்.

"சொல்லுங்க டாக்டர்... அயாம் வேல்முருகன்."

"மிஸ்டர் வேல்முருகன்...... நானும் ஹாஸ்பிடல் நிர்வாகமும் எவ்வளவோ எச்சரிக்கையாய் இருந்தும் எதிர்பார்க்காத ஒரு விஷயம் நடந்துருச்சு......"

"வாட் டூ யூ மீன் டாக்டர்..?"

"செந்தமிழ் இந்த ஹாஸ்பிடல்ல அட்மிட் ஆகியிருக்கிற விஷயம் பிரஸ் பீப்பிளுக்கும், தொலைக்காட்சி சானல்களுக்கும் தெரிஞ்சு இருபதுக்கும் மேற்பட்டவங்க ஹாஸ்பிடலுக்கு வந்துட்டாங்க. அதுல ஒருத்தர் எப்படியோ செந்தமிழ் இருக்கிற அறைக்கே போய் வீடியோ எடுத்து அதை அவர் சேனலுக்கும் அனுப்பிட்டார். எந்த நேரத்திலும் அந்த டிவி பிரேக்கிங் நியூஸ் போடலாம்.."

"அது எந்த டிவி....?"

" 'ரெட்சன்' என்கிற ஒரு ஹிந்தி சானல்" டாக்டர் சொல்ல, வேல்முருகன் அதிர்ந்தார்.

"மைகுட்னஸ்.... அந்த ரெட்சன் சானல் நார்த்ல வெரி

பவர்ஃபுல் சானல். அவன் ஒருத்தன் டெலிகாஸ்ட் பண்ணினாலே போதும். அடுத்த பத்து நிமிஷத்துக்குள்ளே இந்தியாவோட மூலை முடுக்குக்கெல்லாம் நியூஸ் போயிடும். அவனை எப்படி உள்ளே விட்டீங்க டாக்டர்......?"

"ஸாரி மிஸ்டர் வேல்முருகன்... செந்தமிழ் இந்த ஹாஸ்பிடல்ல அட்மிட்டாகி மூணு நாளாகுது. அவர் எக்ஸ் சீஃப் மினிஸ்டரோட மகன் என்கிற காரணத்தால் நாங்களும் செக்யூரிட்டி ஏற்பாடுகளை ரொம்பவும் டைட்டாத்தான் பண்ணியிருந்தோம். அவர் இருந்த வார்டு பக்கம் கூட நானும் ட்யூட்டி டாக்டர்ஸ் மட்டும்தான் போவோம். நர்ஸ்களை கூட அலவ் பண்ணலை. அப்படி இருந்தும் யாரோ ஸ்மெல் பண்ணி உள்ளே போயிட்டாங்க.... ஸாரி டு ஸே திஸ்...!"

சில விநாடிகள் மௌனமாய் இருந்த வேல்முருகன் பெருமூச்சொன்றை வெளியேற்றிவிட்டு கேட்டார்.

"செந்தமிழோட கண்டிஷன் இப்போ எப்படியிருக்கு. மறுபடியும் கான்ஷியஸ் வந்ததா...?"

"ரெண்டு தடவை கண்விழிச்சுப் பார்த்தார். ஆனா அவரால பேச முடியலை..... கைகால்களை அசைக்க முயற்சி பண்ணினார். அதுவும் முடியலை....."

"எத்தனை நிமிஷம் வரைக்கும் சுய உணர்வோடு இருந்தார்.....?"

"அஞ்சு நிமிஷம்....!"

"உண்மையிலேயே அவர்க்கு என்ன பிரச்சினை...?"

"நான் ஏற்கனவே சொன்னது மாதிரி செந்தமிழ் உடம்புலே அந்த மருந்து ஓவர்டோஸா இருக்கு. அவரோட ப்ளட் ரிப்போர்ட்டும், நியூரோ ஸ்கேன் ரிப்போர்ட்டும் ரியலி அப் நார்மல். எங்க டாக்டர் டீம் அவரை கான்ஷியஸுக்கு கொண்டு வர்றதுக்கான முயற்சியில் முழு அளவில் ஈடுபட்டும் எதிர்பார்த்த பாஸிட்டீவ் ரிசல்ட் கிடைக்கலை.....!"

"டாக்டர்...... ஐ வாண்ட் ஏ க்ரிஸ்டல் க்ளியர் ரிப்போர்ட் ஃபரம் யூ....."

"செந்தமிழை பழைய நிலைமைக்கு கொண்டுட்டு வர

முடியுமான்னு கேட்கப் போறீங்க இல்லையா....?"

"எஸ்.... அவரோட உயிருக்கு ஆபத்தும் இல்லைன்னு சொல்லிட்டீங்க. ஆனா, நீங்க தர்ற ட்ரீட்மெண்ட்டுக்குப் பின்னாடி அவரோட ஹெல்த் எப்படி இருக்கும்....?"

"ஹி வில் பி ஜஸ்ட் லைக் ஏ வெஜிடபிள்."

"நீங்க இப்போ என்ன சொல்ல வர்றீங்க டாக்டர்....?"

"செந்தமிழ் அந்த பாதிப்பிலிருந்து மீண்டு வந்தாலும் அவர் வாழ்நாள் முழுவதும் சக்கர நாற்காலியில் தான் வாசம் பண்ணியாகணும். சுய உணர்வு வரும். போகும். ஆனா அவரால பேசவோ கை கால்களை அசைக்கவோ முடியாது. நாளடைவில், இது ஒரு பார்கின்சன் நோயாக மாறும். இது ஒரு அன்ஹெல்தி இல்னஸ்.... குணப்படுத்த முடியாத நோய்."

"இந்த விபரங்கள் எல்லாம் முகில்வண்ணனோட ஃபேமிலி மெம்பர்ஸுக்கு தெரியுமா டாக்டர்...?"

"இதுவரைக்கும் தெரியாது.... நீங்க என்ன சொல்லச் சொல்றீங்களோ, அதை சொல்ல நாங்க தயாரா இருக்கோம் ஏஸ் வீ வாண்ட் டு ஹெல்ப் யு இன் திஸ் கேஸ்.. ஆனா ரொம்ப நாள் மறைக்க முடியாது.. ப்ளீஸ் டேக் கேர்! எக்ஸ் சி.எம் முகில்வண்ணனுக்கு அடுத்தடுத்து ஏற்பட்ட அதிர்ச்சிகளின் காரணமாய் ஒரு மைல்ட் ஹார்ட் அட்டாக் ஏற்பட்டு ட்ரீட்மெண்ட்டில் இருக்கிறதாய் ஒரு நியூஸ் கேள்விப்பட்டேன். அதனால, செந்தமிழுக்கு ஏற்பட்டு இருக்கிற பாதிப்பைப்பத்தி சொல்லலை...."

"ஓகே டாக்டர்.... ஒரு வாரத்துக்கு இதையே மெய்ன்டைன் பண்ணுங்க...... நான் சாயந்தரம் ஹாஸ்பிடலுக்கு வரும்போது மற்ற விஷயங்களைப் பற்றிப் பேசுவோம். மீடியா பீப்பிள் யாரையும் உள்ளே அலவ் பண்ண வேண்டாம். செந்தமிழுக்கு உடம்பு சரியில்லை. பன்றிக்காய்ச்சல்ன்னு சொல்லி சமாளிங்க."

"இப்போ அந்தப் பொய்யைத்தான் சொல்லிட்டிருக்கோம்."

"தட்ஸ் குட். பை த பை..... செந்தமிழோட ஹெல்த் ரிப்போர்ட்டை மூணு மணி நேரத்துக்கு ஒரு தடவை எனக்கு 'வாட்ஸ்அப்'ல அனுப்பி வையுங்க."

வேல்முருகன் சொல்லிவிட்டு செல்போனை அணைக்க, முதலமைச்சர் வஜ்ரவேலு கவலை தோய்ந்த முகத்தோடு பார்த்தார்.

"டாக்டர் சொல்றதைப்பார்த்தா செந்தமிழ் தேற மாட்டான் போலிருக்கே..."

கமிஷனர் தலையாட்டினார். "என்னோட மனசுக்குள்ளும் அதே எண்ணம்தான் ஸார்...."

முதலமைச்சர் மேற்கொண்டு பேசும் முன்பு அவருடைய உதவியாளர் கிருஷ்ணமூர்த்தி அறைக்குள் தயக்கமாய் நுழைந்தார். "ஸார்...."

"என்ன கிருஷ்ணமூர்த்தி...?"

"முகில்வண்ணன் வீட்டுக்குப் போய் அவரோட உடல்நிலையைப் பற்றி விசாரிக்கணும்ன்னு சொல்லிட்டு இருந்தீங்க."

"இப்ப கிளம்பிடலாம். மத்தியானமெல்லாம் போக முடியாது. வைஸ் பிரஸிடெண்ட் திருப்பதி போறதுக்காக சென்னை வர்றார். அவரை ரிஸீவ் பண்ண ஏர்போர்ட் போகணும்." சொல்லிக்கொண்டே நாற்காலியின்றும் எழுந்தார்.

அதே விநாடி அவருடைய ஹாட்லைன் செல்போன் முணுமுணுப்பாய் கூப்பிட்டது. எடுத்து அழைப்பது யார் என்று பார்த்தார்.

கவர்னரின் பி.ஏ. ஷிவ்ராம் தத்தாத்ரேயா பெயர் செல்போனில் டிஸ்ப்ளேயில் வெளிச்சமாய் ஒளிர்ந்தது.

39

செல்போனின் டிஸ்ப்ளேயில் கவர்னரின் பி.ஏ. ஷிவ்ராம் தத்தாத்ரேயாவின் பெயர் ஒளிர்வதைப் பார்த்ததும், முதலமைச்சர் வஜ்ரவேல் அந்த செல்போனை எடுத்துக்கொண்டு பக்கத்தில் இருந்த ஒரு அறைக்குள் நுழைந்து கதவை சாத்தியபடி பேச ஆரம்பித்தார். "சொல்லு ஷிவ்ராம்..."

மறுமுனையில் இருந்த ஷிவ்ராம் தத்தாத்ரேயா தெளிவான உச்சரிப்போடு நல்ல தமிழில் பேச ஆரம்பித்தார்.

"என்ன வஜ்ரவேல்..... நடந்துகிட்டு இருக்கிற சம்பவங்களையெல்லாம் பார்க்கும்போது நீ இந்த தமிழ்நாட்டுக்கு சீஃப் மினிஸ்டராய் இருக்கிறியா, இல்ல ஒரு கொலு பொம்மை மாதிரி இருக்கிறியான்னு ஒரு சந்தேகம் வருது....."

"கொலு பொம்மை போன் எடுத்து பேசுமா என்ன?"

"இதோ பார் வஜ்ரவேல்.... கேலியும் கிண்டலுமாய் பேசற நேரமில்லை இது...மும்பை தாதா இஷ்மி பர்மானை கடத்திட்டு போன ஆம்புலன்ஸ் ஆட்கள் யார்ன்னு போலீஸ் மும்முரமாய் தேடிட்டு இருக்கு. அவனை உன்னோட ஆட்கள்தான் கடத்திட்டு போய் பாதுகாப்பான இடத்துல வெச்சு இருக்கிறதாய் நீ சொல்றே... அந்த இடத்தை போலீஸ் மோப்பம் பிடிச்சுட மாட்டாங்களே?"

வஜ்ரவேல் சத்தம் வராமல் சிரித்தார்.

"ஷிவ்ராம் நீ கவர்னரோட பி.ஏ. அந்த வேலையை மட்டும் பாரு.... நான் இங்கே இனிமேல் முகில்வண்ணன் விஷயத்தில் என்ன பண்ணனுமோ அதைப் பண்ணி அந்த ஐநூறு கோடி ரூபாயை நம்ம பக்கம் கொண்டு வர்றேன்."

"வஜ்ரவேல்..."

"என்ன?"

"இன்னிக்கு ராத்திரி நாம சந்திக்க முடியுமா?"

"எதுக்கு...?"

"கொஞ்சம் பேசணும்."

"பேசறதுக்கு என்ன இருக்கு.....?"

"இப்போ போன்ல எதுவும் வேண்டாம். இன்னிக்கு ராத்திரி

உன்னோட முட்டுக்காடு பங்களாவுக்கு வர்றேன். இஷ்மி பர்மான் இப்போ அங்கேதானே இருக்கான்....?"

"ஆமா...."

"அவனை உயிரோடு எரிக்கிறதுக்கு முந்தி அவன் போலீஸ்ல என்ன சொல்லியிருக்கான்னு கேட்கணும்."

"ஷிவ்ராம், நீ எதுக்காக இவ்வளவு பயப்படறேன்னு எனக்குத் தெரியலை.... மத்தியிலும் சரி, மாநிலத்திலேயும் சரி நம்ம ஆட்சி நடக்குது. கிராமத்துல இருக்கிற ஒரு போலீஸ் ஸ்டேஷனிலிருந்து சி.பி.ஐ. வரைக்கும் நம்முடைய கண்ணசைவுக்காக காத்திருக்கு...... ஆரம்பத்திலேயே நான் உனக்கு வாக்கு கொடுத்த மாதிரி முகில்வண்ணனோட ஃபேமிலியில் இருக்கிற ஒவ்வொரு உறவையும் இல்லாமே பண்ணிட்டிருக்கேன். அடுத்த வாரத்துக்குள்ளே முகில்வண்ணனும் உயிரோடு இருக்க மாட்டான். மாப்பிள்ளை மணிமார்பனின் கொலை செய்யப்பட்டதும், மகன் செந்தமிழ், திரிசூலம் ஹாஸ்பிடலில் சுய உணர்வு இல்லாமல் கிடக்கறதும் முகில்வண்ணனை ரொம்பவும் பாதிச்சிருக்கு. அதான் ஹார்ட் அட்டாக் வந்து டாக்டர்ஸோட கண்காணிப்புல இருக்கான். நான் இப்போ, அவனைப் பார்க்கத்தான் கிளம்பிட்டிருக்கேன். என்னோட அறைக்கு வெளியே கமிஷனர் ஆதிமூலமும், சி.பி.சி.ஐ.டி. வேல்முருகனும் எனக்காக வெயிட் பண்ணிட்டு இருக்காங்க..."

"வஜ்ரவேல்..... உனக்கு இருக்கிற தைரியமும் எதுக்குமே பயப்படாத மனோதிடமும் எனக்கு இல்லை."

வஜ்ரவேல் சிரித்தார்.

"அதெல்லாம் உனக்கு வராது.... அதுக்கு என்ன காரணம் தெரியுமா.....?"

"சொல்லு."

"வெள்ளை வேஷ்டியும், வெள்ளை சர்ட்டும் போடற என்னை மாதிரியான அரசியல்வாதிகளுக்குத்தான் இப்படிப்பட்ட துணிச்சல் இருக்கும். நீ ஐ.ஏ.எஸ். படிச்சுட்டு ஃபுல் சூட்ல இருக்கிற ஆசாமி. சட்டம், போலீஸ், கோர்ட் என்கிற இந்த வார்த்தைகளைக் கேட்டாலே அடி வயித்துல குளிர் இறங்கும். இருதயத்தோட துடிப்பு அதிகமாகும். நீ எதுக்கும் பயப்படாதே ஷிவ்ராம், நான் எல்லாத்தையும் பார்த்துக்கிறேன். முகில்வண்ணன்கிட்டே இருக்கிற அந்த பணத்தை கிட்டத்தட்ட நாம நெருங்கிட்டோம்."

"எனக்கு இஷ்மி பர்மானை பார்க்கணும். அவன்கிட்டே நான் கொஞ்சம் பேச வேண்டியிருக்கு."

"சரி.... இன்னிக்கு ராத்திரி என்னோட முட்டுக்காடு பங்களாவுக்கு வந்துடு."

"எத்தனை மணிக்கு.....?"

"பதினோரு மணிக்கு... டிரைவர் வேண்டாம். காரை நீயே ஓட்டிட்டு வா..."

"சரி."

"லேட் பண்ண வேண்டாம்....." சொன்ன வஜ்ரவேல் செல்போனை மௌனமாக்கி சட்டைப்பையில் சொருகிக்கொண்டு வெளியே வந்தார்.

கமிஷனர் ஆதிமூலமும், இன்ஸ்பெக்டர் வேல்முருகனும் முன்பு இருந்த இடத்தில் மௌனமாய் நின்றிருந்தார்கள். ஆதிமூலத்தை ஏறிட்டார் வஜ்ரவேல்.

"முகில்வண்ணனை போய்ப் பார்த்து ரெண்டு வார்த்தை ஆறுதல் சொல்லிட்டு வர்றேன். பாவம்... மாப்பிள்ளை மணிமார்பன் அவர்க்கு ஒரு மகன் மாதிரி இருந்தார். பொறாமை பிடிச்சவன் யாரோ போட்டுத் தள்ளிட்டான். மகன் செந்தமிழ், முகில்வண்ணனுக்கு ஒரு படைத்தளபதி மாதிரி இருந்தான். அவனுக்கு ஏதோ ஒரு ஊசி போட்டு ஹாஸ்பிடல்ல மரக்கட்டை மாதிரி படுக்க வெச்சுட்டானுக. முகில்வண்ணன் ரொம்ப நல்ல மனுஷன். கட்சிக்காக ரொம்பவும் பாடுபட்டிருக்கார். பதவியில் யார் இருந்தாலும் ஊழல் பண்ணத்தான் செய்வாங்க. இவரும் பண்ணினார். ஆனா என்ன... எல்லார்க்கும் தெரியற மாதிரி பண்ணிட்டார். 500 கோடி ரூபாய் ஊழல் பண்ற அளவுக்கு முகில்வண்ணன் அவ்வளவு கெட்டிக்காரரும் கிடையாது. மணிமார்பன் கொலை செய்யப்பட்டதுக்கும், செந்தமிழுக்கு ஊசி போட்டு அவனை செயல்படாத நிலைமைக்கு கொண்டு போனதுக்கும் வேற ஏதோ ஒரு காரணம் இருக்கு. அந்தக் காரணம் என்னன்னு இஷ்மி பர்மானுக்கு மட்டும்தான் தெரியும். அவனையும் யாரோ திட்டம் போட்டு கடத்திகிட்டு போயிட்டாங்க."

ஆதிமூலம் குறுக்கிட்டார். "ஸார்... இஷ்மி பர்மானை அடுத்த 24 மணி நேரத்துக்குள்ளே நம்மாலே கண்டுபிடிக்க முடியாத பட்சத்தில் அவன் உயிரோடு நமக்கு கிடைக்க வாய்ப்பில்லை."

"ஏன் அப்படி சொல்றீங்க.. நான் அவன கடல்ல கரைச்சிருப்பாங்க சொன்னதுனால அப்படி தோணுதா..?"

“இல்ல ஸார்..... எல்லா உண்மைகளும் அவனுக்குத் தெரியும். அப்படிப்பட்ட ஒருத்தனை கடத்திட்டு போனவங்க உயிரோடு விடமாட்டாங்க.”

வஜ்ரவேல் போலியான கோபத்தோடு தன் இடது கையின் சுட்டுவிரலை உயர்த்தினார். “ஆதிமூலம், அந்த இஷ்மி பர்மான் உயிரோடு பிடிபடணும். நீங்க போலீஸ் ஃபோர்ஸை எந்த அளவுக்கு வேண்டுமானாலும் உபயோகப்படுத்திக்கலாம். ஆனா எனக்கு வேண்டியது ரிசல்ட்.... அவனை மறுபடியும் போலீஸ் கஸ்டடிக்கு கொண்டு வந்து விசாரிக்கிற விதத்துல விசாரிச்சு எல்லா உண்மைகளையும் வெளியே கொண்டு வரணும். எஸ்.... ஸார்ன்னு சொல்லிட்டு, நாளைக்கு இதே நேரம் எனக்கு முன்னாடி வந்து நின்னு ஸாரி சொல்லக்கூடாது.”

“நோ ஸார்.... அடுத்த இருபத்திநாலு மணி நேரத்துக்குள்ளே, அந்த இஷ்மி பர்மான் இருக்கிற இடத்தை எப்படியும் கண்டுபிடிச்சு போலீஸ் வளையத்துக்குள்ளே கொண்டு வந்துடுவோம்.”

“உங்கமேல எனக்கு நம்பிக்கையிருக்கு. நாளைக்குப் பார்ப் போம். நான் இப்ப முகில்வண்ணனைப் பார்த்துட்டு அப்படியே ஃபோர்ட்டுக்கு கிளம்பறேன்.”

ஆதிமூலமும், வேல்முருகனும் சல்யூட் அடித்து விறைத்து நிற்க வஜ்ரவேல் தலையசைப்பால் அதை ஏற்றுக்கொண்டு வாசலில் நின்றிருந்த காரை நோக்கிப் போனார்.

• • •

“அப்பா....”

குரல் கேட்டு கண்மூடி சோர்வாய் படுத்திருந்த முகில்வண்ணன், விழிகள் திறந்து தலையை உயர்த்தினார்.

மகள் கயல்விழி பார்வைக்குக் கிடைத்தாள். வறண்ட உதடுகளை அசைத்து “என்னம்மா...?” என்று ஈனஸ்வரக் குரலில் கேட்டார்.

“சி.எம். உங்களைப் பார்க்க வந்துட்டிருக்கார்ன்னு அவரோட பி.ஏ. போன் பண்ணிச் சொன்னார். அப்படி ஹால்ல வந்து உட்கார்றீங்களா.....?”

முகில்வண்ணன் பெருமூச்சுவிட்டார். “எனக்கு யாரையும் பார்க்க பிடிக்கலேம்மா..... சி.எம். வஜ்ரவேல் வந்து ஆறுதல் சொன்னா நம்ம மாப்பிள்ளை உயிரோடு வந்துடப் போறாரா

என்ன.....?"

"வேற யாராவது இருந்தா, வராதேன்னு சொல்லிடலாம். ஆனா, வர்றது சி.எம்.மாச்சே..... இன்னும் ஒரு பத்து நிமிஷத்துக்குள்ளே வந்துடுவார். ஹால்ல வந்து உட்காருங்கப்பா...."

முகில்வண்ணன் மெதுவாய் எழுந்து உட்கார்ந்தார். தாடையில் சொர சொரத்த நான்கு நாள் நரை ரோமத்தை தடவிக்கொண்டே கயல்விழியிடம் கேட்டார்.

"அண்ணி எங்கேம்மா....?"

"இங்கதான் இருக்கேன் மாமா. உங்களுக்காக ஜூஸ் போட்டுகிட்டு இருந்தேன்." சொல்லிக் கொண்டே பக்கத்து அறையிலிருந்து வெளிப்பட்டாள் செந்தமிழின் மனைவி மலர்க்கொடி.

கண்களில் மின்னும் நீரோடு முகில்வண்ணன் மருமகள் மலர்க்கொடியைப் பார்த்தார்.

"எனக்கு எதுக்கும்மா ஜூஸ்......? செந்தமிழ் அங்கே ஹாஸ்பிடல்ல ரெண்டு நாளாய் கண்விழிக்காமே படுத்து கிடக்கும்போது என் தொண்டையில தண்ணி இறங்குமா.....?"

"மாமா..... இந்த வீட்ல இப்ப எனக்கும், கயல்விழிக்கும் இருக்கிற ஒரே ஆதரவு நீங்க மட்டும்தான். நீங்க தைரியத்தோடு இருந்தாத்தான் நானும், கயல்விழியும் எங்களோட துக்கத்தை மறந்துட்டு நடமாடிகிட்டு இருப்போம்."

மலர்க்கொடி சொல்லிக் கொண்டிருக்கும்போதே, முகில்வண்ணனின் பி.ஏ. அறைக்குள் எட்டிப்பார்த்தார்.

"சி.எம். வந்துட்டார்."

முகில்வண்ணன் எழுந்து தளர்வாய் நடந்து ஹாலுக்குள் நுழையும்போதே, முதலமைச்சர் வஜ்ரவேல் காரின்றும் இறங்கி உள்ளே வந்து கொண்டிருந்தார்.

முகில்வண்ணனை நெருங்கியவர், தன்னுடைய இரண்டு கைகளையும் அவருடைய தோள்களின் மீது வைத்தார்.

"என்ன முகில்... அறுபது வயசானாலும் பார்க்கிறதுக்கு நாப்பது வயசுக்காரன் மாதிரி இருப்பே.... இன்னிக்கு ஏதோ எண்பது வயசு பெரிசு மாதிரி தளர்ந்து போயிட்டே.... இந்த மாதிரி நேரத்துலதான் மனசை இரும்பு மாதிரி வெச்சுக்கணும்.....!"

"முடியலை வஜ்ரம்...... இந்த குடும்பத்தை தாங்கிப்பிடிச்ச

ரெண்டு தூண்கள் இப்ப இல்லை..... யார்க்கு என்மேல என்ன கோபம்னு தெரியலை..... அப்படி ஏதாவது கோபம் இருந்தா என்னோட உயிரை அவங்க எடுத்து இருக்கலாம். என்னோட மாப்பிள்ளையையும், மகனையும் ஏன் குறி வைக்கணும்?"

"கவலைப்படாதே முகில்.... உனக்கு ஒரு எதிரி இருக்கான்னா அவன் எனக்கும் எதிரிதான்..... உன்னோட இந்த நிலைமைக்கு யார் காரணமாய் இருந்தாலும் சரி, நான் அவங்களை சும்மா விட மாட்டேன். சட்டம் தண்டிக்கிறதுக்கு முன்னாடி, நான் அவங்களைத் தண்டிப்பேன்."

40

முதலமைச்சர் வஜ்ரவேல் பேசப்பேச, முகில்வண்ணனுக்கு தொண்டையடைத்துக் கொண்டு கண்களில் நீர் பளபளத்தது.

“வஜ்ரம்...... நான் அரசியல்வாதியாக இருந்து பணம் சம்பாதிக்கிறதுக்காக நிறைய ஊழல் பண்ணியிருக்கேன். ஆனா, யாரோட குடும்பத்தையும் எப்பவும் கெடுத்தது இல்லை. கொன்னுடுவேன்னு மிரட்டியிருக்கேன். ஆனா, யாரையும் ரத்தக்காயம் ஏற்படற அளவுக்கு அடிச்சதுகூட இல்லை. ரெண்டு மூணு கட்சி மாறியிருக்கேன். ஆனா, யார் கூடவும் விரோதம் இல்லை. என் குடும்பத்து மேல யார்க்கு என்ன கோபம்ன்னு தெரியலை. மருமகன் மணிமார்பனோட காரியம் கூட இன்னும் முடியலை. என் மகன் செந்தமிழ் சுய உணர்வு இல்லாமலேயே உயிர்க்குப் போராடிகிட்டு இருக்கான்....”

முதலமைச்சர் வஜ்ரவேல் தன்னுடைய முகத்துக்கு சோக கவசத்தை மாட்டிக்கொண்டு மெல்லிய குரலில் பேச ஆரம்பித்தார்.

“இதோ பார் முகில்.... உன்னைப்பத்தி எனக்கு நல்லாவே தெரியும். உனக்கு மத்தவங்களை மிரட்டத் தெரியும். பழி வாங்கத் தெரியாது. ஆனா, உன்னோட குடும்பத்தை ஒருத்தன் பழி வாங்கறான்னா அதுக்கு வேற ஏதாவது காரணம் இருக்கும். கொஞ்சம் யோசனை பண்ணிப்பாரு. உனக்கு யார் மேலாவது சந்தேகம் இருந்தா சொல்லு. தனிப்பட்ட முறையில் தூக்கிட்டுவந்து தட்டிப் பார்த்துடலாம்.”

முகில்வண்ணனின் குரல் அழுகையில் கம்மியது. “அப்படி யாரும் இருக்கிற மாதிரி தெரியலையே வஜ்ரம்.”

“கொஞ்சம் யோசனை பண்ணிப்பாரு...” என்று சொன்னவர் முகில்வண்ணனின் மகள் கயல்விழியையும், மருமகள் மலர்க்கொடியையும் திரும்பிப் பார்த்தார்.

“நீங்களாவது சொல்லுங்கம்மா..... அப்பாகிட்டே முரட்டுத்தனம் இருந்தாலும், அவர் ஒரு குழந்தை மாதிரி. எல்லாரையும் கண்மூடித்தனமா நம்பிட்டு கடைசியில் ஏமாந்து போகிற ரகம்.”

கயல்விழி சேலைத்தலைப்பை வாயில் பொத்திக்கொண்டு விம்மினாள்.

“அய்யா....... நாங்க இன்னமும் எல்லாரையும் நல்லவங்கன்னு

நினைச்சுத்தான் பழகிட்டிருக்கோம். யாரையுமே சந்தேகத்தோடு பார்க்க முடியலை. அப்பாகிட்டே பல வருஷகாலமாய் விசுவாசத்தோடு இருந்த கஜபதி அங்கிள் தற்கொலை பண்ணிகிட்டு செத்துப்போனதாய் தகவல் வந்த போது அப்படியே ஆடிப்போயிட்டோம். ஏன்னா, கஜபதி அங்கிள் தற்கொலை பண்ணிகிற அளவுக்கு கோழையில்லை...."

"அப்படீன்னா அவரும் கொலை செய்யப்பட்டு இருக்கலாம்ன்னு சொல்ல வர்றியாம்மா...?"

"கண்டிப்பாய் அப்படித்தான் நடந்து இருக்கும்."

"ஒண்ணும் கவலைப்படாதேம்மா.... நான் இங்கே வர்றதுக்கு முந்தி டி.ஜி.பி.கிட்டே பேசிட்டு வந்திருக்கேன். அவர் ரொம்பவும் கெட்டிக்காரர். எப்படிப்பட்ட கேஸையும் சாமர்த்தியமான முறையில் இன்வெஸ்டிகேட் பண்ணி குற்றவாளியை கண்டு பிடிக்கக் கூடியவர்."

அதுவரைக்கும் எதுவும் பேசாமல் சற்றுத்தள்ளி நின்றிருந்த மலர்க்கொடி ஈனஸ்வரத்தில் குரல் கொடுத்தாள்.

"அய்யா..."

"சொல்லும்மா..."

"அவர் திரிசூலம் ஹாஸ்பிடல்ல சுய உணர்வு இல்லாமே மூச்சு பேச்சு இல்லாமே மூணு நாளாய் கிடக்கிறார். ஹாஸ்பிடலுக்கு போனா, என்னைப் பார்க்கக்கூட அனுமதிக்கமாட்டேங்கிறாங்க...... நான் அவர்க்குப் பக்கத்துல இருந்து பார்த்துக்க ஆசைப்படறேன். நீங்கதான் ஏற்பாடு பண்ணனும்..."

"உன்னோட மனசு படறபாட்டை என்னால புரிஞ்சுக்க முடியுதும்மா... இருந்தாலும் இந்த குடும்பத்துக்கு வெளியே இருந்து பெரிய அச்சுறுத்தல் ஏற்பட்டிருக்கிறதால நீங்க யாருமே வீட்டை விட்டு வெளியே போகாமே இருக்கிறது ரொம்பவும் நல்லது. நான் அந்த திரிசூலம் ஹாஸ்பிடல் டாக்டர்கிட்டே ஒரு நாளைக்கு மூணுதடவையாவது பேசி செந்தமிழ் உடல்நிலைபற்றி கேட்டு தெரிஞ்சுக்கிட்டு எக்ஸ்பர்ட் டாக்டர்ஸை வெச்சு ட்ரீட்மெண்ட் கொடுக்கச் சொல்லியிருக்கிறேன்ம்மா.

"நீ கவலைப்படாதேம்மா. செந்தமிழ் உன்னோட அப்பாவுக்கு மட்டும் மகன் இல்லை. எனக்கும் மகன் மாதிரிதான். எவ்வளவு பணம் செலவானாலும் பரவாயில்லை. செந்தமிழை பழைய ஆரோக்கியமான நிலைமைக்கு கொண்டுவர வேண்டியது

என்னோட பொறுப்பு.”

வஜ்ரவேல் வார்த்தைகளுக்கு இனிப்பு கோட்டிங் அடித்து பேசிக்கொண்டு இருக்க முகில்வண்ணன் உணர்ச்சிவசப்பட்டு அவருடைய கைகளைப்பற்றிக் கொண்டார்.

“வஜ்ரம்.... நீதான் எனக்கு இப்போ ஒரே துணை. எங்க எல்லாரையும் நீதான் காப்பாத்தணும்.”

“ஒண்ணும் கவலைப்படாதே முகில். எல்லாத்தையும் நான் பார்த்து என்ன செய்யணுமோ அதை செஞ்சு முடிச்சுடறேன்.” ஒரு சின்னப் புன்னகையுடன் முகில்வண்ணனின் தோளைத் தட்டிக் கொடுத்தார் முதலமைச்சர் வஜ்ரவேல்.

“நான் புறப்படறேன். நீ மொதல்ல உடம்பை நல்லா பார்த்துக்கோ..... ரெண்டு நாள் கழிச்சு வர்றேன். ஏதாவது உதவி தேவைப்பட்டா உடனே எனக்கு போன் பண்ணு.”

குரலுக்கும், முகத்துக்கும் ஒரு செயற்கையான புன்னகை பூச்சைக் கொடுத்தபடி வெளியேறினார் வஜ்ரவேல்.

● ● ●

இரவு பதினோரு மணி.

முட்டுக்காடு பகுதி முழுவதும் இருட்டு சீராய் பரவியிருக்க, வானத்தில் பாதி நிலா ஒளி மங்கியிருந்தது.

அடர்ந்த சவுக்குமரத் தோப்புக்குள் சாயம் போன வெளிச்சத்தோடு ஒரு பங்களா உயரமான காம்பௌண்ட் சுவர்களோடும், பிரம்மாண்டமான இரும்பு கேட்டோடும் தெரிந்தது.

தன்னுடைய ஸ்கோடா கறுப்புக்காரை காம்பௌண்ட் கேட்டுக்கு முன்பாய் நிறுத்திய ஷிவ்ராம் தத்தாத்ரேயா, சின்னதாய் ஒரே ஒரு முறை ஹார்ன் கொடுத்தார்.

அடுத்த சில விநாடிகளில்...

காம்பௌண்ட் கேட்டின் ஒரு பக்கக் கதவு மட்டும் திறந்து வழி கொடுக்க கார் உள்ளே நுழைந்து ஓடி 50 மீட்டர் தள்ளி இருந்த போர்டிகோவில் போய் நின்றது. இருட்டான இடது பக்கத்திலிருந்து செக்யூரிட்டி ஆள் ஒருவர் வேகவேகமாய் காரை நோக்கி வந்தார். காரினின்றும் இறங்கிக் கொண்டிருந்த ஷிவ்ராம் தத்தாத்ரேயாவுக்கு சல்யூட் ஒன்றை கொடுத்துவிட்டு தளர்ந்தார்.

"ஸார்.."

"சி.எம். எந்த ரூம்ல இருக்கார்.....?"

"செக்கண்ட் ஃபுளோர்ல ஃபர்ஸ்ட் ரூம் ஸார். உங்களுக்காகத்தான் வெயிட் பண்ணிட்டிருக்கார் ஸார்..."

தத்தாத்ரேயாவுக்கு அது பழக்கமான இடம் என்பதால் தயக்கமின்றி வேகவேகமாய் நடந்து எதிர்பட்ட மாடியின் படிகளில் ஏறி இரண்டாவது தளத்தைத் தொட்டு வராந்தாவில் நடை போட்டு முதலாவதாக வந்த அறைக்கு முன்பாய் நின்று லேசாய் சாத்தப்பட்டு இருந்த கதவுக்கு முன்பாய் நின்று அதைத் தள்ளினார்.

கதவு விரிய உள்ளே சோபாவுக்கு சாய்ந்து உட்கார்ந்தபடி வஜ்ரவேல் தெரிந்தார். கையில் வைத்து இருந்த புனல் வடிவ கண்ணாடி டம்ளரில் ஃபாரின் ஸ்காட்ச் பொன்னிறமாய் பளபளத்து அசைந்தது. டீபாயின் மேல் இருந்த ஒரு பீங்கான் தட்டில் மிளகுத்தூள் தூவப்பட்ட முந்திரிபருப்பு இன்னொரு தட்டில் க்ரில் சிக்கன் கருஞ்சிவப்பு நிறத்தோடு மல்லாந்திருந்தது.

கடைவாய்ப்பல் தெரிய சிரித்தார் வஜ்ரவேல்.

"வாய்யா...... ஷிவ்ராம்..."

தத்தாத்ரேயா எதிரில் போய் உட்கார்ந்தார். முகத்தில் கோபம் தெறித்தது. "என்ன வஜ்ரம்.... நாம எப்பேர்ப்பட்ட நிலைமையில் இருக்கோம்ன்னு தெரிஞ்ச பின்னாடியும், ஏதோ நாளைக்கு தீபாவளி என்கிற மாதிரி இவ்வளவு சந்தோஷமாய் இருக்கே...?"

"நீ மொதல்ல ஒரு ஸ்மால் அடி..... அப்புறம் ஒரு லார்ஜ் அடி. எல்லாம் சரியாய் போயிட்டு இருக்கிற மாதிரி ஒரு ஃபீலிங் வந்துடும்...."

"ஸாரி வஜ்ரம்.... எனக்கு இப்ப இதையெல்லாம் சாப்பிடற மூடு இல்லை.... எனக்கு ரொம்பவும் பயமாயிருக்கு."

"எதுக்கு பயம்...?"

"இஷ்மி பர்மான் போலீஸ்கிட்டே எது மாதிரியான வாக்குமூலத்தைக் கொடுத்து இருக்கான்னு எனக்குத் தெரியணும்....!"

புனல் டம்ளரில் இருந்த ஒட்டுமொத்த ஸ்காட்ச்சையும் தொண்டைக்குள் சரித்துக்கொண்டே வஜ்ரவேலு ஒரு கோணல் சிரிப்பு சிரித்தார்.

"இதோ பார் ஷிவ்ராம்! அந்த இஷ்மி பர்மான் உன்னோட பேரைப் போலீஸ்ல சொன்னதை நினைச்சு ஒரு சதவீதம் கூட கவலைப்படாதே. இப்போதைக்கு அந்த விஷயம் போலீஸ் கமிஷனர் ஆதிமூலத்துக்கும், சி.பி.சி.ஐ.டி. வேல்முருகனுக்கும் மட்டும்தான் தெரியும்.

"அதுவும் இல்லாமே முகில்வண்ணனோட மாப்பிள்ளை மணிமார்பன் கொலைக்கும், செந்தமிழுக்கு இண்ட்ரா மஸ்குலர் ஊசி போட்டு ஹாஸ்பிடலில் அனுமதிக்கப்பட்டதுக்கும் நீதான் காரணம்ன்னு அவன் சொல்லலை. நீ சொன்ன சில வேலைகள் முடிக்கத்தான் சென்னை வந்தேன்னு மட்டும் சொல்லியிருக்கான்."

"அந்த ஒரு வாக்கியம் போதாதா என்ன....?"

வஜ்ரவேல் மறுபடியும் டம்ளரில் ஒரு ஸ்மால் ஊற்றிக்கொண்டே சொன்னார்.

"ஷிவ்ராம்..... நீ சட்டம் படிச்சிருக்கே. ஆனா நான் அந்த சட்டத்தையே உடைச்சவன். எது மாதிரியான தப்பு பண்ணினாலும் சரி, அதிலிருந்து தப்பிச்சுட்டு வர்றதுக்கான வழி என்னை மாதிரி அரசியல்வாதிகளுக்கு மட்டும்தான் தெரியும். முகில்வண்ணனோட ஒட்டுமொத்த குடும்பத்தையும் ஒழித்துக்கட்டி அந்த 500 கோடி ரூபாயை எடுக்கற முயற்சியில் நாம ஜெயிச்சதும் கொலைப்பழி முழுவதையும் சுமந்துகிட்டு ஜெயிலுக்குப் போகப் போகிறவள் அந்த மிருணாளினிதான்."

"அவதான் தலைமறைவாயிட்டாளே...?"

"எத்தனை நாளைக்குத்தான் தலைமறைவாய் இருக்க முடியும்? என்னோட ஆட்கள் மும்முரமாய் தேடிகிட்டு இருக்காங்க. எப்படியும் இன்னும் ரெண்டு நாளைக்குள்ளே கண்டுபிடிச்சுடுவாங்க..... அவ கைக்குக் கிடைச்சதும், என்னோட அடுத்தகட்ட நடவடிக்கைகள் ஆரம்பமாகும். இன்னும் நம்ம கையில் நாலு வருஷ ஆட்சி இருக்கு..... இந்த நாலு வருஷத்துல நானூறு வேலைகள் பண்ணலாம்.....!"

"வஜ்ரம்...... நீ என்னதான் தைரியம் சொன்னாலும் மனசுக்குள்ளே ஒரு குதிரை நொண்டிகிட்டே இருக்கு.... நான் இஷ்மி பர்மானை பார்க்கணும். பேசணும். அவன் போலீஸ்ல என்னதான் சொன்னான்னு நான் நேரடியா தெரிஞ்சுக்கணும்.... அதுக்கப்புறம்தான் நான் இயல்பான நிலைமைக்கு வர முடியும்."

"அவன் இன்னும் மயக்கம் தெளிஞ்சு கூட உணர்வுக்கு வரலை.

வந்ததும் பேசிடலாம். கீழே செல்லர் ரூம்லதான் இருக்கான். போலீஸ் அடி, அவனோட முதுகுத்தண்டுவடத்தை நல்லாவே பதம் பாத்திருக்கு. நம்ம ஃபேமிலி டாக்டர்தான் பாத்துட்டிருக்கார். இஷ்மி பர்மான் பேசற நிலைமைக்கு வந்ததும் டாக்டரே எனக்கு போன் பண்ணுவார். நீ மொதல்ல ஒரு ஸ்மால் அடி ஷிவ்ராம். உன் மனசுக்குள்ளே இருக்கிற அந்த சின்ன பயமும் காணாமே போயிடும்.''

வஜ்ரவேல் சொல்லிக்கொண்டே ஒரு சின்ன கண்ணாடி குடுவை போல் இருந்த ஸ்காட்ச் பாட்டிலை நகர்த்தி வைத்தார். அதே விநாடி அவருடைய செல்போனும் வாயைத் திறந்தது.

எடுத்து அழைப்பது யார் என்று பார்த்தார். முகில்வண்ணனின் செல் நெம்பர் டிஸ்ப்ளேயில் தெரிந்தது. காதுக்கு ஒற்றி குரல் கொடுத்தார்.

"சொல்லு முகில்.''

"அய்யா, நான் அவரோட பொண்ணு கயல்விழி.''

"சொல்லும்மா.... என்ன விஷயம்..... அப்பாவுக்கு ஏதாவது உடம்பு பிரச்சினையா.....?''

"இல்லீங்கய்யா..... அப்பாவுக்கு சென்னையில் இருக்கப் பிடிக்கலை. சொந்த கிராமத்துக்கு போய் தங்கியிருக்கலாம்ன்னு சொல்றார். நாளைக்கு காலையில் புறப்படறோம். கிராமம் போய் சேர்கிறவரைக்கும் போலீஸ் பாதுகாப்பு வேணும். அதான் போன் பண்ணினேன்.''

"போலீஸ் பாதுகாப்புதானே.... நான் உடனே ஏற்பாடு பண்றேன். காலையில் எத்தனை மணிக்கு புறப்படறீங்கம்மா.....?''

"ஆறு மணிக்கு.''

"அஞ்சு மணிக்கு வீட்ல போலீஸ் இருப்பாங்கம்மா.''

"ரொம்பவும் நன்றிங்கய்யா.''

"என்னம்மா நன்றியெல்லாம் சொல்லிட்டு? உன்னோட அப்பா எனக்கு கூடப் பொறந்த பொறப்பு மாதிரி. கிராமத்துக்கு போனதும் அப்பாவை நல்லபடியாய் பாத்துக்கம்மா. முடிஞ்சா நானும் வந்து பார்க்கிறேன்.''

பேசிவிட்டு செல்போனை அணைத்த வஜ்ரவேல் ஷிவ்ராமை ஒரு புன்னகையோடு பார்த்தார்.

"ஷிவ்ராம்.''

“சொல்லு.”

“சிங்கத்தைப் பிடிக்க கூண்டு வெச்சோம். இப்ப உள்ளே ரெண்டு புள்ளிமானும் மாட்டும் போலிருக்கு....!”

41

“நீ என்ன சொல்றே வஜ்ரம்...... சிங்கத்தோடு ரெண்டு புள்ளிமானும் மாட்டப்போகுதா...?”

ஷிவ்ராம் தத்தாத்ரேயா வியப்பு தடவிக்கொண்ட முகத்தோடு கேட்க, வஜ்ரவேல் போதை வழியும் கண்களோடு சிரித்தார்.

“ஆமா..... முகில்வண்ணன் மன அமைதிக்காக சென்னையை விட்டு சொந்த கிராமத்துக்கு நாளைக்கு காலையில் புறப்பட்டு போறானாம். போலீஸ் பாதுகாப்பு வேணுமாம். அவனோட பொண்ணு கயல்விழி போன் பண்ணியிருந்தா...... ஒட்டுமொத்த குடும்பமே அங்கே போகுதாம். இப்படிப்பட்ட ஒரு சந்தர்ப்பத்துக்காகத்தான் காத்திருந்தேன்.”

“முகில்வண்ணனோட குடும்பம் கிராமத்துக்கு போறதால நமக்கு எப்படி அது சாதகமான விஷயமாய் அமையும் வஜ்ரம்.....?”

“அவனோட சொந்த ஊர் எதுன்னு உனக்குத் தெரியுமா ஷிவ்ராம்....?”

“தெரியாது.”

“ராமநாதபுரத்தில் இருக்கிற செந்தட்டி கிராமம்தான் அவனோட சொந்த ஊர். ரொம்பவும் பழமையான கிராமம். இவன் ரெண்டு தடவை முதலமைச்சரா இருந்த காலகட்டத்தில் சம்பாதிச்ச ஊழல் பணத்தை வெச்சு நூற்றுக்கணக்கான ஏக்கர் நிலத்தையும் தென்னந்தோப்புகளையும் வாங்கி பாதி கிராமத்தையே வளைச்சுட்டான். இன்னொரு தடவை சி.எம். போஸ்ட்ல இருந்திருந்தான்னா அந்த ஒட்டுமொத்த கிராமத்தையும் வாங்கியிருப்பான்...”

“நல்லவேளை சி.எம்மாய் நீ வந்துட்டே....?”

“வந்து என்ன பிரயோஜனம் ஷிவ்ராம்? முகில்வண்ணன் அடிச்ச மாதிரி பெரிசா நூறு கோடி இருநூறு கோடின்னு அடிக்க முடியலையே..! முகில் சி.எம்மாய் இருந்தபோது சிட்டி எக்ஸ்டன்ஷன் ப்ராஜக்ட்ன்னு சென்ட்ரல் கவர்மென்ட்டிலிருந்து அஞ்சாயிரம் கோடி ரூபாய்க்கு ஒரு திட்டம் வந்தது. அதுல மட்டும் அவனோட பங்கு 500 கோடி. எனக்கு அப்படி எதுவும் ஜாக்பாட் அடிக்கலையே....?”

“இதோ பார் வஜ்ரம்.... அந்த 500 கோடி ரூபாய் பணம்

முகில்கிட்டே இருக்குன்னு, உனக்கும் எனக்கும் எந்த விநாடி தெரிஞ்சதோ அந்த விநாடியிலிருந்து அது நம்ம பணம்தான்னு திட்டம் போட்டு காய்களை நகர்த்திட்டு வர்றோம். இஷ்மி பர்மான் மூலமாய் மணிமார்பனை மொதல்ல போட்டு தள்ளினோம். ரெண்டாவதாய் செந்தமிழை ஹாஸ்பிடல்ல படுக்க வெச்சோம். முகில்வண்ணனோட ரெண்டாவது மனைவி சகுந்தலா ஏதோ பிரச்சனை காரணமாய் அவனை விட்டு பிரிஞ்சு போய் எங்கேயோ செட்டில் ஆயிட்டா. இப்ப அந்த குடும்பத்துல இருக்கிறது மூணே மூணு பேர்தான். முகில், கயல்விழி, மலர்க்கொடி. இந்த மூணு பேர்ல அடுத்த டார்கெட் யாரு..?''

''மலர்க்கொடி.''

''இஷ்மி பர்மான் இப்படி சுய உணர்வு இல்லாமே இருக்கும்போது அவன் எப்படி மலர்க்கொடியோட கதையை முடிப்பான்....?''

''வேற ஒரு ஆளை ஃபிக்ஸ் பண்ண வேண்டியதுதான். திருநெல்வேலியில் சங்கரலிங்கம்ன்னு ஒருத்தன் இருக்கான். ரெண்டு வருஷம் ஜெயில்ல இருந்துட்டு போனவாரம்தான் வெளியே வந்தான். அவன்கிட்டே முகில், கயல்விழி, மலர்க்கொடி மூணு பேரையும் போட்டுத்தள்ள அசைன்மென்டை கொடுப்போம். கச்சிதமாய் பண்ணிட்டு வந்து நமக்கு முன்னாடி ஒண்ணுமே பண்ணாத மாதிரி கைகட்டிகிட்டு வந்து நிப்பான்.''

''சரி..... இஷ்மி பர்மானை என்ன பண்றது...?''

''அவனோட நிலைமை எப்படியிருக்குன்னு டாக்டர் சொல்லட்டும்... அதை வெச்சுகிட்டு ஒரு முடிவுக்கு வருவோம்.''

''வஜ்ரம்.''

''சொல்லு.''

''இதுக்கு முன்னாடி இந்தக் கேள்வியை நான் மூணுதடவை கேட்டுட்டேன். இப்பவும் கேக்கறேன். நீ கோபப்படக்கூடாது.''

வஜ்ரவேல் சிரித்தார்.

''நீ என்ன கேட்கப்போறேன்னு எனக்குத் தெரியும் ஷிவ்ராம்... இருந்தாலும் கேளு. உன்னோட ஆசையைக் கெடுப்பானேன்...?''

''முகில்வண்ணன் தான் ஊழல் பண்ணி கொள்ளையடிச்ச 500 கோடி ரூபாய் பணத்தை அவன் இப்ப இருக்கிற பண்ணை வீட்ல ஒவ்வொரு அறைக்கும் கீழே செல்லர் அறைகளை உருவாக்கி

அந்த அறைகளில்தான் பதுக்கி வெச்சிருக்கான்...அதுல உனக்கு எந்த ஒரு சந்தேகமும் இல்லையே....?"

"ஒரு பர்சண்ட் கூட சந்தேகம் கிடையாது ஷிவ்ராம். நான் ஒரு சீஃப் மினிஸ்ட்ராய் இருந்துகிட்டு இந்த விஷயத்தைக்கூட மோப்பம் பிடிக்கலைன்னா எப்படி? அந்த செல்லர் அறைகளை சேஃப்டி லாக்கர்கள் மாதிரி கட்டிக் கொடுத்த என்ஜினியர் கடந்த மூணு மாச காலமாய் நம்ம வீட்டு நாய். மாசாமாசம் அதுக்கு பிஸ்கெட் போட்டுகிட்டிருக்கேன். பிஸ்கெட்டோட விலை எவ்வளவு தெரியுமா அஞ்சு லட்சம்."

"இந்த விஷயத்தை நீ இத்தனை நாளா என்கிட்டே சொல்லவேயில்லை."

"எந்த விஷயத்தை எப்ப சொல்லணும்ன்னு எனக்குத் தெரியும். இப்ப நாம நம்ம திட்டத்தோட க்ளைமேக்ஸுக்கு வந்துட்டோம். இனிமேல் நான் எடுக்கப் போகிற அதிரடி நடவடிக்கை என்ன தெரியுமா ஷிவ்ராம்....?"

"சொல்லு....."

"நாளைக்கு காலையில் முகில்வண்ணன் தன் மகள் கயல்விழியோடும், மருமகள் மலர்க்கொடியோடும் செந்தட்டி கிராமத்துக்கு புறப்பட்டு போறான். அவங்க புறப்பட்டு செந்தட்டி கிராமம் போய்ச் சேர எப்படியும் 10 மணி நேரமாயிரும். அதாவது சாயந்தரம் மணி நாலாயிரும். சேர்ந்த அடுத்த சில மணி நேரத்துக்குள்ளே, நமக்கு விசுவாசமாய் இருக்கிற பத்து பதினஞ்சு வருமானவரி அதிகாரிகளை முகில்வண்ணனின் சென்னையில் இருக்கிற பண்ணை வீட்டுக்கு அனுப்பி வருமானவரி சோதனை என்கிற பேர்ல அதிரடியாய் ஒரு வேட்டையை நடத்தறோம். அறைகளுக்கு கீழே செல்லர்களில் தூங்கிட்டு இருக்கிற பணத்தை அள்ளி சூட்கேஸ்களில் அடைச்சு பண்ணை வீட்டுக்கு பின்புறமாய் இருக்கிற வழியாய் அங்கே காத்திட்டிருக்கிற கண்டெய்னர்களுக்கு கடத்தி இந்த வீட்டுக்கு கொண்டு வந்துடறோம்."

ஷிவ்ராம் வியப்பில் விழிகளை விரித்தார்.

"வஜ்ரம்..... இதெல்லாம் நடக்குமா....?"

"கண்டிப்பாய் நடக்கும்.... மாநிலத்தில் எனக்கு அதிகாரம் இருக்கு..... அதுக்கு மேல மத்திய அரசோட ஆசீர்வாதமும் இருக்கு. எந்த ஒரு அசாதாரணமான விஷயத்தையும் நம்மாலே

சாதாரண ஒரு விஷயமாய் நடத்திக்க முடியும்..."

"நீ இப்படி பேசப்பேசத்தான், மனசுக்குள்ளே ஒரு தைரியம் எட்டிப்பார்க்குது..."

"அப்ப ஒரு லார்ஜ் அடிக்கிறியா....?"

"நீயே ஊத்திக்கொடு....."

"இப்பத்தான் நீ பழைய ஷிவ்ராம்..." வஜ்ரவேல் சொல்லிக்கொண்டே குடுவை போன்ற அந்த விஸ்கி பாட்டிலை எடுத்த விநாடி அவருடைய அறையின் கதவருகே பி.ஏ. வந்து தயக்கமாய் நின்றார்.

"என்ன வாசுதேவன்...?"

"இஷ்மி பர்மான் சுய உணர்வுக்கு வந்து பேச ஆரம்பிச்சுட்டதாய் டாக்டர் போன் பண்ணி தகவல் கொடுத்தார்."

ஷிவ்ராம் சட்டென்று எழுந்தார். "வா வஜ்ரம்..! மொதல்ல அவனைப் போய்ப் பார்த்து பேசிட்டு வந்துடுவோம்...."

"ஒரு பெக் அடி...."

"எல்லாம் வந்து பார்த்துக்குவோம் வஜ்ரம். இஷ்மிக்கு மறுபடியும் கான்ஷியஸ் போயிடப் போகுது."

இருவரும் அறையை விட்டு வெளியே வந்து அரையிருட்டான நீள வராந்தாக்களில் நடந்து மரங்கள் அடர்ந்த ஒரு மறைவான பகுதிக்கு வந்து மங்கலான வெளிச்சம் தெரிந்த அந்த அறைக்குள் நுழைந்தார்கள்.

வஜ்ரத்தின் குடும்ப டாக்டர் தவிர மேலும் இரண்டு பேர் அந்த அறையில் தெரிந்தார்கள். பவ்யமாய் கும்பிடு போட்டுவிட்டு ஒதுங்கி நின்றார்கள். வஜ்ரம் டாக்டரிடம் தாழ்ந்த குரலில் கேட்டார்.

"இஷ்மி பேசக்கூடிய நிலைமையில் இருக்கானா...?"

டாக்டரும் குரலைத் தாழ்த்தினார்.

"இப்ப நல்ல கான்ஷியஸூக்கு வந்துட்டான். ஆனா, அவன் உயிரோடு இருக்கப் போறது சில மணிநேரம்தான். காரணம் தண்டுவடமும், மூளையும் சேர்ற முகுளம் பகுதியில் போலீஸோட லத்தி அடி பலமா பட்டிருக்கு. அந்தப் பகுதியில் இருக்கிற செல்கள் கொஞ்சம் கொஞ்சமாய் சிதைவடைஞ்சுட்டு வர்றதால...."

"புரியுது டாக்டர்..... அவன்கிட்டே என்ன பேசணுமோ அதைப்

பேசிடறோம்..”

வஜ்ரவேல் சொல்லிக்கொண்டே அறையின் மூலையில் போடப்பட்டிருந்த கட்டிலில் கண் மூடிப்படுத்து இருந்த இஷ்மி பர்மானை நோக்கிப் போனார். ஷிவ்ராமும் தொடர்ந்தார்.

இடதுகை தோள்பட்டையும், கழுத்துப்பகுதியும் கன்றிப்போய் வீக்கத்தோடு தெரிய, தலையில் ரத்த காயத்துக்காக போடப்பட்டு இருந்த பேண்டேஜ் கட்டு சிவப்புத் தீற்றல்களோடு பார்வைக்குத் தட்டுப்பட்டது.

வஜ்ரவேல் திரும்பி டாக்டரையும், அறையில் இருந்த மற்ற இரண்டு பேர்களையும் பார்த்து கண்ணசைக்க அவர்கள் மௌனமாய் அறையினின்று வெளியேறினார்கள்.

“ஷிவ்ராம்! இஷ்மிகிட்டே நீ பேசறியா...... நான் பேசட்டுமா....?”

“நானே பேசறேன்..” சொன்ன ஷிவ்ராம் இஷ்மி பர்மானின் தலைமாட்டில் போய் நின்றார். குனிந்து கூப்பிட்டார்.

“இஷ்மி..”

குரல் காதுக்குள் பாய்ந்ததும் அவனுடைய விழிகள் சிரமப்பட்டு பிரிந்தன. ஷிவ்ராமைப் பார்த்ததும் எழுந்து உட்கார முயல, உடம்பு ஒத்துழைக்க மறுத்து ஒரு சின்ன அசைவை மட்டும் வெளிப்படுத்தியது.

ஷிவ்ராம் இஷ்மி பர்மானின் இடதுகையை மெல்லத் தொட்டபடி கேட்டார்.

“உன்னால இப்ப பேச முடியுமா...?”

“முடியும் ஸார்...”

“இதோ பார் இஷ்மி.... நீ போலீஸ் பத்தியெல்லாம் பயப்படாதே..... நானும் சி.எம்மும் உனக்கு பக்கபலமாய் இருக்கும்போது யாரைப்பத்தியும் நீ கவலைப்பட வேண்டியதில்லை....”

இஷ்மியின் உதடுகளில் ஒரு சிறு சிரிப்பு பரவியது.

“என்ன சிரிக்கிறே...?”

“நான் உயிரோடு இருக்கப்போறது இன்னும் சில மணி நேரம்தான்னு எனக்குத் தெரியும் ஸார். அப்புறம் எதுக்காக நான் பயப்படணும். கவலைப்படணும்....?”

“இ....ஷ்....மி...... மி”

“நான் சாகறதுக்காக பயப்படலை ஸார்.......நான் மும்பையில்

இருந்தபோது எத்தனையோ கொலைகளைப் பண்ணியிருக்கேன். போலீஸ் கைது பண்ணுவாங்க. அடிப்பாங்க. அதுக்கப்புறம் உங்களை மாதிரியான அரசியல் செல்வாக்குள்ள நபர்களால் அந்த கொலை வழக்குகளிலிருந்து விடுதலையாகியிருக்கேன். ஆனா, இந்த தடவைதான் நான் செய்யாத கொலைகளுக்காக சென்னை போலீஸ்கிட்டே அடிவாங்கி இன்னும் சில மணி நேரங்களில் இந்த உலகத்தை விட்டு போகப்போறேன். நான் உயிரோடு இருக்கப்போறது இன்னும் சில மணிநேரங்கள்தான்னு டாக்டர் சி.எம்கிட்டே ரொம்ப மெதுவாத்தான் சொன்னார். ஆனா அந்த வார்த்தைகள் என் காதிலேயும் விழுந்துருச்சு.....!"

வஜ்ரவேல் பதட்டத்தோடு அவனை நெருங்கி அவசரக்குரலில் கேட்டார்.

"இஷ்மி.... நீ இப்ப என்ன சொன்னே.... செய்யாத கொலைகளா....?"

"ஆமாம்" என்பதுபோல் தலையசைத்தான் இஷ்மி.

"அப்படீன்னா முகில்வண்ணனோட மாப்பிள்ளை மணிமார்பனை கொலை பண்ணினது....?"

"நானில்லை...."

முகில்வண்ணனோட மகன் செந்தமிழுக்கு இண்ட்ரா மஸ்குலர் ஊசி போட்டு திரிசூலம் ஹாஸ்பிடல்ல அட்மிட் பண்ணினது....?"

"நானில்லை...."

"கஜபதியை தற்கொலை பண்ணிக்க வெச்சது...?"

"அதுவும் நானில்லை...."

"மணிமார்பனை கொலை செய்ய வாட்டர்கேன் வேன் ஓட்ற டிரைவர் நீலகண்டனை உபயோகப்படுத்திகிட்டதாய் நீ சொன்னது..?"

"பொய். நீலகண்டன் யார்ன்னே எனக்குத் தெரியாது. அந்த நீலகண்டனை கொலை பண்ணினது யார்ன்னே எனக்குத் தெரியாது." இஷ்மி பர்மான் நிதானமான குரலில் சொல்ல வஜ்ரவேல் கோபாவேசமானார்.

"எ...எ...எதுக்காக இவ்வளவு பொய்..?"

"இந்த கொலைகள் அசைன்மெண்ட்டுக்கு ஷிவ்ராம் ஸார் எனக்குத் தர்றதாய் சொன்ன தொகை பத்து கோடி. என்னோட வாழ்நாள்ல நான் பார்த்த மிகப் பெரிய பிசினஸ் இதுதான்.

அட்வான்ஸாய் ஒரு கோடி ரூபாய் கொடுத்தார் ஷிவ்ராம் ஸார். நானும் சென்னைக்கு வந்து மணிமார்பனையும், செந்தமிழையும், கஜபதியையும் தீர்த்துக்கட்ட திட்டம் போட்டேன். அந்த திட்டத்தை செயல்படுத்த நான் ஆரம்பித்தேன். ஆனா, எனக்கு முன்னாடி யாரோ திட்டம் போட்டு நான் தீர்த்துக்கட்ட வேண்டிய நபர்களை விதவிதமாய் முடிச்சாங்க.

“அதையெல்லாம் நான்தான் பண்ணினேன்ன்னு நீங்க நினைச்சு என்னைப் பாராட்டினபோது என்னால மறுத்துப்பேச முடியலை. காரணம் நீங்க எனக்குத் தரப்போகிற பத்து கோடி ரூபாய். இப்ப அந்த பணமும் எனக்குக் கிடைக்கப் போறதில்லை. உயிரை விடறதுக்கு முன்னாடி உண்மையைச் சொல்லிட்டேன். முகில்வண்ணனோட ஃபேமிலிக்கு நீங்க ரெண்டு பேர் மட்டும் எதிரியில்லை. வேற யாரோ இருக்காங்க. அநேகமாய் அது ஒரு பொண்ணாக்கூட இருக்கலாம்...”

பேசப்பேசவே இஷ்மி பர்மானுக்கு பெரிது பெரிதாய் மூச்சிரைக்க ஆரம்பித்தது.

42

முதலமைச்சர் வஜ்ரவேலுவும், ஷிவ்ராமும் பதட்டமாகி ஒருவரையொருவர் பார்த்துக் கொண்டார்கள்.

பெரிது பெரிதாய் மூச்சிரைத்துக் கொண்டிருந்த இஷ்மி பர்மானை வஜ்ரவேலு தொட்டார். குனிந்து அவன் காதருகே கேட்டார்.

"இஷ்மி...... முகில்வண்ணனோட ஃபேமிலிக்கு ஒரு பெண் எதிரியாக இருக்கிறதாய் சொன்னியே.... அவ யாரு...?"

மூச்சுத்திணறல் அதிகமாகி இஷ்மியால் பதில் சொல்ல முடியாமல் தவிக்க ஷிவ்ராம் அறைக்கு வெளியே எட்டிப்பார்த்து குரல் கொடுத்தார் பலமாக.

"டாக்டர்...."

வெளியே வராந்தாவில் போடப்பட்டிருந்த நாற்காலியில் உட்கார்ந்து செல்போனில் எதையோ பார்த்துக் கொண்டிருந்த டாக்டர் எழுந்து வேகவேகமாய் வந்தார். முகம் மாறிப் போனவராய் கேட்டார்.

"எனி ப்ராப்ளம்....?"

"டாக்டர் ! இஷ்மியால் பேச முடியலை..... அவனுக்கு உடனடியாய் ஏதாவது ட்ரீட்மெண்ட் குடுத்து இன்னும் ஒரு மணி நேரமாவது பேச வையுங்க டாக்டர்... மேற்கொண்டு பேசி அவன்கிட்டயிருந்து நிறைய விஷயங்களை வாங்க வேண்டியிருக்கு..!"

டாக்டர் வேகவேகமாய் உள்ளே வந்தார். மலங்க மலங்க விழித்தபடி, மூச்சிரைத்துக் கொண்டிருந்த இஷ்மியை நெருங்கினார். அவனுடைய இடது கை மணிக்கட்டைப் பிடித்து பத்து விநாடிகள் சோதித்தவர் லேசாய் முகம் மாறினார். வஜ்ரவேலை ஏறிட்டார்.

"ஸாரி ஸார்....."

"என்னாச்சு...?"

"ஸீம்ஸ் டு பி....... கார்டியாக் அரஸ்ட். பல்ஸ் வேகமாய் விழுந்துட்டிருக்கு.... ஹி ஈஸ் கவுண்டிங் ஹிஸ் லாஸ்ட் மினிட்ஸ்..."

வஜ்ரவேல் பதட்டமானார். "அவன் ஒரு அரை மணி நேரமாவது

உயிரோடு இருக்கணும் டாக்டர். லைஃப் சேவிங் ட்ரக் ஏதாவது யூஸ் பண்ணி...... அவனைப் பேச வைக்க முடியாதா...?" வஜ்ரவேலு சொல்லிக் கொண்டிருக்கும்போதே இஷ்மி பர்மானின் தொண்டையில் இருந்து ஒரு விக்கல் கிளம்பியது. விழிகள் ஒரே திசையில் நிலைத்துப்போக உடம்பின் துடிப்பு சிறிது சிறிதாய் அடங்க ஆரம்பித்தது. சரியாய் முப்பது விநாடிகள் உடம்பு அடங்கியது.

டாக்டர் உதட்டைப் பிரித்து தன்னுடைய இரண்டு கைகளையும் விரித்தார். "முகுளம் போர்ஷனில் அடிபட்டாலே இப்படித்தான் டெத் சடனாய் வரும்...."

வஜ்ரவேலுவும், ஷிவ்ராமும் இருட்டடித்துப்போன முகங்களோடு, அந்த அறையைவிட்டு வெளியேறி வராந்தாவில் போடப்பட்டிருந்த நாற்காலிகளில் தொய்வோடு உட்கார்ந்தார்கள். வஜ்ரவேல் உஷ்ணமாய் பெருமூச்சுவிட்டார்.

"என்ன ஷிவ்ராம்..... இஷ்மி இப்படி எல்லாத்தையும் தலைகீழாய் புரட்டிப்போட்டுட்டு போயிட்டான்? மணிமார்பனை தீர்த்துக்கட்டி, செந்தமிழுக்கு இண்ட்ரா மஸ்குலர் ஊசி போட்டது இவன் இல்லைன்னா வேற யார் பண்ணியிருப்பாங்க...?"

"அதுவும் அது ஒரு பெண்ணாக்கூட இருக்கலாம்ன்னு சொல்லியிருக்கான்.."

"என்னோட சந்தேகம் எல்லாம் மிருணாளினி மேல்தான்........ போலீஸ் கமிஷனர் ஆதிமூலமும், க்யூ ப்ராஞ்ச் இன்ஸ்பெக்டர் வேல்முருகனும் அந்த மிருணாளினியைக்கண்டு பிடிக்கறதுக்கு முந்தி நாம அவளைக் கண்டுபிடிச்சு இந்த இடத்துக்கு கொண்டு வந்து அவளை விசாரிக்கிற விதத்துல விசாரிச்சு உண்மைகளை வாங்கணும்."

"அவளைக் கண்டுபிடிக்க முடியுமா வஜ்ரம்?"

"ஏன் முடியாது...... அதுக்கு வேண்டிய எல்லா ஏற்பாடுகளையும் பண்ணிட்டேன். ஒரு பிரைவேட் டிடெக்டிவ் ஏஜென்ஸிகிட்டே அந்தப் பொறுப்பை ஒப்படைச்சிருக்கேன். எப்படியும் ரெண்டு மூணு நாளைக்குள்ளே நல்ல தகவல் வந்துடும்..." வஜ்ரவேல் சொல்ல ஷிவ்ராம் குரலைத்தாழ்த்தினார்.

"அது சரி.... முகில்வண்ணன் ஊழல் பண்ணி பதுக்கி வெச்சிருக்கிற 500 கோடி ரூபாய் பணம் பத்தி விபரம் ஏதாச்சும் மிருணாளினிக்கு தெரிய வாய்ப்பு இருக்குன்னு நினைக்கிறியா வஜ்ரம்..?"

“கண்டிப்பாய்...”

“எப்படி சொல்றே..?”

“மிருணாளினியோட சிஸ்டர் ஜெயதாராவுக்கும், மணிமார்பனுக்கும் தொடர்பு இருக்கும்போதே பல விஷயங்கள் அவங்களுக்குள்ளே பரிமாறப்பட்டு இருக்கலாம். அதுல ஒரு விஷயம் இந்த 500 கோடி ரூபாயாகவும் இருக்க வாய்ப்பு அதிகம்....”

“வஜ்ரம் நீ சொல்றது உண்மையாய் இருந்தா உடனடியாய் நாம செயல்படணும்..... நாளைக்கு காலையில் முகில்வண்ணன் தன் குடும்பத்தோட செந்தட்டி கிராமத்துக்கு கிளம்பிப்போனதும் நமக்கு விசுவாசமாய் இருக்கிற வருமானவரி அதிகாரிகளை பண்ணை வீட்டுக்கு அனுப்பி ரெய்ட் என்கிற பேர்ல அந்த வீட்டின் செல்லர்களில் தூங்கிட்டு இருக்கிற 500 கோடி ரூபாயையும் கண்டெய்னர்களில் இங்கே கொண்டு வந்துடணும்.”

“அது நாளைக்கு நாம செய்ய வேண்டிய வேலை. அதுக்கு முன்னாடி இன்னிக்கு ராத்திரிக்குள்ளே இஷ்மி பர்மானின் உடம்பை பின்னாடி எந்த ஒரு பிரச்சனையும் வராத அளவுக்கு டிஸ்போஸ் பண்ணியாகணும்.... என்ன பண்ணலாம் சொல்லு.”

“மதுராந்தகத்துக்குப் பக்கத்துல எனக்கு சொந்தமான ஒரு பெரிய செங்கல் சூளை இருக்கு. அதுக்குள்ளே போட்டு பஸ்பம் பண்ணிட வேண்டியதுதான். இஷ்மி மும்பையில் ஒண்டிக்கட்டையாய் வாழ்ந்தவன். அவனைக் காணோம்ன்னு யாரும் போலீஸ்ல போய் புகார் தரமாட்டாங்க.”

“சரி...... ஏற்பாடு பண்ணு...”

ஷிவ்ராம் செல்போனை எடுத்துக்கொண்டு காண்டாக்ட் ஆப்ஷனுக்குப் போய் ஒரு எண்ணைத் தொட்டுவிட்டு பேச ஆரம்பித்தார்.

• • •

மறுநாள் மாலை ஆறு மணி

முதலமைச்சர் வஜ்ரவேலுக்கு முன்பாக கழுத்தில் டை கட்டியிருந்த அந்த பதினைந்து வருமானவரி அதிகாரிகளும் வெகு பவ்யத்தோடு நின்றிருக்க, எல்லோர்க்கும் முன்பாய்த் தெரிந்த வழுக்கைத்தலை மனிதரைப் பார்த்து வஜ்ரவேலு பேசிக்கொண்டிருந்தார்.

“இதோ பாருங்க ஹரிஹரன்.... முகில்வண்ணன் இப்போ அந்த பண்ணை வீட்டுல இல்லை. ராமநாதபுரத்தில் இருக்கிற அவரோட சொந்த கிராமமான செந்தட்டி போய் சேர்ந்துட்டார். செக்யூரிட்டி வேலை பார்க்கிற ஆட்கள் மட்டும்தான் பண்ணை வீட்டுல இருக்காங்க.... தடாலடியாய் போய் ரெய்ட் பண்ணி செல்லர் அறைகளில் இருக்கிற பணத்தை எடுக்க இதைவிட ஒரு நல்ல வாய்ப்பு கிடைக்காது. இப்ப மணி ஆறு. நீங்களும் உங்க டீமும் பண்ணை வீடு போய் சேர எப்படியும் ஏழுமணியாயிடும். உங்களையெல்லாம் பார்த்ததும் செக்யூரிட்டி ஆட்களுக்கு அதிர்ச்சியாய் இருக்கும். உடனடியாய் அவங்க முகில்வண்ணனுக்கு தகவல் கொடுக்க முயற்சி பண்ணுவாங்க. செல்போன்களை எல்லாம் பறிமுதல் பண்ணிடுங்க. சோதனை முடிகிறவரைக்கும் செந்தட்டி கிராமத்தில் இருக்கிற முகில்வண்ணனுக்கு எந்த ஒரு தகவலும் போகக்கூடாது...”

“நீங்க அதையெல்லாம் சொல்லவே வேண்டியது இல்லை ஸார். முகில்வண்ணன் வீட்ல சோதனை நடந்த விஷயம் நாளைக்கு காலைல ஆறு மணிக்கு மேல்தான் அவர்க்கே தெரியப்போகுது. சோதனையில் ஒரு மிகப் பெரிய தொகை மாட்டியதுன்னு ஊடகங்களுக்கு நான் பேட்டி தர்றதை அவர் செந்தட்டி கிராமத்துல உட்கார்ந்துட்டு டிவியில் பார்க்கப் போறார். எல்லாமே திட்டம் போட்டபடி நடக்கும் ஸார்...”

“சரி.... நீங்க இப்ப கிளம்புங்க... ஹரிஹரன்.”

அந்த ஹரிஹரனின் தலைமையில் இரண்டு வரிசைகளில் நின்றிருந்த வருமானவரி அதிகாரிகள் அனைவரும் சல்யூட் அடித்துவிட்டு அறையினின்றும் வெளியேறிப்போக வஜ்ரவேல் தன் செல்போனை எடுத்தார். ஷிவ்ராமை தொடர்பு கொண்டு பேசினார்.

“ஹலோ ஷிவ்ராம்.”

“சொல்லு வஜ்ரம்.”

“இன்னும் ஒரு மணி நேரத்துல அதிரடி ஆட்டம் ஆரம்பம். ஹரிஹரன் தலைமையில் பதினைந்து ஐ.டி. ஆபீஸர்ஸ் புறப்பட்டு போயிட்டு இருக்காங்க.”

“நல்லபடியாய் முடியுமா....?”

“உனக்கு எப்பத்தான் இந்த சந்தேகம் தீருமோ..?”

“வஜ்ரம்..... இஷ்மி பர்மான் உன்னையும், என்னையும்

ஏமாத்தினதை நினைச்சா.... எந்த நேரத்துல எது நடக்குமோன்னு பயம்மா இருக்கு...."

"இனிமேல் எந்த ஒரு பிரச்சினையும் கிடையாது."

"இஷ்மி பர்மானை சுத்தம் பண்ணியாச்சா...?"

"கிள்ளி எடுக்க சாம்பல் கூட இல்லை. அவனை இனித் தேடணும்ன்னா காத்துலதான் தேடணும்....சரி அந்த மிருணாளினி எப்ப நம்ம கைக்கு கிடைப்பா..?"

"ஒரு ரெண்டு நாள் பொறுத்துக்கோ."

"வஜ்ரம்! நான் ஒரு விஷயம் சொன்னா... நீ கேப்பியா?."

"என்ன..?"

"அந்த மிருணாளினியை இன்னும் ஒரு நாலைஞ்சு நாள் வெளியே விட்டு வெச்சா என்ன..?"

"எதுக்கு..?"

"மணிமார்பனை கொலை செஞ்சதும், செந்தமிழுக்கு ஊசி போட்டு ஹாஸ்பிடல்ல படுக்க வெச்சதும், கஜபதியை தற்கொலை பண்ணிக்க வெச்சதும் அந்த மிருணாளினிதானே..?"

"ஆமா...."

"தன்னோட சிஸ்டர் ஜெயதாராவின் மரணத்துக்கு காரணமான மணிமார்பனையும் முகில்வண்ணனோட ஒட்டுமொத்த குடும்பத்தையும் தீர்த்துக்கட்டறதுதானே அவளோட நோக்கம்..?"

"ஆமா...."

"நம்ம நோக்கமும் அதுதானே? அப்படீன்னா.... அந்த வேலையை அந்த மிருணாளினியே பண்ணட்டுமே? "

"வேண்டாம் ஷிவ்ராம்...... மிருணாளினியோட நோக்கம் அந்த குடும்பத்தை மட்டும் அழிக்கிறதாய் இருந்தா பரவாயில்லை. அந்த 500 கோடி ரூபாய்க்காக உன்னையும், என்னையும் கூட டார்கெட் பண்ணலாம் இல்லையா....?"

"வஜ்ரம், நீ என்ன சொல்றே..?"

"என்னோட மனசுக்குப்பட்டதைச் சொன்னேன். அந்த மிருணாளினி நம்ம கைக்கு கிடைக்கிறவரை நீயும் சரி நானும் சரி கொஞ்சம் ஜாக்கிரதையாய் இருக்கிறது நல்லது."

"என்ன பயமுறுத்தறியா..?"

"நியாயமான பயம்.... நான் இப்படி சொல்றதுக்கு காரணம்

இருக்கு.”

“என்ன காரணம்..?”

“செந்தமிழ் அட்மிட்டாகியிருக்கிற திரிசூலம் ஹாஸ்பிடலில் இருந்து ஒரு நேரத்துக்கு முன்னாடி டாக்டர் எனக்கு போன் பண்ணியிருந்தார்..”

“என்ன சொன்னார்..?”

“செந்தமிழ் இப்போ உயிரோடு இல்லை....”

43

முதலமைச்சர் வஜ்ரவேல் சொன்னதைக்கேட்டு ஷிவ்ராம் முகம் வெளிறிப் போனவராய் திகைத்தார்.

"வஜ்ரம்..... நீ என்ன சொல்றே...? செந்தமிழ் இப்போ உயிரோடு இல்லையா..?"

"இல்லை..."

"என்னாச்சு...? செந்தமிழுக்கு உடல் உறுப்புகள் தற்காலிகமாய் செயல் இழந்து போயிருந்தாலும் உயிர்க்கு எந்த ஒரு ஆபத்தும் இல்லைன்னு நீதானே சொன்னே..?"

"அப்படீன்னு நான் சொல்லலை. டாக்டர்தான் சொன்னார்."

"பின்னே எப்படி மரணம்..?"

"போன் பண்ணிச் சொன்ன டாக்டருக்கு அதுதான் குழப்பம். முன்னாள் முதலமைச்சர் முகில்வண்ணனின் மகன் என்கிற காரணத்தால் நல்ல முறையில் ட்ரீட்மெண்ட் கொடுத்துட்டு இருந்ததாகவும் அதன் காரணமாய் செந்தமிழ் அடுத்த 24 மணி நேரத்திற்குள் சுய உணர்வுக்குத் திரும்பிக்கூடிய வாய்ப்பு இருந்ததாகவும் ஆனால், 1 மணி நேரத்துக்கு முன்னாடி திடீர்ன்னு மரணம் அடைந்துவிட்டதாகவும் சொன்னார்."

"செந்தமிழ் மரணத்துக்கு அந்த மிருணாளினிதான் காரணமாய் இருக்கலாம்ன்னு நினைக்கிறியா வஜ்ரம்?"

"என்னோட தீர்மானமான முடிவே அதுதான்.."

"சரி...... இப்ப என்ன பண்ணலாம்..?"

"நாம ஒண்ணும் பண்ண வேண்டியது இல்லை. அந்த பிரைவேட் டிடெக்டிவ் ஏஜென்ஸி அடுத்த ரெண்டு நாளைக்குள்ளே மிருணாளினியை கண்டுபிடிச்சு கொடுத்துடுவாங்க.... அதுக்கப்புறம் அவளை எப்படி ஹேண்டில் பண்ணனுமோ, அப்படி பண்ணிக்கலாம். அதுக்கு முன்னாடி முகில்வண்ணனோட பண்ணை வீட்டில் செல்லர்களில் தூங்கிட்டிருக்கிற 500 கோடியை, என்னோட இடத்துக்கு கொண்டு போய் சேர்த்துடணும். அந்த வேலையை செஞ்சு முடிக்கத்தான் நமக்கு விசுவாசமான இன்கம்டேக்ஸ் அதிகாரிகளோட க்ரூப்பை முகில்வண்ணனோட பண்ணை வீட்டுக்கு அனுப்பியிருக்கேன்."

ஷிவ்ராம் அவசரக்குரலில் குறுக்கிட்டு கேட்டார். “திரிசூலம் ஹாஸ்பிடலில் செந்தமிழ் இறந்துபோன விஷயம் முகில்வண்ணனுக்கு தெரியுமா....?”

“தெரியாது.... அந்த டாக்டர்கிட்டே நான் பேசும்போது செந்தமிழ் இறந்துபோன விஷயத்தை நாளைக்குக் காலை பத்து மணிவரைக்கும் யார்க்கும் இன்ஃபார்ம் பண்ண வேண்டாம்ன்னு சொல்லியிருக்கேன். அவரும் சரின்னுட்டார்.”

“வஜ்ரம்...!”

“என்ன...?”

“நாம ஏதோ ஒரு பிரச்சினையில் மாட்டிக்கப் போறோம்ன்னு என்னோட மனசுக்குப்படுது.”

வஜ்ரவேல் சிரித்தார். “ஷிவ்ராம்...... நீ பாட்டுக்கு உன்னோட பி.ஏ. டு கவர்னர் வேலையைப் பார்த்துட்டு இரு..... நான் இந்தப்பக்கம் எல்லா விளையாட்டையும் முடிச்சுட்டு உனக்கு போன் பண்றேன். நீ எனக்காக செய்ய வேண்டிய ஒரே ஒரு வேலை என்ன தெரியுமா..?”

“சொல்லு.”

“நம்ம கைக்கு வரப்போகிற 500 கோடி ரூபாய் பணத்துல பங்கு கேட்டு ஸ்டேட்லயிருந்து சென்டர் வரைக்கும் மொத்தம் ஏழு பேர் இருக்காங்க. அவங்க ஏழு பேரும் கடைசிவரைக்கும் நமக்கு விசுவாசமாய் இருக்கும்படி பார்த்துக்க வேண்டியது உன்னோட வேலை.”

“அதைப்பத்தின கவலை உனக்கு ஒரு துளியும் வேண்டாம். ஏன்னா அந்த ஏழு பேரும் சி.பி.ஐயிலும் அமலாக்கப் பிரிவுத் துறையிலும் இருக்கிற பவர்ஃபுல் பர்சன்ஸ். நான் அவங்களோடு பேசிட்டுத்தான் இருக்கேன்.”

“சரி...... இன்னும் ஒரு மணி நேரம் கழிச்சு நான் உனக்கு போன் பண்றேன். நம்ம விசுவாசமான இன்கம்டேக்ஸ் ஆபீஸர் ஹரிஹரனின் தலைமையில் இந்நேரம் முகில்வண்ணனின் பண்ணை வீட்டை நெருங்கியிருப்பாங்க. இனிமேல் எதிர்கொள்ளப் போகிற ஒவ்வொரு விநாடியும் நமக்கு முக்கியம். நீ டென்ஷன்படாமே நார்மலாய் இரு...!”

பேசி முடித்து செல்போனை அணைத்த வஜ்ரவேல் இண்டர்காம் டெலிபோன் ரிஸீவரை எடுத்து மறுமுனையில் இருந்த தன்னுடைய பிரத்யேக செயலாளரிடம் பேசினார்.

“நமச்சிவாயம்...... நான் இப்போ ஒரு முக்கியமான வேலையில் இருக்கேன். வெளியே இருந்து யாரோட போன் வந்தாலும் சரி எனக்கு லிங்க் கொடுக்க வேண்டாம். நானே போன் பண்ணினா மட்டும் நீ போனை அட்டெண்ட் பண்ணினா போதும்.”

“எஸ்..... ஸார்....” மறுமுனையில் நமச்சிவாயம் பவ்யமான குரலில் சொல்ல வஜ்ரவேல் ரிஸீவரை அதனிடத்தில் வைத்துவிட்டு நாற்காலிக்குச் சாய்ந்தார்.

● ● ●

வருமானவரி அதிகாரி ஹரிஹரன் தனக்குக் கீழே பணிபுரியும் ஊழியர்களோடு நான்கு கார்களில் பயணித்து முகில்வண்ணனின் பண்ணை வீட்டை அடைந்தபோது, ஒட்டுமொத்த பண்ணை வீடும் வெறிச்சோடி இருட்டில் உறைந்து போயிருந்தது.

வீட்டின் பெரிய காம்பௌண்ட் கேட் இறுக்கமாய் சாத்தப்பட்டு தெரிய கேட்டின் இடதுபக்க மூலையில் இருந்த விக்கெட் டோரை நோக்கிப்போனார் ஹரிஹரன். கதவை பலமாய்த்தட்ட அரை நிமிட நேரத்திற்குப்பிறகு விக்கெட் டோர் லேசாய் திறக்கப்பட்டு செக்யூரிட்டி நபர் ஒருவரின் தலை எட்டிப்பார்த்தது. கும்பலாய் நின்ற அதிகாரிகளைப்பார்த்து திகைத்தது.

“யார் ஸார்....?”

“ஐ.டி. டிபார்ட்மெண்டிலிருந்து வர்றோம். டோரை ஒப்பன் பண்ணு...!”

செக்யூரிட்டி நபர் கதவைத் திறந்து கொண்டு அதிர்ச்சி உறைந்து போன முகத்தோடு வெளியே வந்தார். “ஸார் நீங்க ஐ.டியிலிருந்து வர்றீங்களா....?”

“ஆமா.... ஏன் ஐ.டி. கார்டைக் காட்டினாத்தான் உள்ளே விடுவியா..?” ஹரிஹரன் கோபமான குரலில் கேட்க செக்யூரிட்டி தலையை பலமாய் ஆட்டி மறுத்தார்.

“ஸாரி ஸார்.... நான் அந்த அர்த்ததுல கேட்கலை. உள்ளே ஏற்கனவே ஐ.டி. டிபார்ட்மெண்ட்ல இருந்து சோதனை போட்டுகிட்டு இருக்காங்க...!”

“ஏ...ஏய்..... நீ என்ன சொல்றே... ஐ.டி. பீப்பிள் உள்ளே இருக்காங்களா....?”

“ஆமா ஸார்.... காலையிலேயே வந்து உள்ளே சோதனை போட்டுகிட்டு இருக்காங்க..”

"எத்தனை பேர்....?"

"அம்பது பேர்க்கு மேல இருக்கும் ஸார். உள்ளே வேன் ஒண்ணு நிக்குது பாருங்க ஸார். அதுலதான் வந்தாங்க."

"அவங்க வந்தது முகில்வண்ணனுக்கு தெரியுமா..?"

"அய்யாவுக்குத் தெரியாது ஸார்.... நான் அய்யாவுக்கு போன் பண்ணிடக்கூடாதேன்னு என்னோட செல்போனை வாங்கி வெச்சுட்டாங்க. லேண்ட்லைனையும் கட் பண்ணிட்டாங்க."

ஹரிஹரன் விக்கெட் டோரின் கதவை திறந்து கொண்டு வேகமாய் உள்ளே போக மற்ற அதிகாரிகள் பின் தொடர்ந்தார்கள். பண்ணை வீட்டின் உள்ளே இருந்த பல அறைகள் ட்யூப்லைட் வெளிச்சத்தோடு தெரிய ஆங்காங்கே ஆட்களின் நடமாட்டம் தெரிந்தது.

ஹரிஹரனிடம் ஒரு அதிகாரி கேட்டார். "ஸார்.... இவங்களைப் பார்த்தா உண்மையான ஐ.டி பீப்பிள் மாதிரி தெரியலை. நான் உள்ளே போய் யார்ன்னு பார்த்துட்டு வரட்டுமா....?"

ஹரிஹரன் குரலைத்தாழ்த்தினார். "வேண்டாம். இங்கே இருக்கிறவங்க யார்ன்னு எனக்கு நல்லாவே தெரியுது.."

"யார் ஸார்..?"

"ஸ்பெஷல் விங் ஆஃப் இன்கம்டாக்ஸ் டிபார்ட்மெண்ட்டைச் சேர்ந்த ஆபீஸர்ஸ்... அதோ அங்கே ஒருத்தர் உயரமாய் நின்னுட்டு ஏதோ இன்ஸ்ட்ரகஷன் கொடுத்துட்டு இருக்காரே அவர்தான் சீப் கமிஷனர் ஆஃப் இன்கம்டாக்ஸ் அருள். அவர்க்குப் பக்கத்துல கையில் ஒரு ஃபைலோடு தெரியறாளே ஒரு பெண் அவள் சாதுர்யா. வெரி இண்டலிஜெண்ட் கேர்ள். இன்னும் கொஞ்சம் தள்ளி ஒரு வழுக்கைத்தலை நபரிடம் பேசிட்டிருக்கிறானே ஒரு இளைஞன் அவன் பேரு நித்திலன். அது சாதாரண டீம் கிடையாது. மத்திய அமலாக்கப்பிரிவுக்குக் கட்டுப்பட்டது."

"இப்ப நாம என்ன பண்றது ஸார்."

"ஒண்ணும் பண்ண முடியாது. அதோ அருள், சாதுர்யா ரெண்டு பேருமே என்னைப்பார்த்துட்டு வர்றாங்க. நீங்க யாரும் எதுவும் பேச வேண்டாம். அவங்க கேக்கற கேள்விகளுக்கு நான் பதில் சொல்லிக்கிறேன்.."

ஹரிஹரனும், மற்ற அதிகாரிகளும் மௌனமாய் நிற்க அருளும், சாதுர்யாவும் அவர்களை நெருங்கிவந்தார்கள். அருள்

பக்கத்தில் வந்ததும் சல்யூட் அடித்துவிட்டு நிமிர்ந்து நின்றார்கள்.

அருள் கேட்டார். "என்ன ஹரிஹரன்....... எக்ஸ் சீஃப் மினிஸ்டர் முகில்வண்ணன் வீட்டுக்கு ஒரு ஸ்க்வாடோடு வந்து நிக்கறீங்க...?"

"அது.....அது வந்து ஒரு ஸ்பெஷல் சர்ச் வாரண்ட் ஸார்.."

"எதுக்காக சர்ச் வாரண்ட்...?"

"அது... அது..." ஹரிஹரன் வியர்த்தார்.

"முகில்வண்ணனோட பண்ணை வீட்டுக்குள்ளே அந்த 500 கோடி ரூபாயை எங்கே பதுக்கி வெச்சிருக்கார்ன்னு கண்டு பிடிக்கத்தானே...?"

"எ...எ....எஸ் ஸார்.."

"ஆர்டரை இஷ்யூ பண்ணினது யாரு..?"

"சி.எம் ஸார்."

சாதுர்யா புன்னகையோடு சொன்னாள். "பாம்பின் கால் பாம்பறியும்... ஐ.டி. பீப்பிளுக்கு உத்தரவு பிறப்பிக்க சி.எம்முக்கு அதிகாரம் இல்லையே...?"

ஹரிஹரன் இன்னமும் வியர்த்தார்.

"தெரியும். இருந்தாலும் அவரோட உத்தரவை மீற முடியலை. சோதனை போட வந்தோம்."

அருள், ஹரிஹரனை நெருங்கினார்.

"உங்க நிலைமை எனக்குப் புரியுது. அதிகாரத்தில் இருக்கிற ஒரு முதலமைச்சரோட கட்டளையை, நம்மை மாதிரியான அரசு அதிகாரிகள் உதாசீனப்படுத்த முடியாது. நீங்க எந்த நோக்கத்துக்காக இங்கே வந்தீங்கன்னு எனக்குத்தெரியாது. நானும் என்னோட டீமும் மினிஸ்ட்டரி ஆஃப் ஃபைனான்ஸ்லிருந்து வந்த ஒரு வோரல் ஆர்டரின் அடிப்படையில் பண்ணை வீட்டில இருக்கிற 500 கோடி ரூபாயை பறிமுதல் பண்ணி அரசு கஜானாவில் சேர்க்க வந்தோம். ரொம்ப நேரமா சோதனை போடறோம். ஒரு பத்து ரூபாய் நோட்டைக்கூட எங்களால எடுக்க முடியலை... பூமிக்கு கீழே இருக்கிற செல்லர் அறைகளில் நெல் மூட்டைகள்தான் இருக்கு. முகில்வண்ணன் அந்தப்பணத்தை வேற எங்கேயோ கொண்டு போய் பதுக்கிட்டார். நாங்க தேடிப் பார்த்து களைச்சுட்டோம். நீங்க வேணும்ன்னா முயற்சி பண்ணிப்பாருங்க."

“ஸாரி ஸார்..... நீங்க சோதனை போட்டே கிடைக்காதது நாங்க போட்டா மட்டும் கிடைச்சுடுமா?நாங்க கிளம்பறோம் ஸார்.”

“ஒரு நிமிஷம்...!” தனக்குப் பின்னால் குரல் கேட்டு திரும்பிப் பார்த்தார் ஹரிஹரன்.

போலீஸ் கமிஷனர் ஆதிமூலம் பார்வைக்குக் கிடைக்க அவர்க்கு இடதுபுறமும், வலதுபுறமும் வேல்முருகனும், நித்திலனும் புன்னகை பூத்த முகங்களோடு தெரிந்தார்கள்.

44

போலீஸ் கமிஷனர் ஆதிமூலத்தையும், வேல்முருகனையும் நித்திலனையும் ஒருசேர பார்த்த ஹரிஹரன் வெகுவாய் முகம் மாறினார். நெற்றி வியர்வையில் மின்னியது. குரல் குழறியது.

"ஸ.....ஸார்..."

போலீஸ் கமிஷனர் ஆதிமூலம் மெல்ல நடை போட்டு அவரை நெருங்கினார்.

"என்ன மிஸ்டர் ஹரிஹரன்.... சி.எம்மோட வோரல் ஆர்டரை ராணுவ கட்டளை மாதிரி நினைச்சுட்டு இந்த வீட்டை ரெய்ட் பண்ணி பணத்தை அள்ளிட்டு போக வந்துட்டீங்க போலிருக்கு.....!"

"அது.... வந்து....!"

"நீங்க பேச சிரமப்பட வேண்டாம். எனக்கு உங்க நிலைமை புரியுது. நம்மை மாதிரி அரசு அதிகாரிகள் எல்லாருமே வஜ்ரவேலு மாதிரியான அரசியல்வாதிகளுக்கு அடிமைதான். நானும் அவர்கிட்டே ஒரு அடிமை மாதிரி இருந்து ஒரு கட்டத்துல ஞானோதயம் ஏற்பட்டு திருந்திட்டேன். மக்களின் அடிப்படை தேவைகளை நிவர்த்தி செய்யறதுக்காக ஒதுக்கப்படற கோடிக்கணக்கான பணத்தை இந்த அரசியல் முதலைகள் விழுங்கி ஏப்பம் விடறதை என்னால ஜீரணிக்க முடியலை. அதான் நியாயம், நேர்மை இருக்கிற சீஃப் கமிஷனர் ஆஃப் இன்கம்டாக்ஸ் ஆபீஸர் மிஸ்டர் அருள் பக்கம் வந்துட்டேன். முகில்வண்ணன் மன அமைதிக்காகவும், இடமாற்றத்துக்காகவும் தன்னோட சொந்த கிராமத்துக்கு புறப்பட்டு போயிருக்கார். அவர் அந்த கிராமத்திலிருந்து திரும்பி வர்றதுக்குள்ளே இந்த பண்ணை வீட்டில் இருக்கிற ஊழல் பணம் 500 கோடி ரூபாயையும் மீட்கறதுக்கு முயற்சிகளை எடுத்துகிட்டோம். ஆனா முகில்வண்ணன் இந்த வீட்ல இருந்த பணத்தை வேற எங்கேயோ கொண்டு போயிட்டார். நம்ம நாட்டில் இருக்கிற அரசியல்வாதிகளுக்கு ஆறாம் அறிவு வேலை செய்யற மாதிரி வேற யார்க்கும் வேலை செய்யறதில்லை. இதுக்கு முகில்வண்ணன் நல்ல உதாரணம்."

ஹரிஹரன் தயக்கமாய் குறுக்கிட்டார்.

"நான் இப்ப என்ன ஸார் பண்ணனும்..?"

“இப்போ.... நீங்களும் உங்க டீமும் ரெண்டு மணிநேரம் அந்த ரூம்ல ரெஸ்ட் எடுங்க.... ஹரிஹரன். மிச்சத்த அதுக்கப்புறம் சொல்றேன்...”

“ஸ.....ஸார்.....”

“டோன்ட் வொர்ரி ஹரிஹரன்.. வீ ஆர் வீத் யு.. எல்லாம் சில நல்லதுக்கு தான்”

“ஓகே ஸார்... அண்டர்ஸ்டுட்”

இரண்டு மணி நேரங்கள் முழுவதுமாய் கரைந்த பின்.... ஹரிஹரன், கமிஷனர் ஆதிமூலம் அருகே வந்தார்.

“ஹரிஹரன்..... உங்க ஒத்துழைப்புக்கு நன்றி.. இப்போ உங்க போனை எடுத்து சி.எம். வஜ்ரவேலுவை காண்டாக்ட் பண்ணி, முகில்வண்ணனோட பண்ணை வீட்டில ஒரு பத்து ரூபாய் நோட்டு கூட கிடைக்கலை. அறைகளுக்கு கீழே இருந்த செல்லர்களில் நெல் மூட்டைகள்தான் அடுக்கப்பட்டு இருந்தது. மேற்கொண்டு என்ன செய்யறதுன்னு தெரியலைன்னு சொல்லிப் பாருங்க. அவர்கிட்டேயிருந்து எது மாதிரியான ரிப்ளை வருதுன்னு பார்ப்போம். ஸ்பீக்கரை ஆன் பண்ணிட்டு பேசுங்க. நாங்க இங்கே இருக்கிறது அவர்க்கு தெரிய வேண்டாம்.”

ஹரிஹரன் சில விநாடிகள் தயக்கமாய் இருந்து விட்டு தன்னுடைய செல்போனை எடுத்து ஸ்பீக்கரை ஆன் செய்துவிட்டு வஜ்ரவேலுவை தொடர்பு கொண்டார்.

அடுத்த பத்து விநாடிகளில் சி.எம். வஜ்ரவேலின் குரல் உப்புத்தாளில் ஆணியை வைத்து கிழித்தாற் போல் கேட்டது.

“என்ன ஹரிஹரன் காரியம் பழமா..?”

“இ....இ.....இல்லை ஸார்...”

“என்ன சொல்றீங்க..?”

“ஸார்.... இங்கே எல்லா செல்லர் அறைகளையும் செக் பண்ணி பார்த்துட்டோம். நெல் மூட்டைகளாய் அடுக்கி வெச்சிருக்கு... அந்த 500 கோடி பணம் இங்கே இல்லை ஸார்.”

மறுமுனையில் வஜ்ரவேலின் குரல் உச்சபட்ச டெஸிபலில் எகிறியது.

“நல்லா செக் பண்ணி பார்த்தீங்களா..?”

“ஒரு இடம் விடாமே துருவிப் பார்த்துட்டோம் ஸார். ஹண்ட்ரட்

பர்ஸன்ட் பணம் இங்கே இல்லை ஸார். முகில்வண்ணன் பணத்தை வேற எங்கேயோ கொண்டு போயிட்டார். அநேகமாய் இப்ப அவர் போயிருக்கிற செந்தட்டி கிராமத்து வீட்ல கூட பதுக்கியிருக்கலாம்.''

"அதுக்கு வாய்ப்பு இல்லை ஹரிஹரன். ஏன்னா அந்த கிராமத்து வீட்டுக்கு நான் போயிருக்கேன். ஓடு வேயப்பட்ட பழங்கால வீடு. ரெண்டு ஏக்கர் தென்னந்தோப்புக்கு நடுவில் கட்டப்பட்ட ஒரு சின்ன வீடு அது. அந்த வீட்டுக்குள்ளேயெல்லாம் பணத்தைப் பதுக்கி வைக்க முடியாது.''

"ஸார்.... இந்த வீட்லேயும் பணம் இல்லை. அந்த கிராமத்து வீட்டிலேயும் பணத்தைப் பதுக்கி வைக்க வாய்ப்பு இல்லைன்னு சொல்றீங்க. முகில்வண்ணனுக்கு சென்னையிலோ வேறு ஊர்களிலோ வீடு கிடையாது. அப்படீன்னா அந்தப் பணம் எங்கே இருக்குன்னு எப்படி ஸார் கண்டுபிடிக்கிறது.....?''

"ஹரிஹரன்...! எனக்கு ஒரு ரெண்டு நாள் டயம் கொடுங்க... முகில்வண்ணன் அந்தப் பணம் 500 கோடியை எங்கே பதுக்கி வைக்க வாய்ப்பு இருக்குன்னு நான் கண்டுபிடிச்சு சொல்றேன்.''

"இப்ப நாங்க என்ன பண்றது ஸார்....?''

"அந்த இடத்தை விட்டு உடனடியாய் கிளம்பிடுங்க.... மீடியாக்களுக்கு நியூஸ் போகாதபடி நான் பார்த்துக்கிறேன்.''

"எஸ்....ஸார்....'' ஹரிஹரன் செல்போனை அணைத்துவிட்டு வியர்வை மின்னும் முகத்தோடு கமிஷனர் ஆதிமூலத்தை ஏறிட்டுப் பார்க்க அவர் மெலிதாய்ப் புன்னகைத்தார்.

"இனியும் சி.எம்க்கு விசுவாசமாய் இருக்கப் போறீங்களா... இல்லை.... எங்க பக்கம் வர்றீங்களா?''

"ஆல்ரெடி உங்க பக்கத்துக்கு வந்துட்டோம் ஸார்..... மினிஸ்ட்டரி ஆஃப் ஃபைனான்ஸ் இந்த விவகாரத்துல இன்வால்வ் ஆகியிருக்கும்போது நாங்க எப்படி ஸார் சி.எம். பண்ற அநியாயத்துக்கு துணை போக முடியும்...?''

"தட்ஸ் குட்... நிலைமையை சரியாய்ப் புரிஞ்சுகிட்டீங்க.. ஆனா, இன்னும் ஒரு ரெண்டு நாளைக்கு சி.எம்.க்கு விசுவாசமாய் இருக்கிற மாதிரியான நடிப்பைக் கன்டின்யூ பண்ணுங்க. அதுக்குள்ளே முகில்வண்ணன் அந்த 500 கோடி ரூபாயை எங்கே யார்கிட்டே கொடுத்து எப்படி பதுக்கி வெச்சிருக்கார் என்கிற உண்மையை சி.எம். கண்டுபிடிச்சு சொல்லிடுவார். நீங்க

அந்த விஷயத்தை எங்களுக்கு கன்வே பண்ணினா போதும். அதுக்குப்பிறகு நடக்க வேண்டியது நாங்க பார்த்துக்குவோம்.''

``எஸ்.... ஸார்.''

``இப்போதைக்கு என்கிட்டே 'எஸ் ஸார்'ன்னு சொல்லிட்டு மறுபடியும் சி.எம்க்கு விசுவாசமாய் மாறிட மாட்டீங்களே ஹரிஹரன்?''

``நோ... ஸார்.... இனிமேலும் நாங்க சி.எம்.க்கு ஆதரவாய் இருந்தா பிரச்சினைகளை ஃபேஸ் பண்ண வேண்டியது நாங்கதான். இனிமேல் நீங்க சொல்றபடிதான் எங்களோட நடவடிக்கைகள் இருக்கும். நவ் வீ ஆர் இன் த சேம் போட் ஸார்...!''

``தேங்க்யூ...! சி.எம். இந்த விஷயத்துல மேற்கொண்டு என்ன செய்யப்போறார்ன்னு பார்ப்போம். அந்த பணம் முகில்வண்ணனால எந்த இடத்துல மறைச்சு வைக்கப்பட்டிருக்கு என்கிற உண்மையை முதல்ல உங்ககிட்டதான் சொல்லுவார். அவர் அப்படிச் சொன்ன அடுத்த நிமிஷமே அந்த விஷயம் எனக்கு வந்துடணும்.''

``நிச்சயமாய் வரும் ஸார்.''

● ● ●

செந்தட்டி கிராமம்

இரவு ஒன்பது மணி. ஒட்டுமொத்த கிராமமும் இருட்டிலும் நிசப்தத்திலும் உறைந்து போயிருந்தது.

இரண்டு ஏக்கர் பரப்புள்ள தென்னந்தோப்புக்கு நடுவில் அந்த பழைய வீடு மங்கிப்போன ட்யூப் லைட் வெளிச்சத்தோடு தெரிய, வீட்டின் உட்புற அறையில் போடப்பட்டிருந்த கட்டிலின் மேல் கண்மூடிப்படுத்து இருந்தார் முகில்வண்ணன். தாடை முழுவதும் நரை ரோமம்.

``மாமா.'' குரல் கேட்டு கண்களை மலர்த்தினார்.

மருமகள் மலர்க்கொடி தன்னுடைய இடது கையில் மாத்திரையும் வலது கையில் பால் நிரம்பிய டம்ளருமாய் நின்றிருந்தாள். அருகே மகள் கயல்விழி கனத்த கவலை முகமாய் தெரிந்தாள்.

``எ..எ...என்னம்மா!'' என்று கேட்டுக்கொண்டே தளர்வாய்

எழுந்து உட்கார்ந்தார் முகில்வண்ணன்.

“மாத்திரையைப் போட்டுகிட்டு பாலை குடிச்சுடுங்க மாமா....”

“இதெல்லாம் எதுக்கம்மா....? திடீர்ன்னு ஒரு ஹார்ட் அட்டாக் வந்து போயிட்டாக்கூட பரவாயில்லைன்னு தோணுது.”

கயல்விழி முகில்வண்ணனின் கையைப் பற்றினாள். “அப்பா.... நீங்க எவ்வளவு தைரியசாலின்னு எனக்குத் தெரியும். நீங்களே இப்படி மனசு உடைஞ்சு பேசினா நானும் அண்ணியும் எப்படி தைரியமாய் இருப்போம்...?”

“செந்தமிழ் எப்படி இருக்கானோ தெரியலை. டாக்டருக்கு போன் பண்ணினா அவர் போனை அட்டெண்ட் செய்யாமே அவாய்ட் பண்றார்....”

“நானும் போன் பண்ணினேன் மாமா. டாக்டர் போனை ஸ்விட்ச் ஆஃப் பண்ணி வெச்சிருந்தார். நீங்க சி.எம்.கிட்டே பேசிப்பாருங்க மாமா......!”

“நாளைக்கு காலையில் போன் பண்றேம்மா.” என்று சொன்னவர் மலர்க்கொடி கொடுத்த மாத்திரையை விழுங்கி விட்டு பால் டம்ளரை வாங்கிக்கொண்டார்.

“அப்பா..” கயல்விழி குரல் கொடுத்தாள்.

“என்னம்மா..?”

“இந்த ரூம்ல உங்களுக்கு துணையாய் நம்ம கார் டிரைவர் சாமுவேல் படுத்துக்கட்டும்.”

“வேண்டியதில்லம்மா...... நானே தனியாய் படுத்துக்குவேன்...”

“அப்பா.... டாக்டர் என்ன சொல்லியிருக்கார் தெரியுமில்ல.... உங்களுக்கு மறுபடியும் ஹார்ட் அட்டாக் வந்தா உடனடியாய் ஒரு மாத்திரை போட்டுக்கச் சொல்லியிருக்கார். அந்த மாத்திரையை எடுத்து கொடுக்கவாவது உடனடியாய் ஒருத்தர் வேண்டாமா? சாமுவேலுவும் அய்யா ரூம்ல நான் படுத்துக்கறேன்னு சொல்றான். ஒரு வார்த்தை சொன்னா கேளுங்கப்பா. சின்னக்குழந்தை மாதிரி முரண்டு பிடிக்காதீங்க....!”

“சரி.... சொன்னா கேக்கமாட்டே.... அவனை அனுப்பி வையம்மா..... உடம்புக்கும், மனசுக்கும் ஏதாவது ஒண்ணு வந்துட்டா ஒருத்தரோட உதவியை எதிர்பார்க்க வேண்டியிருக்கு....”

கயல்விழி அறைக்கு வெளியே பார்த்து குரல் கொடுத்தாள்.

“சாமுவேல்...”

அடுத்த சில விநாடிகளில், அந்த ஆறடி உயர முப்பது வயது இளைஞன் பவ்யமாய் அறைக்குள் நுழைந்தான்.

“அம்மா.”

“அப்பா ரூம்ல படுத்துக்கோ....”

“சரிங்கம்மா.”

“அசந்து தூங்கிடாதே....... அப்பா ஏதாவது குரல் கொடுத்தா உடனே எந்திரிச்சு பார்க்கணும்.”

“நீங்க ஒண்ணும் கவலைப்படாதீங்கம்மா. நான் பார்த்துக்கிறேன்.”

மலர்க்கொடியும், கயல்விழியும் அறையினின்றும் வெளியேறிப்போக, சாமுவேல் சுவரோரமாய் பாய் விரித்து விட்டு தலையணையையும் போர்வையையும் எடுத்துக்கொண்டான்.

பாலைக்குடித்து முடித்துவிட்டு டம்ளரை கீழே வைத்த முகில்வண்ணன் குரல் கொடுத்தார்.

“சாமுவேல்.”

“அய்யா.”

“எம் பொண்ணும் மருமகளும் போயிட்டாங்களா..?”

அவன் வெளியே எட்டிப்பார்த்துவிட்டு சொன்னான். “போயிட்டாங்கய்யா..”

“கதவைச் சாத்தி தாழ்ப்பாள் போட்டுவிட்டு இப்படி பக்கத்துல வந்து உட்கார்..”

அவன் கதவைச்சாத்தி தாழிட்டு விட்டு முகில்வண்ணனின் அருகே போட்டப்பட்டிருந்த ஸ்டூலில் உட்கார்ந்தான். “சொல்லுங்கய்யா..”

முகில்வண்ணன் குரலை தாழ்த்தினார். “திரிசூலம் ஹாஸ்பிடலுக்குப்போய் நீ செந்தமிழோட கதையை முடிச்சியா இல்லையா..?”

“முடிச்சுட்டேன்யா...!”

45

முகில்வண்ணன் இன்னமும் குரலைத் தாழ்த்தினார்.

"நீ செந்தமிழோட கதையை முடிச்சிட்டேன்னு சொல்றே... ஆனா அந்த திரிசூலம் ஹாஸ்பிடலில் இருந்து எனக்கு எந்த ஒரு தகவலும் வரலையே சாமுவேல்? பையன் செத்துட்டான்னு தெரிஞ்சா அப்பாவுக்கு அந்த ஹாஸ்பிடலோட டாக்டர் போன் பண்ணி சொல்லணுமா இல்லையா?"

சாமுவேல் அதிர்ச்சி விலகாத முகத்தோடு தலையாட்டினான். "அதான்ய்யா..... எனக்கும் சந்தேகமாயிருக்கு. தம்பி செந்தமிழ் செத்துட்டதை டாக்டர்கள் எதுக்காக மறைக்கணும்..?"

"சாமுவேல்.... நீ என்கிட்டே எட்டு வருஷமா டிரைவரா வேலை பார்க்கிறே.... நான் என்னோட கட்சிக்காரங்களையும் சொந்தக்காரங்களையும் நம்பாமே உன்கிட்டே எத்தனையோ பொறுப்புகளை ஒப்படைச்சிருக்கேன். நீயும் அதையெல்லாம் நிறைவேத்திக் காட்டி என்னைச் சந்தோஷப்படுத்தியிருக்கே... என்னோட அரசியல் பயணத்திற்கும், முன்னேற்றத்துக்கும் தடைக்கல்லாய் இருந்த நாகப்பட்டினம் மாவட்ட செயலாளர் ஜெயபாண்டியனை தீர்த்துக்கட்ற வேலையை ஆறு வருஷத்துக்கு முந்தி உன்கிட்டே கொடுத்தேன். காலையில் வாக்கிங் போன ஜெயபாண்டியனைப்போட்டு தள்ளற அந்த வேலையைக் கச்சிதமாய் நீயும் பண்ணி முடிச்சே. இன்னிக்கு தேதி வரை போலீஸாலே ஜெயபாண்டியனை கொலை பண்ணினது யார்ன்னு கண்டுபிடிக்க முடியாத அளவுக்கு துல்லியமாய் உன்னோட திறமை இருந்தது. அந்தத் திறமையை நம்பித்தான் உன்கிட்டே என்னோட மாப்பிள்ளை மணிமார்பனையும், மகன் செந்தமிழையும் சத்தமில் லாமே போட்டு முடிக்கச் சொன்னேன். நீ ரொம்பவும் தயங்கினே. நான் அப்ப என்ன சொன்னேன்..?"

"அ.....அய்யா......அது.... வந்து வந்து..."

"சொல்லு.... சாமுவேல்...... அப்ப நான் என்ன சொன்னேன்..?"

"அந்த ரெண்டு பேரையும் நீங்க போட்டுத் தள்ளலைன்னா, அவங்க ரெண்டு பேரும் அந்த 500 கோடி ரூபாய் பணத்துக்காக உங்களைத் தீர்த்துக்கட்ட ஒரு திட்டத்தோடு தயாராக இருக்கிறதாய் நீங்க சொன்னீங்க. அதுக்கு ஆதாரமாய் உங்க மாப்பிள்ளை மணிமார்பனும், மகன் செந்தமிழும் பேசிகிட்ட

அந்த ஆடியோ பதிவை எனக்குப் போட்டுக் காட்டினீங்க...''

"அந்த ஆடியோ பதிவைக் கேட்டுட்டு நீ கோபப்பட்டு ஆத்திரப்பட்டு கத்தினே..... அப்ப நீ என்ன சொன்னே..?''

"நீங்க உயிரோடு இருக்கணும்ன்னா அவங்க ரெண்டு பேரும் உயிரோடு இருக்கக்கூடாதுன்னு சொன்னேன். அவங்க ரெண்டு பேரையும் தீர்த்துக் கட்டற பொறுப்பையும் என்கிட்டே கொடுத்தீங்கய்யா. நானும் அந்தப் பொறுப்பை எடுத்துகிட்டு ரெண்டு பேரோட கதையையும் முடிச்சேன். ஆனா, நான் பண்ணின ஒரே தப்பு அந்த வாட்டர் கேன் வேன் டிரைவர் நீலகண்டனை நம்பி அவன்கிட்டே மணி மார்பனோட பாடியை டிஸ்போஸ் பண்ணச் சொன்னதுதான். போலீஸ் அவனை மோப்பம் பிடிப்பாங்கன்னு கொஞ்சம்கூட நினைச்சுப் பார்க்கலை. அந்த க்யூ பிராஞ்ச் இன்ஸ்பெக்டர் வேல்முருகன் துல்லியமாய் விசாரணை பண்ணி புத்திசாலித்தனமாய் மூவ் பண்ணிட்டிருந்தார். அவரை டைவர்ட் பண்றதுக்காக ரோட்டோரத்துல தூங்கிட்டிருந்த ஒரு பிச்சைக்கார பெண்ணை மர்டர் பண்ணி அவ கையில் **MMS**ன்னு பச்சை குத்த வெச்சு மாப்பிள்ளை மணிமார்பனோட பாடியோடு சேர்த்து புதைச்சேன். ஆனா மணிமார்பனுக்கும் அந்தப் பெண்ணுக்கும் எந்த ஒரு தொடர்பும் இருக்க வாய்ப்பில்லைன்னு போஸ்ட்மார்ட்டம் ரிப்போர்ட் சொன்னதும் வேல்முருகன் விசாரணையோட கோணத்தை மாற்றி இன்வெஸ்டிகேஷனை கண்டினியூ பண்ணி மிருணாளினி வரைக்கும் போயிட்டார்..''

முகில்வண்ணன் நரை ரோமம் வளர்ந்திருந்த தன்னுடைய தாடையைத் தடவியபடி மெல்லச் சிரித்தார்.

"அந்த வேல்முருகன் அப்படி திசைமாறிப் போனதும் ஒருவகையில் நமக்கு அதிர்ஷடமான விஷயம்தான். மணிமார்பனுக்கும் மிருணாளினியோட அக்கா ஜெயதாராவுக்கும் எதுமாதிரியான தொடர்பு இருந்தது என்கிற விஷயமும், ஜெயதாரா மும்பைக்கு போய் தற்கொலை பண்ணிகிட்டு சாகக்காரணமே மணிமார்பன்தான் என்கிற விஷயமும் வேல் முருகனுக்கு தெரிஞ் சிருக்கும். தன்னோட அக்காவின் மரணத்துக்கு காரணமான மணிமார்பனை மிருணாளினிதான் பழி தீர்த்திருக்கான்னு போலீஸ் கமிஷனர் ஆதிமூலத்தை வெச்சு போலீஸ் டிபார்ட் மெண்டையே நம்ப வைக்கணும்..... அதே மாதிரி செந்தமிழோட மரணத்துக்கு காரணம் போன வருஷம் ரியல் எஸ்டேட் பிசினஸில் செந்தமிழுக்கும் ஈச்சம்பாக்கத்தில் இருக்கிற பட்டறை

கஜாவுக்கும் நடந்த மோதலை காரணம் காட்டணும்.''

“அய்யா...''

“என்ன..?''

“போலீஸுக்கு உங்கமேலேயும் என்மேலேயும் சந்தேகம் வந்துடாதே..?''

“எப்படி வரும் சாமுவேல்..? மாப்பிள்ளை மணிமார்பனும், என் மகனும் என்னைக் கொத்த காத்திருந்த கருநாகங்கள் என்கிற விஷயம் உனக்கு மட்டும்தான் தெரியும். இந்த உலகத்தோட பார்வைக்கு அவங்க ரெண்டு பேருமே என்னோட பாசமான மாப்பிள்ளை, அன்பான மகன்...''

“அய்யா..... இந்த வீட்ல இன்னும் எத்தனை நாள் நாம தங்கியிருக்கப் போறோம்..?''

“என்னோட பொண்ணு கயல்விழியும், மருமகள் மலர்க்கொடியும் ஒரு மனமாறுதலுக்காக இங்கே என்னைக்கூட்டிட்டு வந்து இருக்காங்க. நோயாளி வேஷம் போட்டாச்சு. இனி அவங்க சொல்றவரைக்கும் இங்கேயே இருக்க வேண்டியதுதான்.... எனக்கு இருக்கிற ஒரே மனக்குழப்பம் என்னான்னா திரிசூலம் ஹாஸ்பிடலில் இருக்கிற செந்தமிழோட கதையை முடிச்சுட்டதா நீ சொல்றே. ஆனா அங்கேயிருக்கிற டாக்டர்ஸ் எனக்கு போன் பண்ணி செந்தமிழ் இறந்துட்டதா எனக்கு இன்ஃபார்ம் பண்ணலை. அப்படீன்னா செந்தமிழ் உயிரோடு இருக்கான்னு அர்த்தம்...''

“இல்லீங்கய்யா..... அந்த ஹாஸ்பிடலோட ஆர்டர்லிக்கு பத்தாயிரம் ரூபாய் பணம் கொடுத்து பின்பக்க வாசல் வழியா போய் தம்பியோட கதையை நான்தான் முடிச்சேன். ஆக்ஸிஜன் வர்ற குழாயை அழுத்திப் பிடிச்சுகிட்டேன். உடம்பு உயிருக்காக போராடி துடிக்க ஆரம்பிச்சது. கடைசி துடிப்பு வரைக்கும் இருந்து பார்த்துட்டுதான் வெளியே வந்தேன். சுவரில் மாட்டியிருந்த கார்டியோகிராப் மானிட்டரைப் பார்த்தேன். இதயத்துடிப்பு நின்னு போனதுக்கு அறிகுறியாய் சிவப்புக்கோடு மட்டும் இருந்தது. நீங்க வேணும்ன்னா ஹாஸ்பிடலுக்கு போன் பண்ணி தம்பி செந்தமிழுக்கு இப்போ எதுமாதிரியான ட்ரீட்மெண்ட் கொடுத்துட்டு இருக்கீங்கன்னு கேளுங்கய்யா....''

“நீ சொல்றதும் சரிதான் அந்தப்போனை எடு...!''

சாமுவேல் எழுந்து போய் சுவர் அலமாரியில் சார்ஜரில் இருந்த

முகில்வண்ணனின் செல்போனை எடுத்தான். டிஸ்ப்ளேயில் ட்ரூ காலர் அழைப்பில் ஒரு புது எண் தெரிந்தது.

“அய்யா..... உங்க போன் மியூட்ல இருந்தபோது யாரோ ரெண்டு தடவை கூப்பிட்டு இருக்காங்க.....”

“நெம்பர் என்ன..?”

சாமுவேல் எண்களை வாய்விட்டுப் படித்தான். கேட்ட முகில்வண்ணன் லேசாய் முகம் மாறினார்.

“இது ஏதோ ஒரு புது நெம்பர் மாதிரி தெரியுது. அந்த நெம்பர்க்கு கால் பண்ணி என்கிட்டே குடு.”

சாமுவேல் அந்த எண்ணைத் தொட்டுவிட்டு அந்த நெம்பர்க்கு கால் ஆப்ஷனுக்கு போய் அதைத் தேய்த்தான்.

மறுமுனையில் ரிங் போக செல்போனை முகில்வண்ணனிடம் நீட்ட அவர் வாங்கித் தன் வலது காதுக்குப் பொருத்தினார். மறுமுனையில் ஒரு ஆண் குரல் கேட்டது.

“ஸார்....... நான் கமிஷனர் ஆபீஸில் இருக்கிற கான்ஸ்டபிள் சார்லஸ் பேசறேன்.”

முகில்வண்ணன் நிமிர்ந்து உட்கார்ந்தார்.

“சொல்லு...... என்ன விஷயம்..?”

“ஸாரை காண்டாக்ட் பண்ணிப் பேச சாயந்தரம் ஏழு மணியிலிருந்து போன் பண்றேன்...”

“என்னோட போன் மியூட்ல இருந்தது. ஏதாவது முக்கியமான விஷயமா..?”

“ஆமா..... ஸார்...”

“சொல்லு.”

“கமிஷனர் ஆதிமூலம் கட்சி மாறிட்டார்...”

“நீ சொல்றது புரியலை.”

“ஸார்.... போலீஸ் கமிஷனர் ஆதிமூலம் வருமானவரித் துறை அதிகாரிகளுக்கும் மத்திய அமலாக்கப் பிரிவுத் துறை அதிகாரிகளுக்கும் விசுவாசமாய் மாறி வேலை பார்த்துட்டு இருக்கார்.”

“நீ என்ன சொல்ற..?”

“எனக்கு கிடைச்ச இன்ஃபர்மேஷனை சொல்லிட்டிருக்கேன் ஸார். சாயந்தரம் ஆறுமணியிலிருந்து சென்னை ஈ.சி.ஆரில்

இருக்கிற உங்க பண்ணை வீட்ல வருமானவரித்துறை அதிகாரிகள் ஒவ்வொரு அங்குலத்தையும் துருவி பார்த்துட்டாங்க... ஸ்பாட்ல நம்ம கமிஷனர் ஆதிமூலமும் இருந்தார். உங்க வீட்டு செக்யூரிட்டி அதிகாரிகள் இப்போ போலீஸ் வளையத்துக்குள்ளே இருக்காங்க. அவங்க செல்போன்களும் போலீஸ் மேற்பார்வையில். நீங்க உங்க செக்யூரிட்டிகளிடம் பேசினாலும் அவங்க இயல்பாய் எதுவும் நடக்காத மாதிரிதான் பேசுவாங்க..... நீங்க இப்போ எச்சரிக்கையாய் இருக்க வேண்டிய நேரம் ஸார்..... நான் இப்படி உங்களுக்கு தகவல் கொடுக்கக் காரணம், எம் பொண்ணோட கல்யாணத்தை நல்லவிதமாய் நடத்தி முடிக்க நீங்க எனக்கு ரெண்டு லட்ச ரூபாய் குடுத்து உதவி பண்ணினதுதான்...”

முகில்வண்ணன் சில விநாடிகள் வரை அதிர்ச்சியில் இருந்துவிட்டு பிறகு சுய உணர்வுக்கு மீண்டார்.

“சார்லஸ்...”

“ஸார்...”

“என்னோட வீட்ல சோதனை எவ்வளவு மணி நேரம் நடந்தது..?”

“ரெண்டரை மணி நேரம் ஸார்.”

“ஏதாவது கைப்பற்றினாங்களா..?”

“இல்ல ஸார்..... எதுவும் கிடைக்கலைன்னு பேசிக்கிட்டாங்க.... !”

“சரி.....அங்கே என்ன நடக்குதுன்னு உன்னிப்பா கவனிச்சுப் பார்த்து எனக்கு அப்பப்ப தகவல் கொடு..!”

“கண்டிப்பா ஸார்.”

முகில்வண்ணன் செல்போனை மௌனமாக்கிவிட்டு சாமுவேலை ஏறிட்டார்.

“சாமுவேல்!”

“அய்யா.....”

“வேட்டை நாய்கள் பணவாசனையை மோப்பம் பிடிச்சிருச்சு..... என்ன பண்ணலாம்..?”

46

சாமுவேல் முகில்வண்ணனை கலக்கத்தோடும் பயத்தோடும் பார்த்தான்.

"அய்யா ...... என்ன சொல்றீங்க..?"

"போலீஸ் கமிஷனர் ஆதிமூலம் தன்னோட காக்கி யூனிஃபார்ம் புத்தியைக் காட்டிட்டார். வருமானவரித்துறைக்கும், அமலாக்கப்பிரிவுக்கும் ஒத்துழைப்பு கொடுத்திருக்கார். டெல்லி அதிகாரிகளும், சென்னை அதிகாரிகளும் ஒரே நேரத்தில் நம்ம வீட்டை சோதனை என்கிற பேர்ல புரட்டிப் போட்டு இருக்காங்க.... வீட்டுக்குக் கீழே கட்டியிருக்கிற செல்லர் அறைகளையும் கண்டுபிடிச்சு சோதனை போட்டு இருக்காங்க."

"அய்யா..... பண்ணை வீட்ல செல்லர்கள் கட்டியிருக்கிற விஷயம் கமிஷனர்க்குத் தெரிய வாய்ப்பில்லையே.."

"அந்த நன்றி கெட்ட கஜபதி சொல்லியிருப்பான்.."

"அய்யா....... இப்ப அந்தப் பணம் தூங்கிட்டு இருக்கிற இடம் உங்களுக்கும் எனக்கும் மட்டும் தான் தெரியும். அந்த இடம் தெரிஞ்ச உங்க மாப்பிள்ளையும், மகனும் இப்போ உயிரோடு இல்லை. நான் உயிரோடு இருக்கிறவரை உங்களுக்கும் சரி அந்தப் பணத்துக்கும் சரி, பாதுகாப்பாய் இருப்பேன்ய்யா...." முகில்வண்ணன் பரிவான பார்வையோடு சாமுவேலின் தோளின் மீது கையை வைத்தார்.

"நீ என்கிட்டே வேலைக்குச் சேர்ந்த போது உன்னை நான் ஒரு சாதாரண டிரைவராதான் நினைச்சேன். ஆனா, என் மேல நீ காட்டின அன்பையும் பிரியத்தையும் பார்த்து இந்த வீட்ல ஒருத்தனாய் உன்னை என்னோட மனசளவில் ஏத்துகிட்டேன். என் மேல ஒரு சின்னதாய் துரும்பு விழுந்தாகூட துடிச்சுப் போனதை நான் பார்த்து இருக்கேன். எனக்கு சி.எம். போஸ்ட் கிடைக்காதபோது என்னால ஒரு நேரம் மட்டும்தான் சாப்பிட முடியலை. ஆனா, நீ ரெண்டு நாள் சாப்பிடாமே அழுதிட்டே இருந்தேன்னு தெரிய வந்தபோது உன்னை அந்த நிமிஷமே என்னோட மகனாய் நினைச்சுகிட்டேன். என்னோட விரோதிகள் யார்ன்னு எனக்குக்கூட தெரியாது. ஆனா, உனக்குத் தெரியும். என்னை அழிக்க நினைச்சவங்களை எல்லாம் நீ அடையாளமே தெரியாத அளவுக்கு அழிச்சே. அதனாலதான் என்னோட

ரகசியங்களையெல்லாம் உன்கூட நான் பகிர்ந்துகிட்டேன். இனி என்னோட வாழ்நாள் பூராவும் நீ ஒருத்தன் போதும்.....!"

"அய்யா...." சாமுவேல் அப்படியே மண்டியிட்டு உட்கார்ந்தான்.

"என்ன..?"

"அந்த போலீஸ் கமிஷனர் ஆதிமூலத்தை நீங்க மன்னிக்கலாம். நான் மன்னிக்க தயாராயில்லை. உங்களுக்கு துரோகம் பண்ணின ஆள் இனி உயிரோடு இருக்க கூடாது."

"வேண்டாம் சாமுவேல்...... கமிஷனரை பழி தீர்க்க வேண்டிய நேரம் இது கிடையாது... வருமான வரித்துறையும், அமலாக்கத்துறையும் நாம ஒளிச்சு வெச்சிருக்கிற பணத்தைத் தேடித் தேடி களைச்சுப் போகட்டும். மணிமார்பன், செந்தமிழ் மரணங்களை போலீஸ் அவ்வளவு சுலபத்துல விட்டுடமாட்டாங்க. இன்வெஸ்டிகேஷனை தீவிரப்படுத்துவாங்க. ரெண்டு பேரோட மரணத்துக்கும் காரணம் மிருணாளினிதான்னு போலீஸை நம்ப வைக்க வேண்டியது நம்ம வேலை... இல்லேன்னா தலைமறைவாய் இருக்கிற அவளை போலீஸுக்கு முன்னாடி நாம தேடிக் கண்டுபிடிச்சு அவளை இல்லாமே பண்ணனும். இல்லாத அவளை போலீஸ் தேடிகிட்டே இருக்கட்டும்."

"அய்யா....! நீங்க இதை இப்பத்தான் சொல்றீங்க... நான் அவளை எனக்குத் தெரிஞ்ச ஆட்கள் மூலமா.... ரெண்டு நாளா தேடிக்கிட்டு இருக்கேன். கிடைச்சா அதே நிமிஷம்...." முகில்வண்ணன் கையமர்த்தினார்.

"அவசரப்படாதே சாமுவேல்.... போலீஸ் இப்ப நம்ம பக்கம் இல்லை. சி.எம். வஜ்ரவேலுவும் எனக்கு எதிராகத்தான் இருக்கார். வஜ்ரவேலுக்குத் தெரியாமே என்னோட வீட்ல ஐ.டி. ரெய்ட் நடக்க சாத்தியமேயில்லை. நாம இப்போ எப்படி காய் நகர்த்தினாலும் சரி, மாட்டிக்க வாய்ப்பு அதிகம். பொறுமையாய் இருப்போம். இன்னும் ஒரு வாரம் பத்துநாள் இதே கிராமத்து வீட்லயிருந்துகிட்டே என்னோட ஹார்ட்அட்டாக் நடிப்பைக் கண்டினியூ பண்றேன். சென்னையில் எதுமாதிரியான விஷயங்கள் போயிட்டு இருக்குன்னு இன்ஃபார்ம் பண்ண கமிஷனர் ஆபீஸ்ல சார்லஸ் என்கிற கான்ஸ்டபிள் இருக்கார். அங்கே எது நடந்தாலும் நம்ம காதுக்கு வந்துடும். இப்ப எனக்கு தெரிய வேண்டியது ஒரே ஒரு விஷயம்தான்."

"சொல்லுங்கய்யா."

"செந்தமிழ் உயிரோடு இருக்கானா இல்லையான்னு தெரியணும். அந்த திரிசூலம் ஹாஸ்பிடலுக்கு போன் போட்டு கொடு. நான் டாக்டர்கிட்டே பேசறேன்..."

"அய்யா.....! எனக்கு ஒரு சந்தேகம். என்னோட மனசுல இருக்கிறதைச் சொல்லிடறேன். ஏதோ ஒரு காரணத்துக்காகத்தான் செந்தமிழ் உயிரோடு இல்லை என்கிற விஷயத்தை உங்ககிட்டே சொல்லாமே நேரத்தைக் கடத்தறாங்க. நாளைக்குக் காலையில் பத்து மணி வரைக்கும் பார்ப்போம். அதுக்கப்புறம் போன் பண்ணி கேட்கலாம்.... செந்தமிழோட சாவில் டாக்டர்ஸுக்கு சந்தேகம் வந்து இருக்கலாம். போலீஸுக்கு இன்ஃபார்ம் பண்ணியிருக்கவும் வாய்ப்பு இருக்கு...."

"நீ சொல்றதும் சரிதான். செந்தமிழ் செத்ததை எத்தனை நேரத்துக்குத்தான் மறைக்க முடியும்.... நாளைக்கு காலை வரை பார்ப்போம். அந்த தகவல் வர்றதுக்கு முன்னாடி நான் இன்னொரு காரியத்தைப் பண்ணியாகணும்."

"என்னன்னு சொல்லுங்கய்யா."

"அந்த ஐநூறு கோடி ரூபாய் பணத்தை மறைச்சு வெச்சிருக்கிற இடம் எதுன்னு இந்த நிமிஷம் வரைக்கும் உனக்கும் எனக்கும்தான் தெரியும் இல்லையா..?"

"ஆமாங்கய்யா..."

"அந்த இடத்தை என்னோட பொண்ணு கயல்விழிக்கும், மருமகள் மலர்க்கொடிக்கும் காட்டிடலாம்ன்னு நினைக்கிறேன். ஏன்னா எனக்குப் பின்னாடி அதை பாதுகாப்பாய் வெச்சிருக்க வேண்டியது அவங்க பொறுப்பு. மாப்பிள்ளை மணிமார்பனும், மகன் செந்தமிழும் கொஞ்சம் பொறுமையாய் இருந்திருந்தா அந்த மொத்த ரூபாயும் அவங்களுக்குத்தான் கிடைச்சிருக்கும். ஆனா, என்னையே போட்டுத்தள்ள முயற்சி பண்ணினதாலதான் அவங்களையே இல்லாமே பண்ண வேண்டியதாயிடுச்சு...."

"அய்யா....! இந்த 500 கோடி பண விஷயம் உங்க பொண்ணுக்கும், மருமகளுக்கும் அதிர்ச்சியாய் இருக்காதா..?"

"இருக்காது..... ஏன்னா இந்த பண விவகாரம் அவங்களுக்குத் தெரியும். எங்கே இருக்குன்னுதான் தெரியாது. நாளைக்குக் காலையில் அதையும் காட்டிடலாம்ன்னு இருக்கேன். எனக்கு ஏதாவது ஒண்ணு ஆச்சுன்னாக்கூட நீதான் அவங்களுக்கு பாதுகாப்பாய் இருக்கணும்..."

“அய்யா...! நான் இந்த வீட்டு நாய். நீங்க யாரை கைக்காட்டி பார்த்துக்கன்னு சொன்னாலும் நான் அவங்களுக்கு கடைசி வரைக்கும் விசுவாசமாய் இருப்பேன்.”

“அந்த நம்பிக்கையில்தான் உன்கிட்டே நான் எல்லாத்தையும் சொல்லியிருக்கேன்... சரி... நீ போய் படு. நாளைக்குக் காலையில் ஆறுமணிக்கெல்லாம் என்னை எழுப்பி விட்டுடு... குளிச்சு சாப்ட்டுட்டு ஒரு எட்டுமணிக்குள்ளே கிளம்பிடலாம்....!”

“சரிங்கய்யா...”

“அந்த மாத்திரையை எடு..... அதை விழுங்கினாத் தான் தூக்கமே வரும்...”

சாமுவேல் சுவர் அலமாரிக்குப் போய் மாத்திரை எடுத்து வந்தான்.

● ● ●

மறுநாள் காலை எட்டு மணி.

முகில்வண்ணன் குளித்து பளீரென்று வேஷ்டி சட்டையில் நாற்காலிக்கு சாய்ந்து உட்கார்ந்தபடி காப்பியைக் குடித்துக் கொண்டிருக்க, எதிரில் கயல்விழியும், மலர்க்கொடியும் நின்றிருந்தார்கள்.

கயல்விழி கலக்கமான பார்வையோடு கேட்டாள். “என்னப்பா... இவ்வளவு சீக்கிரமா எந்திரிச்சு குளிச்சு சாப்ட்டு ரெடியாய்ட்டீங்க..? எங்கே போறீங்க..?”

“எங்கே போறோம்னு கேளும்மா. நீயும் உன்னோட அண்ணியும் என்னோட வர்றீங்க.”

கயல்விழியும் மலர்க்கொடியும் குழப்பமாய் முகில்வண்ணனைப் பார்க்க, அவர் தொடர்ந்தார். “அந்த 500 கோடி ரூபாய் பணத்தை நான் எங்கே மறைச்சு வெச்சிருக்கேன்னு உங்களுக்குத் தெரிய வேண்டாமா..?”

“அ... அப்பா...”

“அந்தப் பணம் எங்கேயிருக்குன்னு மாப்பிள்ளை உன்கிட்டே சொல்லலியாம்மா..?”

“ஒரு தடவை கேட்டேன்ப்பா. கன்னத்துல பளார்ன்னு ஒரு அறை விட்டு உனக்குத் தெரிய வேண்டிய நேரத்துல தெரியும்னு சொன்னார்.”

முகில்வண்ணனின் பார்வை, இப்போது மலர்க்கொடியின் மேல் பதிந்தது.

“என்னோட மகன் செந்தமிழ் உன்கிட்டே 500 கோடி ரூபாயைப்பத்தி என்னிக்காவது சொல்லியிருக்கானாம்மா..?”

“இல்ல மாமா.... அவர்க்கு எந்நேரமும் கட்சிப் பணிதான். ஒரு ரெண்டு நிமிஷம் கூட என்கிட்டே நின்னு பேசமாட்டார்.”

“உங்க ரெண்டு பேரோட நிலைமை எனக்குப் புரியுதும்மா. எனக்கு மகனாய் பொறந்தவனும் சரி, மாப்பிள்ளையாய் வந்து வாய்ச்சவரும் சரி, மனசுல ஈரத்தன்மை இல்லாதவங்க. நாளைக்கு நடக்கப்போகிற பின்விளைவுகளைப் பற்றி தெரிஞ் சுக்காமே முரட்டுத்தனத்தோடு செயல்படக்கூடியவங்க..... என்கிட்டேயும் அது மாதிரியான முரட்டுத்தனம் இருக்கு. ஆனா நான் அதை வெளிப்படுத்தற விதம் வேற மாதிரி இருக்கும்..” என்று பேசிக்கொண்டே போனவர் சில விநாடிகளுக்கு பேச்சை நிறுத்திவிட்டு பின்பக்கம் திரும்பிப்பார்த்து குரல் கொடுத்தார்.

“சாமுவேல்...!”

ஒரு தூணின் மறைவிலிருந்து வெளிப்பட்டான் சாமுவேல் “அய்யா...!”

“இப்படி வந்து எம் முன்னாடி நில்லு...”

அவன் கையைக் கட்டிக்கொண்டு நின்றான். முகில்வண்ணன் மகளையும் மருமகளையும் பார்த்தபடி பேச ஆரம்பித்தார். “நான் இனி எத்தனை நாளைக்கு உயிரோடு இருக்கப் போறேன்னு எனக்குத் தெரியாது. ஆனா, எனக்குப் பின்னாடி நீங்க நம்ப வேண்டிய ஒரு ஆள் இருக்கான்னா அவன் சாமுவேல்தான். நம்ம குடும்பத்துக்காக தன்னோட உயிரையேகூட கொடுக்கத் தயங்காதவன். அரசியலில் பழம் சாப்பிட்டு கொட்டையைப் போட்ட நானே ஒருத்தனை நம்பறேன்னா அவன் எந்த அளவுக்கு இருப்பான்னு நீங்களே நினைச்சுப் பார்த்துக்கலாம். இந்த கிராமத்துல அந்த 500 கோடி ரூபாய் எங்கே இருக்குன்னு எனக்கும் சாமுவேலுக்கு மட்டும்தான் தெரியும். இப்ப நீங்களும் தெரிஞ்சுக்கப் போறீங்க.... புறப்படுங்க போலாம்.”

முகில்வண்ணன் சொல்லிக்கொண்டே எழுந்து வீட்டு வாசலில் நின்றிருந்த காரை நோக்கிப் போக, கயல்விழியும், மலர்க்கொடியும் கலக்கம்படிந்த முகங்களோடு பின்தொடர்ந்தார்கள்.

47

செந்தட்டி கிராமத்தின் மண் பாதையில் காரை நிதானமான வேகத்தில் விரட்டிக்கொண்டிருந்தான் டிரைவர் சாமுவேல். பக்கத்தில் நேர்பார்வை பார்த்துக்கொண்டு முகில்வண்ணன் அமர்ந்திருக்க காரின் பின்புற சீட்டில் கயல்விழியும், மலர்க்கொடியும் இருண்ட முகங்களோடு உட்கார்ந்திருந்தார்கள். காருக்குள் நிலவிய வேண்டாத மௌனத்தைக் கலைத்தாள் கயல்விழி.

“அப்பா...”

“சொல்லு...”

“நாம இப்ப எங்கே போயிட்டிருக்கோம்..?”

“நம்ம தென்னந்தோப்புக்கு..”

“நான் ஒண்ணு சொன்னா கேப்பீங்களா..?”

“என்ன..?”

“போற வழியில்தானே நம்ம குலதெய்வக்கோயில். ஒரு பத்து நிமிஷம் கோயில்ல இருந்துட்டு அப்புறமா போவோம்பா.”

“கோயில் சாமியெல்லாம் சாயந்தரமா வந்து பார்த்துக்கலாம். மொதல்ல நீயும் உன்னோட அண்ணியும் அந்த 500 கோடி ரூபாய் இந்த கிராமத்துல எங்கே இருக்குன்னு தெரிஞ்சுக்கிறதுதான் முக்கியமான விஷயம். நம்ம பண்ணை வீட்ல சோதனை போட்ட இன்கம்டாக்ஸ் ஆபீஸர்ஸும், அமலாக்கப்பிரிவு ஆபீஸர்ஸும் எந்த நிமிஷமும் இந்த கிராமத்துக்கு வரலாம். என்னை கைது பண்ணவும் வாய்ப்பு இருக்கு. அப்படியெல்லாம் நடக்கிறதுக்கு முந்தி பணம் இருக்கிற இடத்தை நான் உங்களுக்கு காட்டியாகணும்...!”

முகில்வண்ணன் மேற்கொண்டு பேசும் முன்பாக அவருடைய செல்போன் யாரோ அழைப்பதற்கு அறிகுறியாய் வைப்ரேஷனில் அதிர்ந்தது. எடுத்து காதின் செவிமடலுக்குக் கொடுத்தார். மறுமுனையில் கான்ஸ்டபிள் சார்லஸ் பேசினார்.

“ஸார்.. நீங்க இப்ப ஏதாவது முக்கியமான வேலையில் இருக்கீங்களா.....?”

“என்ன விஷயம் சொல்லு..”

“ஸார்.... ரெண்டு முக்கியமான விஷயம். ரெண்டும் அதிர்ச்சியானவை.”

“வளவளன்னு பேசாமே விஷயத்தை சொல்லு.”

“திரிசூலம் ஹாஸ்பிடலில்ல அட்மிட் செய்யப்பட்டு ட்ரீட்மெண்ட்ல இருந்த உங்க மகன் செந்தமிழ் நேத்தே இறந்துட்டார். ஆனா, உங்களுக்கு அதிர்ச்சியாய் இருக்குமேன்னு உடனடியாய் இன்ஃபார்ம் பண்ணாமே பத்துமணிக்கு மேல் இன்ஃபார்ம் பண்ணணும்ன்னு கமிஷனர் ஆதிமூலம் செல்போன்ல யார்கிட்டேயோ சொல்லிட்டு இருந்தார்.”

முகில்வண்ணன் தன்னுடைய மகிழ்ச்சியை காட்டிக்கொள்ளாமல் செயற்கையான அதிர்ச்சியோடு “அப்படியா..?” என்றார்.

“ஆமா.... ஸார்..... செந்தமிழ் இறந்து போனதில்கூட ஏதோ சந்தேகம் இருக்குன்னு டாக்டர் சொன்னதாய் கேள்விப்பட்டேன்..”

முகில்வண்ணன் சில விநாடிகள் மௌனமாய் இருந்து விட்டு மெல்ல பேச்சை ஆரம்பித்தார்.

“சரி..... ரெண்டாவது விஷயம் என்ன..?”

“தமிழ்நாடு இன்கம்டாக்ஸ் டிபார்ட்மெண்டைச் சேர்ந்த அருள், நித்திலன், சாதுர்யா இந்த மூணு பேரும் டெல்லி சி.பி.ஐ. அதிகாரிகளோடு இன்னும் ரெண்டு நாள்ல செந்தட்டி கிராமத்துக்கு வரப்போறாங்க. உங்ககிட்டே விரிவான ஒரு விசாரணையை கடுமையான முறையில் நடத்த திட்டம் போட்டு இருக்காங்க... உங்களை ஹவுஸ் அரஸ்ட் பண்ணக்கூடிய அளவுக்கு சி.எம்.வஜ்ரவேலு காய்களை நகர்த்திட்டிருக்கார்...”

முகில்வண்ணன் தன்னுடைய உதடுகளில் வறண்ட சிரிப்பொன்றை தவழவிட்டார்.

“அவங்க எதுமாதிரியான நடவடிக்கைகளை எடுத்தாலும் சரி, அதையெல்லாம் எதிர்த்து நின்னு சமாளிக்கக்கூடிய அளவுக்கு எனக்கு தைரியம் இருக்கு.. நீ மட்டும் அப்பப்ப என்னை போன்ல காண்டாக்ட் பண்ணி அங்கே விஷயங்கள் எதுமாதிரி போயிட்டு இருக்குன்னு தகவல் கொடுத்துகிட்டே இரு.”

“கண்டிப்பா ஸார்..... கமிஷனர் ஆபீஸ்ல நான் இருக்கிறதால எனக்குத் தெரியாமே எந்த ஒரு விஷயமும் நடக்காது...”

“சார்லஸ்..... போலீஸ் டிபார்ட்மெண்ட்ல இருக்கிற பெரிய பெரிய போலீஸ் ஆபீஸர்ஸ்களுக்கெல்லாம் லட்ச லட்சமாய்

வாரி கொடுத்திருக்கேன்.... நான் சி.எம்மாய் இருந்தபோது தகுதியில்லாத ஆட்களுக்கெல்லாம் பதவி உயர்வு கொடுத்து சந்தோஷப்படுத்தியிருக்கேன். ஆனா, இன்னிக்கு அவங்க எல்லாருமே சி.பி.ஐ. அமலாக்கத்துறை அதிகாரிகளோடு கைகோர்த்துகிட்டு எனக்கு எதிராய் திரும்பிட்டாங்க. ஆனா, நான் என்னிக்கோ உன்னோட மகள் கல்யாணத்துக்கு கொடுத்த ரெண்டு லட்ச ரூபாயை நீ நன்றியோடு நினைச்சுப் பார்த்து எனக்கு சரியான நேரத்துல உதவி பண்ணிட்டிருக்கே. இதை நான் என்னிக்குமே மறக்கமாட்டேன்...."

"ஸார்.... நீங்க ரெண்டு தடவை இந்த தமிழ் நாட்டுக்கு சி.எம்மாய் இருந்திருக்கீங்க. உங்களைப் போய் ஊழல் பேர்வழின்னும் 500 கோடி ரூபாய் கொள்ளையடிச்சட்டதாவும் அரசியல் வட்டாரத்துல பேசிக்கிறாங்க. நான் அதையெல்லாம் நம்பலை ஸார். யாரோ பொறாமை பிடிச்சவங்க உங்க குடும்பத்தை ஏதோ ஒரு காரணத்துக்காக அழிக்க திட்டம் போட்டு செயல்படுத்திகிட்டு இருக்காங்க... நீங்க கொஞ்சம் ஜாக்கிரதையாய் இருங்க ஸார். லேண்ட் லைன்ல ஒரு போன் வருது. மறுபடியும் ரெண்டு மணி நேரம் கழிச்சு போன் பண்றேன் ஸார்.."

மறுமுனையில் சார்லஸ் இணைப்பைத் துண்டித்து விட முகில்வண்ணன் தன்னுடைய செல்போனையும் மௌனமாக்கினார். அவர் பேசி முடிக்கும்வரை காத்திருந்த மலர்க்கொடி மெல்லிய குரலில் கூப்பிட்டாள்.

"மாமா..."

"ம்.."

"திரிசூலம் ஹாஸ்பிடலிலுக்கு போன் பண்ணி அவர் எப்படி இருக்கார்ன்னு ஒரு வார்த்தை கேளுங்க மாமா.."

"காலையிலேயே போன் பண்ணி கேட்டேன்மா. டாக்டர் போன் எடுக்கலை. ஒரு நர்ஸ்தான் போன் எடுத்து பேசினா. அவ சரியா பதில் சொல்லலை. பத்துமணிக்கு மேல போன் பண்ணுங்க.... டாக்டர் இருப்பார்ன்னு சொல்லிட்டு ரிஸீவரை வெச்சுட்டா."

"மாமா..... அவரோட உயிர்க்கு எந்த ஆபத்தும் இருக்காதே..?"

"செந்தமிழ் உயிர்க்கு எந்த ஆபத்தும் இருக்காதுன்னு டாக்டர் சொல்லியிருக்கார். தைரியமாய் இரும்மா....."

"எனக்கு பயம்மாயிருக்கு மாமா....."

"எதுக்கும்மா பயம்....? வாழ்க்கையில் எதுக்காகவும்

பயப்படக்கூடாது. எந்த ஒரு பிரச்சினை வந்தாலும் அதை தைரியமாய் ஃபேஸ் பண்ணனும். உதாரணத்துக்கு உம் புருஷன் செந்தமிழுக்கு ஏதாவது ஆயிருச்சுன்னு வெச்சுக்க.....''

"மாமா..''

"ஒரு பேச்சுக்கு சொன்னேன்மா.... அப்படி ஏதாவது ஆயிட்டா உன்னைவிட எனக்குத்தான் அது ஒரு பெரிய அதிர்ச்சியாய் இருக்கும். ஆனா, அந்த அதிர்ச்சியிலிருந்து உடனே மீண்டு வெளியே வந்துடணும்.... அடுத்தபடியாய் நாம எதுமாதிரியாய் வாழப்போறோம்ன்னு ஒரு முடிவுக்கு வந்துடணும்.... என்னோட மாப்பிள்ளை மணிமார்பன் இப்ப உயிரோடு இல்லை. விஷயம் தெரிஞ்சதும் நீ, நான், கயல்விழி மூணு பேருமே நிலை குலைஞ்சு போயிட்டோம். அந்த அதிர்ச்சி மூணுநாள்தான். நாலாவது நாள் நாம எல்லோருமே நார்மலுக்கு வந்துட்டோம். கடவுள் புண்ணியத்துல நமக்கு சொத்து இருக்கு..... எல்லாத்துக்கு மேலாய் நம்ம குடும்பம் ஏழு தலைமுறைக்கு உட்கார்ந்து சாப்பிடக்கூடிய அளவுக்கு கணக்கு இல்லாம சொத்தும் பணமும் அதுவும் 500 கோடி ரூபாய்.. அந்த பணத்தையும் சொத்தையும் கட்டிக் காக்க வேண்டியது நீயும் கயல்விழியும்தான்..!''

முகில்வண்ணன் சொல்லிக்கொண்டிருக்கும் போதே கார் குளிர்ச்சியான தென்னந்தோப்புக்குள் நுழைந்து சற்றே கரடு முரடான பாதையில் குதித்து குதித்து பயணித்தது.

ஒரு ஐந்து நிமிடப் பயணத்திற்குப் பிறகு காரின் வேகம் குறைந்து தோப்பின் ஓரமாய் போய் நின்றது.

கயல்விழி கேட்டாள்.

"அப்பா....! இந்த தென்னந்தோப்புக்குள்ளே எப்படி..... எந்த இடத்துல அந்த 500 கோடி ரூபாய் பணத்தை பதுக்கி வெக்க முடியும்..?''

முகில்வண்ணன் காரின்றும் இறங்கிக்கொண்டே சொன்னார்.

"பணம் தென்னந்தோப்புக்குள்ளே இல்லேம்மா. அதோ தெரியுதே அந்த இடத்துல.'' அவர் சுட்டிக் காட்டிய திசை பக்கம் திரும்பிப் பார்த்தாள் கயல்விழி.

நூறு மீட்டர் தொலைவில் மரங்களுக்கு நடுவே பளிச்சென்ற சுண்ணாம்பு பூச்சில் ஒரு பெரிய மண்டபம் பார்வைக்குத் தட்டுப்பட கயல்விழி ஆச்சரியப்பட்டாள்.

"அப்பா....! அது நம்ம தாத்தா பாட்டியோட சமாதிக் கட்டிடம்...''

அதற்கு முகில்வண்ணன் பதில் சொல்வதற்கு முன் சாமுவேல் குறுக்கிட்டுப் பேசினான்.

“அம்மா....! போன வருஷம் வரைக்கும் அது வெறும் சமாதி. இப்போ அய்யாவோட சேஃப்டி லாக்கர்..”

மலர்க்கொடி வியப்பில் விழிகளை விரித்தாள்.

“என்ன மாமா...! சாமுவேல் சொல்றது உண்மையா..?”

“உண்மைதான்ம்மா...... என்னோட அம்மா அப்பா சமாதிக்கு முன்னாடி கார் போய் ரொம்ப நேரம் நின்னா அது இந்த கிராமத்துல இருக்கிற எவனோட பார்வையையாவது உறுத்தும். அதனால்தான் தென்னந்தோப்புக்குள்ளே காரை நிறுத்திட்டு இப்படி பின்பக்க வழியாய் நடந்து போகப் போறோம் “

“மாமா.... ! அந்த ரெண்டு சமாதி மண்டபமும் அவ்வளவு பெரிசு கிடையாது. அதுக்குள்ளே போய் எப்படி 500 கோடி ரூபாய் மொத்ததையும் வெக்க முடியும்..?”

“மனசு வெச்சா எல்லாமே முடியும். இப்படி ஒரு யோசனையோடு எல்லா ஏற்பாட்டையும் செஞ்சு கொடுத்தது வேறு யாருமில்லை. நம்ம சாமுவேல்தான். சாமுவேல் எனக்கு கார் ட்ரைவர் மட்டும் அல்ல. ஒரு சிவில் என்ஜினியராய் இருந்து அந்த சமாதிகளை முன்யோசனையோடு கட்டிக் கொடுத்தவன். சாமுவேலோட இப்படிப்பட்ட திறமைக்குக் காரணம் அவன் என்கிட்ட வேலைக்கு வந்து சேர்றதுக்கு முந்தி ஒரு ஆர்க்கிடெக்ட் என்ஜினியர்கிட்டே வேலை பார்த்தவன். இதுக்கு முன்னாடி நீயும் கயல்விழியும் எத்தனையோ தடவை இந்த கிராமத்துக்கு வந்து சமாதிகளுக்கும் போயிருக்கீங்க. ஆனா இந்த தடவை நீங்க ரெண்டு பேரும் பார்க்கப் போகிற சமாதி ஒரு ஆச்சர்யமான அனுபவத்தைக் கொடுக்கும். வாங்க என் பின்னாடி...”

முகில்வண்ணன் சொல்லிக்கொண்டே சாமுவேலோடு அந்த சமாதிகளை நோக்கி நடக்க ஆரம்பித்துவிட, மலர்க்கொடியும் கயல்விழியும் கலவரம் படிந்த கண்களோடு பின் தொடர்ந்தார்கள்.

48

அந்த நிழல் மண்டிய தென்னந்தோப்பில் மரங்களுக்கு இடையே உருவாகியிருந்த ஒற்றையடிப் பாதையில் நடந்தார்கள் நான்கு பேரும்.

தூரத்து வயலில் பெண்கள் சீராய் அணிவகுத்து குனிந்த வாக்கில் நாற்றுக்களை நட்டுக்கொண்டிருக்க, அதற்கு அப்பால் இருந்த நிலத்தை ட்ராக்டர் ஒன்று சிரத்தையாய் உழுது கொண்டிருந்தது.

முகில்வண்ணன் தனக்கு முன்பாய் போய்க் கொண்டிருந்த சாமுவேலைக் கூப்பிட்டார்.

"சாமுவேல்.."

"அய்யா..."

"எதுக்கும் ஒரு தடவை எல்லாப்பக்கமும் பார்த்துக்க. நாம நாலு பேரும் சமாதி மண்டபத்துக்குள்ளே போறதை யாரும் பார்த்துடக்கூடாது.."

"நாம யாரோட பார்வைக்கும் படாமேதான் போய்கிட்டு இருக்கோம்ய்யா... கிராமத்தோட ஒட்டு மொத்த ஜனமும் இப்போ வயற்காட்டுலதான் வேலையைப் பார்த்துட்டு இருப்பாங்க...."

கயல்விழி குறுக்கிட்டுக் கேட்டாள். "அப்படியே யாராவது பார்த்தாலும் அவங்களால என்ன செய்ய முடியும் ? அப்பாவை நிமிர்ந்து பார்க்கக்கூட யார்க்கும் தைரியமில்லை."

"அப்படி சொல்லாதீங்கம்மா...... ஜனங்க முந்தி மாதிரி இல்ல... தெளிவாய் இருக்காங்க....நாம அவங்களைக் காட்டிலும் தெளிவாய் இருந்தாத்தான் வரக்கூடிய பிரச்சினைகளை சந்திச்சு ஜெயிக்க முடியும்."

நான்கு பேரும் தென்னந்தோப்பில் இருந்த ஒற்றையடிப் பாதையை நிதானமான நடையில் நடந்து சமாதி மண்டபத்தை நெருங்கினார்கள். மண்டபத்தின் உயரமான வாசற்பக்கக் கதவில் கனமான எஃகு பூட்டு ஒன்று தொங்கிக் கொண்டிருக்க முகில்வண்ணன் தன் கையில் வைத்திருந்த அந்த மேக்னடிக் சாவியை நீட்டினார். சாமுவேல் அதை வாங்கிக் கொண்டு போய் பூட்டின் வாய்க்குக் கொடுத்து சூட்சும முறையில் இடதுபக்கம் மூன்று முறை திருக பூட்டு விடுபட்டது.

சாமுவேல் சிரமமாய் கதவைத் தள்ளி ஒரு ஆள் நுழையக்கூடிய அளவுக்கு வழி ஏற்படுத்திக் கொடுக்க, முகில்வண்ணன், கயல்விழி, மலர்க்கொடி மூன்றுபேரும் உள்ளே போனார்கள். சாமுவேலும் கடைசியாய் நுழைந்து கொண்டு கதவை சாத்தினான்.

கதவை சாத்தியதுமே அந்த மண்டபம் அரையிருட்டோடு ஒருவித பயம் கலந்த நிசப்தத்தோடு தெரிந்தது. சற்றே உயரமான படிகளில் சலவைக்கல் வேலைப்பாடுகளோடு இரண்டு சமாதிகள் பக்கம் பக்கமாய் வாடிப்போன பூக்களோடு பார்வைக்குக் கிடைத்தன.

முகில்வண்ணன் தளர்வாய் நடந்துபோய் இரண்டு சமாதிகளுக்கு முன்பாய் போய் நின்று கண்களை மூடி கை கூப்பினார். உள்ளுக்குள் மனம் பேசியது.

"அம்மா, அப்பா... ரெண்டு பேருமே என்னை மன்னிக்கணும். என்னோட உயிரைக் காப்பாத்திக்க எனக்கு வேற வழி தெரியலை. மாப்பிள்ளை மணிமார்பனையும், உன்னோட பேரன் செந்தமிழையும் அவசர அவசரமாய் உங்கிட்டே அனுப்பி வைக்க வேண்டியதாயிருச்சு. ரெண்டுமே விஷப்பாம்புகள்ன்னு தெரிஞ்ச பின்னாடி பால் வார்க்க நான் தயாராக இல்லை... அதான் சாமுவேல் மூலமாய் முடிச்சுட்டேன். நான் என்னைக் காப்பாத்திக்க எடுத்த அந்த முடிவு சரின்னு என்னோட மனசுக்குப்பட்டதால என் மனசுக்குள்ளே எந்தவிதமான குற்ற உணர்ச்சியும் இல்லை. எனக்கு இப்போ அறுபது வயது. இன்னும் எத்தனை வருஷம் நான் உயிரோடு இருப்பேன்னு எனக்குத் தெரியாது. ஆனா உன்னோட வாரிசுகள் ஏழு தலைமுறைகளுக்கு சந்தோஷமாய் வாழக்கூடிய அளவுக்கு பணமும் சொத்தும் சேர்த்து வெச்சிருக்கேன்... அந்தப் பணம் இருக்கக்கூடிய இந்த இடத்துல உன்னோட பேத்தியையும், என்னோட மருமகளையும் கூட்டிட்டு வந்திருக்கேன். இனிமே அந்தப் பணத்தைப் பாதுகாத்து அனுபவிக்கப் போறவங்களும் அவங்க தான்..... நீங்க ரெண்டுபேரும் அவங்களுக்கு துணையாய் இருக்கணும்."

மனசுக்குள் வேண்டுதலை முடித்துக் கொண்ட முகில்வண்ணன் தன்னுடைய செல்போனை எடுத்து சாமுவேலிடம் நீட்டினார்.

"ம்... வேலையை ஆரம்பி..."

சாமுவேல் அந்த செல்போனை பவ்யமாய் வாங்கிக்கொண்டு

சமாதிகளின் கால்மாட்டுப் பகுதிக்கு வந்தான். தரைமட்டத்திலிருந்து மூன்றடி உயரத்தில் பதிக்கப்பட்டிருந்த அந்த சதுரமான பெரிய சலவைக்கல்லுக்கு முன்பாய் மண்டியிட்டு உட்கார்ந்தான். சலவைக்கல்லின் சதுரத்தில் கோல்டன் நிற பெயிண்டால் எழுதப்பட்டிருந்த வாசகங்கள், அந்த அரைகுறையான வெளிச்சத்திலும் மின்னின.

என்னை ஈன்ற தெய்வங்கள் இங்கே இளைப்பாறுகின்றன. தாய் - வேலம்மாள் தந்தை - மருதப்பன் இங்கே வாழ்கிறார்கள்!

அந்த சதுரமான சலவையின் நான்கு பக்கம் ஸ்டெய்ன்லெஸ் ஸ்டீலினால் ஆன மெல்லிய தகடுகள் ஒரு பார்டர் லைன் போல் பதிக்கப்பட்டு இருக்க, சாமுவேல் செல்போனின் டார்ச் லைட் ஆப்ஷனின் மேல் விரலைப் பதிக்க வெளிச்சம் ஒரு நேர்கோடாய் வெளிப்பட்டு லேசர் கதிர்போல் பளபளப்பு காட்டியது.

சாமுவேல் அந்த வெளிச்சக் கதிரை சலவைக் கல்லுக்கு மேலே உயர்த்தி அந்த ஸ்டெய்ன்லெஸ் தகட்டாலான பார்டரின் மேல் மெதுவாய் பாய்ச்சிக் கொண்டே வந்தான்.

கயல்விழி வியப்பை அடக்கமுடியாமல் முகில்வண்ணனை ஏறிட்டாள்.

"என்னப்பா இது...?"

முகில்வண்ணன் தன்னுடைய வறண்ட உதடுகளில் விரக்தியான புன்னகையொன்றை தவழவிட்டார்.

"அம்மா... இந்த சலவைக்கல், மத்தவங்க பார்வைக்கு ஒரு நினைவுக்கல். ஆனா, இது ஒரு ஹிட்டன் கேஸ் மார்பிள் டோர் வித் மேக்னடிக் லேசர் லாக். **(HIDDEN CASE MARBLE DOOR WITH MAGNETIC LASER LOCK)** இந்தவிஷயம் எனக்கும் சாமுவேல், மாப்பிள்ளை மணிமார்பன், உன் அண்ணனுக்கு மட்டும்தான் தெரியும். என்னோட செல்போனில் இருக்கிற டார்ச் லைட்டோட வெளிச்சத்தை மேக்னடிக் லேசராய் மாற்றக்கூடிய ஆப்ஷன் அந்த செல்போனிலேயே இருக்கு... ஒரு பத்து நிமிஷம் அந்த லேசரால் ஸ்டெய்ன்லெஸ் ஸ்டீல் தகடுகளை நனையவிட்டா போதும், இந்த சலவைக்கல்லான நினைவுக்கல் ஒரு கதவு மாதிரி திறந்து உள்ளே ஒரு வழியைக் காட்டும்..."

"வழியா....?"

"ஒரு பத்து நிமிஷம் பொறும்மா..... உனக்கும், மலர்க்கொடிக்கும் அந்த சமாதி எப்படி ஸேஃப்டி லாக்கராய் மாறி அந்த 500 கோடி ரூபாயையும் பாதுகாப்பாய் வெச்சிருக்கு என்கிற உண்மை தெரியும்."

சாமுவேல் செல்போனின்றும் பீறிட்ட அந்த லேசர் கதிரை தொடர்ந்து பத்து நிமிஷங்கள் வரை ஸ்டெய்ன்லெஸ் ஸ்டீல் தகடுகளின் மேல் பாய்ச்ச, அந்த மார்பிள் நினைவுக்கல் லேசாய் அதிர்ந்தது. அதன்பிறகு வந்த சில விநாடிகளில் கல்லின் ஒரு பக்கம் மட்டும் கழன்று கொள்ள, முகில்வண்ணன் குனிந்து அதை இழுத்தார். அது சுலபமாய் ஒரு கதவு போல் திறந்து கொண்டு அகலமான கறுப்பு துவாரத்தைக் காட்டியது.

முகில்வண்ணன் சொன்னார்.

"சாமுவேல்...... நீ மொதல்ல உள்ளே இறங்கிப் போய் யூ.பி.எஸ். பாட்டரியை ஆன் பண்ணு."

"சரிங்கய்யா..." சாமுவேல் தலையை ஆட்டிவிட்டு முட்டிபோட்டு குனிந்து அந்த துவாரத்திற்குள் போனான். மறைந்தான்.

கயல்விழியும், மலர்க்கொடியும் பிரமித்துப் போய் பார்த்துக் கொண்டிருக்க முகில்வண்ணன் மெல்ல சிரித்தார்.

"இந்த சமாதி ஸேஃப்டி லாக்கராய் மாத்தினது இதே சாமுவேல்தான். அவன் பேர்க்குத்தான் கார் டிரைவர். ஆனா எல்லா விஷயங்களையும் தெரிஞ்சு வெச்சிருக்கிற அதிபுத்திசாலி. எனக்குப் பின்னாடி நீங்க ரெண்டு பேரும் அவனைத்தான் முழுசாய் நம்பணும். கட்சிக்காரன் எவனையும் நம்பாதீங்க.... சாமுவேல் நம்ம குடும்பத்துக்காக உயிரையும் கொடுக்கக் கூடியவன்."

முகில்வண்ணன் சொல்லிக்கொண்டிருக்கும் போதே அந்த கறுப்புத் துவாரத்துக்குள் மெலிதாய் வெளிச்சம் தெரிந்தது. தொடர்ந்து சாமுவேல் குரல் கேட்டது.

"அய்யா..... உள்ளே வாங்கய்யா.. யூ.பி.எஸ்ஸை ஆன் பண்ணிட்டேன்."

முகில்வண்ணன் மண்டி போட்டு தவழ்ந்து முதல் ஆளாய் உள்ளே போக, அவரைத் தொடர்ந்து கயல்விழியும், மலர்க்கொடியும் போனார்கள். மரத்தாலான படிகள் பார்வைக்குக் கிடைக்க, ஜாக்கிரதை உணர்வோடு கால் பதித்து கீழே இறங்கினார்கள். இப்போது வெளிச்சம் அதிகமாய் பரவித்

தெரிந்தது. பத்தடி ஆழத்தில் அந்த உலோகச்சுவர்களாலான அறை ஒரு கண்டெய்னர் போல் காட்சியளிக்க, கயல்விழியும், மலர்க்கொடியும் அதிர்ச்சியில் உறைந்து போய் சுற்றும் முற்றும் பார்த்தார்கள்.

உலோகச்சுவர்களின் ஓரங்களில், ஒரே மாதிரியான நிறத்தில் சூட்கேஸ்கள் அடுக்கி வைக்கப்பட்டிருக்க, முகில்வண்ணன் சாமுவேலுக்குக் கண்ணைக் காட்டினார். அவன் மெதுவாய் நடந்து போய் ஒரு சூட்கேஸை எடுத்து வந்து அதனுடைய லாக்கர்களை மேக்னடிக் சாவியால் திறந்து மேல்மூடியைத் தூக்கினான்.

சூட்கேஸில் உள்ள கரன்ஸி நோட்டுக்கள் பிளாஸ்டிக் உறைகளில் அடைபட்டு சீராய் பார்வைக்குத் தட்டுப்பட்டன.

முகில்வண்ணன் கூப்பிட்டார்.

"அம்மா ! கயல்விழி, மலர்க்கொடி ரெண்டு பேரும் இப்படி வந்து எம் முன்னாடி நில்லுங்கம்மா.... இந்த ஒரு சூட்கேஸ்ல மட்டும் 10 கோடி ரூபாய் இருக்கு....இது மாதிரி இந்த ரூம்ல 50 சூட்கேஸ் இருக்கு.... மொத்தம் 500 கோடி... ஒவ்வொரு சூட்கேஸிக்கும் ஒவ்வொரு மேக்னடிக் சாவி இருக்கு. சாவியோட நெம்பர் அந்தந்த சூட்கேஸீக்குப் பின்னாடி ஒரு கோட்வேர்ட்ல எழுதப்பட்டிருக்கும். அதைப் பற்றின விவரங்களையெல்லாம் இப்போ சாமுவேல் உங்களுக்கு எடுத்துச்சொல்வான். ரெண்டு பேரும் அதைக் கவனமாய்க் கேட்டு...!"

முகில்வண்ணன் சொல்லிக்கொண்டு இருக்கும் போதே கயல்விழி குறுக்கிட்டுச் சொன்னாள்.

"வேண்டாம்பா..."

"வேண்டாமா..... என்ன வேண்டாம்...?"

"அந்த 500 கோடி ரூபாய் எனக்கு வேண்டாம்ன்னு சொல்றேன்பா..."

முகில்வண்ணன் ஒரு கோபப்பார்வையுடன் மருமகள் மலர்க்கொடியிடம் திரும்பினார்.

"என்னமா..... கயல்விழி இப்படி சொல்றா...?"

மலர்க்கொடி தலையைக் குனிந்தபடி சொன்னாள். "கயல்விழி சொல்றது சரிதான் மாமா...... எனக்கும் கூட இந்தப்பணம் வேண்டாம்..."

முகில்வண்ணன் கோபத்தின் உச்சிக்குப் போனார்.

"என்னமா... ரெண்டு பேரும் ஒரே மாதிரி பேசிகிட்டு இருக்கீங்க... நான் இவ்வளவு பணத்தை சம்பாதிச்சது உங்களுக்குத்தாம்மா... நம்ம பரம்பரை என்னிக்குமே செல்வச்செழிப்போடு இருக்கணும்ன்னு கஷ்டப்பட்டு சம்பாதிச்ச பணம் இது....!"

கயல்விழி இடைமறித்துச் பேசினாள்.

"அப்பா! இந்த 500 கோடி ரூபாயும் நீங்க கஷ்டப்பட்டு சம்பாதிச்ச பணம் கிடையாது."

"ஊழல் பணம்ன்னு சொல்ல வர்றியா..... சரி அப்படியே வெச்சுக்க....!"

"ஊழல் பணமாய் இருந்தாக்கூட பரவாயில்லேப்பா. இது ரத்தக்கறை படிஞ்ச பணம். உங்க மாப்பிள்ளையோட ரத்தமும், அண்ணன் செந்தமிழோட ரத்தமும் இந்த 500 கோடி ரூபாய் மேல தெளிக்கப்பட்டிருக்குன்னு எனக்கும் அண்ணிக்கும் நல்லாவே தெரியும்..."

முகில்வண்ணனும், சாமுவேலும் திகில் உறைந்து போன பார்வைகளை பரஸ்பரம் பரிமாறிக் கொண்டார்கள்.

49

முகில்வண்ணனும், சாமுவேலும் வெளிறிப்போன முகங்களோடு ஒருவரையொருவர் பார்த்துக் கொண்டிருக்கும் போதே மலர்க்கொடி பேச்சை ஆரம்பித்தாள்.

“மாமா....! உங்க மாப்பிள்ளையோட மரணத்திற்கும், மகனோட மரணத்திற்கும் காரணம் நீங்களாகத்தான் இருக்க முடியும் என்கிற உண்மையை நானும் கயல்விழியும் ரெண்டு நாளைக்கு முன்னாடியே கண்டுபிடிச்சுட்டோம். எப்படி கண்டுபிடிச்சோம்ன்னு நீங்க கேட்கலாம். அது ரொம்பவும் சுலபம் மாமா.... உங்க மாப்பிள்ளை மணிமார்பன் கொலை செய்யப்பட்ட பிறகு, உங்களுக்கு ஹார்ட் அட்டாக் வந்துட்ட மாதிரி ஒரு ஆக்டிங் கொடுத்தீங்க.... ஃபேமிலி டாக்டர் வந்து ட்ரீட்மெண்ட் கொடுத்தார். அவர் குடுத்துட்டு வெளியே வந்து வேற ஒரு டாக்டருக்கு போன் பண்ணி பேசும்போது, எக்ஸ் சி.எம்க்கு வந்தது ஹார்ட் அட்டாக் மாதிரி தெரியலை. மாப்பிள்ளை இறந்த அதிர்ச்சியின் காரணமாய் தசை இறுக்கம் ஏற்பட்டு நெஞ்சுவலி வந்திருக்கலாம்ன்னு சொன்னார். டாக்டர் அப்படி சொல்லும்போது கூட எனக்கும் கயல்விழிக்கும் சந்தேகம் வரலை...

“ஆனா ராத்திரி ஒரு மணிக்கு மேல் ட்ரைவர் சாமுவேல் உங்க அறைக்கு வர்றதும் ரொம்ப நேரம் அந்த அறையில் தங்கியிருந்து உங்ககூட பேசறதும் எங்களுக்கு பெரிய நெருடலாய் இருந்தது. ஒரு சாதாரண கார் ட்ரைவருக்கும் உங்களுக்கும் எது மாதிரியான தொடர்பு இருக்கும்ன்னு தெரிஞ்சுக்க ஆசைப்பட்டு உங்க ரெண்டு பேரோட நடவடிக்கைகளையும் கவனிக்க ஆரம்பிச்சோம். ஒரு ‘மைக்ரோ ரிஸீவர் பக்’கைப் பொருத்தி உங்களுக்குள்ளே எது மாதிரியான பேச்சு வார்த்தை போய்கிட்டு இருக்குங்கிறதை தெரிய வந்தபோது நானும் கயல்விழியும் அதிர்ந்துபோயிட்டோம். இந்த நேரத்துல உங்களுக்கு ஒரு சந்தேகம் வரலாம் மாமா. ‘மைக்ரோ ரிஸீவர் பக்’ மாதிரியான ஹைடெக் விஷயங்கள் எங்களுக்கு எப்படித் தெரியும்னு நீங்க ஆச்சரியப்படலாம். இதுல நீங்க ஆச்சரியப்பட ஒண்ணுமே இல்ல மாமா. ஏன்னா, உங்க மாப்பிள்ளையும் சரி, உங்க மகனும் சரி, அவங்க ரெண்டு பேருமே உயிரோட இருந்தப்ப நீங்க செல்போன்ல யார் யார் கூட பேசறீங்க, என்ன பேசறீங்கன்னு தெரிஞ்சுக்கறதுக்காக ‘மைக்ரோ ரிஸீவர் பக்’ஸை உங்க அறையோட மறைவான இடங்கள்ல

ஃபிக்ஸ் பண்ணி வைப்பாங்க. அந்த விஷயம் எங்களுக்குத் தெரிஞ்சாலும் நானும் கயல்விழியும் கண்டும் காணாததுபோல இருப்போம். நேத்து ராத்திரி நீங்களும் சாமுவேலும் இருந்த ரூமுக்குள்ள நாங்க ஃபிக்ஸ் பண்ணி வெச்சதும் அதே 'மைக்ரோ ரிஸீவர் பக்ஸ்'தான். உங்க மாதிரியான ஒரு க்ரிமினலை ஜெயிக்கணும்னா நாங்களும் சில க்ரிமினல் வேலைகளை பண்ணித்தானே தீரணும்? அப்படிப் பண்ணினதாலதான் பணத்துக்கு முன்னாடி உங்களுக்கு உயிர்கள் முக்கியமில்லை என்கிற உண்மையையும் புரிஞ்சுகிட்டோம்..."

மலர்க்கொடி சற்றே பேச்சை நிறுத்த கயல்விழி அதே கோபத்தோடும் சீற்றத்தோடும் தொடர்ந்தாள்.

"எங்களுக்கு உண்மை தெரிஞ்சிடுச்சு என்கிற உண்மை உங்களுக்கு தெரிஞ்சா நாங்களும் உயிரோடு இருக்க மாட்டோம் என்கிற பயம் எங்களுக்கு இருந்ததால, நானும் அண்ணியும் உணர்ச்சிகளை வெளிப்படுத்திக்காமே மௌனமாய் இருந்தோம். உங்களோட நடவடிக்கைகளுக்கு ஏற்ற மாதிரி எங்களை மாத்திகிட்டோம்....!"

கயல்விழி பேசிக்கொண்டு இருக்கும்போதே முகில்வண்ணன் முகத்தில் இருந்த அதிர்ச்சியும் பயமும் சிறிது சிறிதாய் கரைந்து காணாமல் போய் அவருடைய உதடுகளில் கேலிப்புன்னகையொன்று உதித்தது.

"சாமுவேல்."

"அய்யா..."

"என்னோட மகளும், மருமகளும் இப்படி திடீர்ன்னு எனக்கு எதிராய் திரும்புவாங்கன்னு நான் கொஞ்சம் கூட எதிர்பார்க்கலை. பெத்த மகன்னும் வீட்டு மாப்பிள்ளைன்னும் பார்க்காமே உன்னை வெச்சுக்கிட்டே காய்களை நகர்த்தி, உன்னை விதவிதமா ஆண் குரல்லயும் பெண் குரல்லயும் பேசவெச்சு ஒட்டுமொத்த போலீஸ் டிபார்ட்மெண்ட்டும் திணறிப் போகிற மாதிரி ரெண்டு பேரையும் தீர்த்துக் கட்டினவன் நான். அப்படிப்பட்ட என்னையே என் பொண்ணும் மருமகளும் எப்படி ஏமாத்தியிருக்காங்க பாத்தியா..?"

"அய்யா..... இதை நானும் எதிர்பார்க்கலை...."

"இப்ப இவங்க ரெண்டு பேர்க்கும் உண்மை தெரிஞ்சுடுச்சு. என்ன பண்ணலாம் சொல்லு...!"

“எனக்கு என்ன சொல்றதுன்னு தெரியலைங்கய்யா..”

முகில்வண்ணன் இப்போது வாய்விட்டு சிரித்தார். “பெண்புத்தி பின்புத்தி’ன்னு ஒரு பழமொழி சொல்லுவாங்க.... அந்த பழமொழி என்னோட மகளுக்கும், மருமகளுக்கும் சரியா பொருந்துது சாமுவேல்..... நான் பணத்துக்காக எதையும் செய்யக்கூடியவன்னு தெரிஞ்சிருந்தும் இந்த சமாதி நிலவறைக்குள்ளே வந்த பிறகு தன்னோட சுயரூபத்தை காட்டி மணிமார்பன் மாதிரி செந்தமிழ் மாதிரி உயிரைவிடத் தயாராயிட்டாங்க.... ரெண்டு பேரையும் இங்கேயே முடிச்சுட்டு வெளியே கொண்டு போய் டிஸ்போஸ் பண்ணிட வேண்டியதுதான்.... வேலையை ஆரம்பி....!”

“அ...அ....அய்யா.....” சாமுவேல் குரலை இழுக்க முகில்வண்ணன் வியப்போடு அவனைப் பார்த்தார்.

“என்ன சாமுவேல்.... தயங்கிட்டு இருக்கே....? அந்தப் பெட்டிக்குப் பின்னாடி மறைச்சு வெச்சிருக்கிற அந்த அரிவாளை எடுத்துக்க... ஏற்கனவே ரெண்டு விஷப் பாம்புகளை போட்டுத் தள்ளின மாதிரி இவங்களையும் போட்டுத்தள்ளு. இவங்க ரெண்டு பேரையும் உயிரோடு விடக்கூடாது...”

“சரிங்கய்யா...... நீங்க சொல்லி நான் எதை செய்யாமே விட்டிருக்கேன்..?” என்று சொன்ன சாமுவேல் இரண்டடி பின்னால் நகர்ந்து போய் ஒரு பிளாஸ்டிக் பெட்டிக்கு பின்புறம் வைக்கப்பட்டிருந்த அந்த பளபளப்பான அரிவாளை எடுத்துக் கொண்டான்.

மலர்க்கொடி சற்றும் பதட்டம் இல்லாமல் அசையாமல் நின்றிருக்க கயல்விழி முகில்வண்ணனை ஏறிட்டாள்.

“அப்பா... ஒரு நிமிஷம்...! 'பெண்புத்தி பின்புத்தி’ன்னு இப்ப ஒரு பழமொழி சொன்னீங்க. ஆனா அதனோட அர்த்தத்தை தப்பா சொல்லிட்டீங்க..... அந்த பழமொழியோட உண்மையான அர்த்தம் இதுதான். 'பின்னால் வரப்போகிற ஆபத்தை முன்கூட்டியே உணர்ந்து செயல்படுபவள்தான் பெண்’ அதனால்தான் சென்னையிலிருந்து வரும்போது இந்த சைலன்ஸர் பிஸ்டலை எடுத்துட்டு வந்தேன்.”

சொன்ன கயல்விழி விநாடிக்கும் குறைவான நேரத்தில் தன் இடுப்பின் சேலை மறைவுக்கு கையைக்கொண்டு போய் அங்கே பதுங்கியிருந்த அந்தச்சிறிய துப்பாக்கியை எடுத்தாள்.

அந்த விநாடியே சாமுவேலின் மார்பை குறி பார்த்து சுட்டாள்.

சின்னதாய் புகை கக்கிக்கொண்டு சீறிப்பாய்ந்த தோட்டா சாமுவேலின் இடதுபுற மார்பில் பாய்ந்து ஒரு ரத்தக்குழியைப் பறிக்க அவனுடைய விழிகள் திகைத்து உடம்பு ஸ்தம்பித்து பிறகு வந்த சில விநாடிகளில் முன்பக்கமாய் இரண்டாய் மடங்கி விழுந்தான்.

முகில்வண்ணன் அதிர்ந்து போனவராய் சாமுவேலின் அருகே ஓடிப்போய் சற்றுத்தள்ளி விழுந்திருந்த அரிவாளை எடுக்க முயல கயல்விழி குரலை உயர்த்தினாள்.

“அப்பா...! அடுத்த தோட்டா உங்க மார்பில் பாயாமல் இருக்கணும்ன்னா இப்ப நீங்க நின்னுட்டிருக்கிற இடத்தைவிட்டு ஓரடி கூட எடுத்து வைக்கக்கூடாது. மீறி எடுத்து வெச்சா பெத்த அப்பான்னு கூட பார்க்காமே சுட்டுத் தள்ளிவிடுவேன். ஏன்னா நான் உங்க பொண்ணு. உங்களுக்கு எப்படி ஈவு இரக்கம் இல்லையோ அதே மாதிரிதான் எனக்கும் இல்லை....”

முகில்வண்ணன் வெளிறிப்போன முகத்தில் பெருகி வழியும் வியர்வையுடன் அப்படியே நின்று கயல்விழியை பயத்தோடு பார்க்க, மலர்க்கொடி வறண்ட சிரிப்போடு இரண்டடி முன்னால் வந்தாள்.

“என்ன மாமா அப்படி பார்க்கறீங்க...? ஊழல் பணம் 500 கோடி ரூபாயை காப்பாத்தறதுக்காக பெத்த மகளையும் மாப்பிள்ளையையும் சாமுவேல் மூலமாய் தீர்த்துக்கட்ட திட்டம் போட்ட போது உங்க இதயத்தை கழட்டி வெச்ச மாதிரி நாங்களும் இப்போ எங்க இதயங்களை கழட்டி வீட்ல வெச்சுட்டு வந்திருக்கோம். போன நிமிஷம் உயிரோடு இருந்த சாமுவேல் இந்த நிமிஷம் உயிரோடு இல்லை.இந்த நிமிஷம் உயிரோடு இருக்கிற நீங்க எந்த நிமிஷம் வேணும்ன்னாலும் உயிரைவிட வேண்டியிருக்கும்..!”

மலர்க்கொடி பேசப் பேச, முகில்வண்ணன் நடுங்கும் உடம்புடன் அப்படியே மண்டியிட்டு உட்கார்ந்து இரண்டு கைகளையும் கூப்பினார்.

“என்னை ஒண்ணும் பண்ணிடாதீங்கம்மா, என் மகன் செந்தமிழும் மாப்பிள்ளையும் இந்த 500 கோடி பணத்துக்காக என்னைத் தீர்த்துக்கட்ட திட்டம் போட்டாங்க. என்னோட உயிரைக் காப்பாத்திக்கத்தான் நான் அவங்களை சாமுவேல் மூலமாய் முடிச்சேன்.”

“உங்களைத் தீர்த்துக்கட்ட அவங்க ரெண்டு பேரும் திட்டம் போட்டது உங்களுக்கு எப்படி தெரியும்...?”

“அது.... வந்து..... வந்து....”

“சொல்லுங்க மாமா.... எப்படி தெரியும்....?”

“செந்தமிழோடும் மாப்பிள்ளையோடும் நெருங்கிப் பழகற ஃப்ரண்ட்ஸ்களில் ஒருத்தன் சொன்னான்மா.”

“அவன் ஏன் பொய் சொல்லியிருக்ககூடாது...?”

“அவன் அப்படி பொய் சொல்லக்கூடியவன் இல்ல. அது மட்டுமில்லாம, அதுக்கான ஆதாரத்தையும் குடுத்தான்...”

“சரி... அவன் அப்படியே உண்மை சொன்னதாகவே வெச்சுக்குவோம். உங்க உயிரைக் காப்பாத்திக்கிறதுக்காக, மகனையும் மாப்பிள்ளையையும் கொலை செய்யாமே ரெண்டு பேரையும் கூப்பிட்டுப் பேசி சுமூகமாய் பணத்தைப் பிரிச்சுக் கொடுத்து இருக்கலாம் இல்லையா....?”

“அது.... வந்து..... வந்து....”

“அந்த சமயத்துல மகன் மாப்பிள்ளை உயிரைக் காட்டிலும் உங்களுக்கு 500 கோடி பெரிசா பட்டிருக்கு....?”

முகில்வண்ணன் முகத்தில் வியர்வை பெருகி வழிந்தது. “நான் பண்ணினது தப்புதாம்மா...”

“அது தப்புன்னு தோண உங்களுக்கு இவ்வளவு நாள் தேவைப்பட்டிருக்கு மாமா!” மலர்க்கொடி கிண்டலாக சொல்லிக்கொண்டு இருக்கும்போதே முகில்வண்ணனின் செல்போன் ரிங்டோனை வெளியிட்டது.

கயல்விழி கையில் இருந்த துப்பாக்கியை உயர்த்தி முகில்வண்ணனை குறி பார்த்துக்கொண்டே சொன்னாள்.

“அப்பா.... போன்ல யாருன்னு பாருங்க.” அவர் நடுங்கும் விரல்களோடு செல்போனை எடுத்து பார்த்துவிட்டு சொன்னார்.

“கமிஷனர் ஆபீஸிலிருந்து சார்லஸ் என்கிற கான்ஸ்டபிள் கூப்பிட்டுகிட்டு இருக்கார்..”

“ஓ..... அந்த இன்ஃபார்மர் கான்ஸ்டபிளா....?”

“ஆமா....”

“சரி.... ஸ்பீக்கரை ஆன் பண்ணிட்டு பேசுங்க. எதைப் பேசணுமோ அதைப்பத்தி மட்டும்தான் பேசணும்...”

முகில்வண்ணன் செல்போன் எண்ணைத் தேய்த்துவிட்டு மெல்ல குரல் கொடுத்தார்.

“ஹலோ..”

“ஸார்.... நான் சார்லஸ்.”

“ம்..... சொல்லு....”

“என்ன ஸார்.... குரல் ஒரு மாதிரி இருக்கு..? உடம்பு சரியில்லையா...?”

“நல்லாத்தான் இருக்கேன்..... விஷயம் என்னன்னு சொல்லு...”

“ஸார்..... நான் எவ்வளவோ உன்னிப்பாய் கண்காணிச்சும் ஒரு விஷயத்துல ஏமாந்துட்டேன்.”

“என்ன சொல்லு..?”

“தமிழ்நாடு இன்கம்டாக்ஸ் டிபார்ட்மெண்டைச் சேர்ந்த அருள், நித்திலன், சாதுர்யா இந்த மூணு பேரும் டெல்லி சி.பி.ஐ. அதிகாரிகளோடு இன்னும் ரெண்டு நாள்ல செந்தட்டி கிராமத்துக்கு வந்து உங்ககிட்டே ஒரு விரிவான விசாரணையை நடத்த இருக்கிறதாய் சொன்னேன் ஸார். ஆனா, இப்போ அவங்க பிளானை மாத்திட்டாங்க ஸார்... நேத்து மிட்நைட் அந்த மூணு பேரும் கார்ல புறப்பட்டு உங்க கிராமத்தை நோக்கி வந்துட்டு இருக்காங்க. என்னோட கணக்குப்படி இன்னும் ரெண்டு மணி நேரத்துக்குள்ளே உங்க கிராமத்துல அவங்க இருப்பாங்க. நீங்க கொஞ்சம் முன்னெச்சரிக்கையோடு இருந்துக்குங்க ஸார்....”

50

மறுமுனையில் சார்லஸ் பேசிவிட்டு இணைப்பைத் துண்டித்துவிட, முகில்வண்ணனின் முகத்தில் ஒரு கண்ணில் கிலியும் இன்னொரு கண்ணில் திகிலும் பரவி தெரிந்தது.

கயல்விழி மெல்ல நடந்து போய் அவருடைய கையில் இருந்த செல்போனைப் பறித்துக் கொண்டாள். பிறகு இதழோரம் தொற்றிக் கொண்ட ஒரு சின்ன புன்னகையோடு கேட்டாள்.

"என்னப்பா.. நிலைமை இப்போ ரொம்பவும் சிக்கலாயிருச்சு போலிருக்கே..?"

முகில்வண்ணனின் குரல் அவருடைய தொண்டையிலிருந்து பிசிறடிப்போடு வெளிப்பட்டது.

"இதோ பாரம்மா கயல்விழி.... நான் உன்னோட அண்ணனையும், மாப்பிள்ளையையும் என்னோட உயிர் மேல் இருந்த பயத்தால தீர்த்துக் கட்டினது தப்புதான். யோசனை பண்ணியிருக்கணும். அதுக்காக உன்கிட்டேயும், மலர்க்கொடிகிட்டேயும் மன்னிப்பு கேட்டுக்கிறேன்."

கயல்விழி கையில் இருந்த துப்பாக்கியை இறுகப் பற்றிக்கொண்டு மலர்க்கொடியை ஒரு சின்ன சிரிப்போடு பார்த்தாள்.

"என்ன அண்ணி உங்க மாமனாரை மன்னிச்சுடலாமா..?"

"மன்னிச்சுடலாம்."

"என்ன அண்ணி சொல்றீங்க..?"

"ஆமா.... கயல்..... மகனும், மாப்பிள்ளையும் திடீர் வில்லன்களாய் மாறி அவரோட உயிர்க்கே உலை வைக்கப் பார்த்தா அவர் சும்மா இருப்பாரா..? அதனால்தான் அந்த ரெண்டு பாம்புகளையும் அடிச்சு கொன்னுட்டார். அவர் தன்னோட உயிரைக் காப்பாத்திக்கிறதுக்காக செஞ்ச அந்த ரெண்டு கொலைகளும் நியாயமானதுதான். மன்னிச்சுடலாம். ஆனா இன்னொரு விஷயத்துக்காக அவரை நான் மன்னிக்கத் தயாராயில்லை."

"இன்னொரு விஷயமா.... அது என்ன அண்ணி..?"

"மகனும், மாப்பிள்ளையும் கொலை பண்ணப் பார்த்தாங்க.... இவர் முந்திகிட்டார். சரி, ஆனா என்னையும் உன்னையும் வெட்டி

கொலை பண்ண அரிவாளோடு சாமுவேலை ஏவி விட்டாரே... அதை மன்னிக்க நான் தயாராக இல்லை. இதைப்பத்தி நீ என்ன சொல்றே கயல்..?"

"நானும் மன்னிக்க தயாராக இல்லை."

"அப்படீன்னா சுட்டுரு."

"அந்தக் காரியத்தை நீங்களே பண்ணுங்க அண்ணி. ஏன்னா, என்ன இருந்தாலும் அவர் என்னோட அப்பா.... என்னை மார்லேயும் மடியிலேயும் போட்டு வளர்த்திருக்கார். நீங்க வேற குடும்பத்தில் இருந்து வந்த பொண்ணு. உங்களால அவரை தயக்கம் இல்லாமே சுட முடியும்...."

"நீ சொல்றதும் சரிதான்." சொல்லிக்கொண்டே கயல்விழி கொடுத்த துப்பாக்கியை வாங்கிக் கொண்டாள் மலர்க்கொடி.

முகில் விதிர்விதிர்த்துப் போனவராய் தரையில் நெடுஞ் சாண்கிடையாய் விழுந்து மருமகளை கையெடுத்து கும்பிட்டார்.

"என்னை சுட்டுடாதேம்மா.... நான் பணம் சம்பாதிச்சது எல்லாமே உங்களுக்காகத்தான்..."

"கடந்த பத்து வருஷமாய் நீங்க பணம் சம்பாதிக்கலை மாமா.... திருடினீங்க. இந்த நிலவறையில் ஒரு ரூபாய் நோட்டில் கூட உங்க வியர்வை இல்லை. அதுல ரத்தக்கறைதான் தெரியுது, இந்தப்பணம் எங்களுக்கு வேண்டாம் மாமா..... எங்களுக்கு மட்டும் இல்லை..... இனி யார்க்கும் இந்த 500 கோடி ரூபாய் பணம் உபயோகப்படப் போறதில்லை. அதே மாதிரி உங்களை சட்டத்துக்கு முன்னாடி நிறுத்தி தண்டனை வாங்கித்தரவும் எங்களுக்கு இஷ்டம் இல்லை.... உங்க அம்மாவும் அப்பாவும் சமாதியான இதே இடத்திலேயே நீங்களும், நீங்க முறைகேடாய் சம்பாதிச்ச பணமும் எல்லாத்துக்கும் மேலாய் உங்களோட விசுவாச ஊழியன் சாமுவேலுவும் ஒண்ணா இருக்கப்போறீங்க..... இந்த பாக்கியம் வேற யார்க்கு கிடைக்கும். சந்தோஷமாய் செத்துப் போங்க மாமா!"

சொன்ன மலர்க்கொடி தன் கையில் இருந்த துப்பாக்கியை உயர்த்தி முகில்வண்ணனின் மார்பை குறி பார்த்தாள்.

"வே....வே.... வேண்டாம்மா.....!" சொல்லிக் கொண்டே அவர் எழுந்து ஓடினார். கரன்ஸி நிரம்பிய பெட்டிகளுக்குப் பின்னால் போய் ஒளிய முயன்றார். மலர்க்கொடி ட்ரிக்கரை சுண்ட, தோட்டா பாய்ந்து முகில்வண்ணனின் முதுகில் ஒரு ரத்தக்குழியைப்

பறித்தது. பெரிய அலறலோடு திரும்பினார்.

மார்பிலும் ஒரு தோட்டா பாய்ந்தது. பீறிட்ட ரத்தத்தோடு மார்பை பற்றிக் கொண்டே நிலைத்துப்போன விழிகளோடு இரண்டாய் மடங்கி, ஏற்கனவே உயிரை விட்டிருந்த சாமுவேலின் உடலின் அருகே மல்லாந்து விழுந்து சில விநாடிகள் துடித்து நிசப்தமானார்.

காலை பதினோரு மணி

கிராமத்தில் வெய்யில் ஏறியிருக்க காற்றில் அனல் வீசியது,

ஒரு ஆப்பிள் பழத்தை கையில் வைத்துக்கொண்டு தோல் சீவிக்கொண்டிருந்த கயல்விழியை, கட்டிலில் சாய்ந்து உட்கார்ந்திருந்த மலர்க்கொடி வியப்பாய்ப் பார்த்தாள்.

"கயல்..."

"சொல்லுங்க அண்ணி."

"நாம செஞ்சது சரிதானா..?"

கயல்விழி தலையை உயர்த்திப்பார்த்து முறைத்தாள். "அண்ணி! நீங்க இதே கேள்வியை இதுவரைக்கும் பத்து தடவைக்கு மேலே கேட்டுட்டீங்க. நானும் நாம செஞ்சது சரிதான்னு சொல்லி சொல்லி களைச்சுப் போயிட்டேன்."

"உனக்கு இருக்கற தைரியம் எனக்கு இல்லை. மனசுக்குள்ளே ஏதோ தப்பு பண்ணிட்ட மாதிரி உணர்ச்சி. விஷயம் வெளியே தெரிஞ்சுடுமோ என்கிற பயம் வேற..!"

ஆப்பிளை துண்டு போட்டுக்கொண்டே கயல்விழி பேசினாள்.

"இதோ பாருங்க அண்ணி.... நாம கொன்னது என்னோட அப்பாவையோ, உங்க மாமனாரையோ அல்ல. ஒரு கொலைகாரனை, மக்களோட பணத்தைக் கொள்ளையடிச்ச ஒரு திருடனை.... நாம சரியான தண்டனையைத்தான் கொடுத்து இருக்கோம். இந்த விஷயம் வெளியே இருக்கிற யார்க்கும் தெரிய வாய்ப்பில்லை..... சமாதி நிலவறைக்கு போகிற வழியை பழையபடியே மேக்னடிக் லாக்கரால மூடிட்டோம். அந்த லாக்கரை ஓப்பன் பண்ணக்கூடிய லேசர் தொழில்நுட்பத்தோடு இருந்த என் அப்பாவோட செல்போனை உடைச்சு தூள்தூளாக்கி, அந்த தூள்களையும் பெட்ரோல் ஊத்தி எரிச்சுட்டோம். இன்னும் கொஞ்ச நேரத்துல இங்கே வரப்போகிற ஐ.டி. பீப்பிள், அமலாக்கப்பிரிவு அதிகாரிகள், போலீஸ் அதிகாரிகள் இந்த

வீட்டைத் தலைகீழாய்ப் புரட்டிப் போட்டு தேடினாலும் ஒரு சின்ன தடயத்தைக்கூட அவங்களால எடுக்க முடியாது. நீங்க எதுக்கும் பயப்படாதீங்க. என்ன கேள்வி கேட்டாலும் நாம ரெண்டு பேரும் ஒரே மாதிரிதான் பதில் சொல்லணும்..... அது எது மாதிரின்னு உங்களுக்கு சொல்லியும் கொடுத்து இருக்கேன். அதை மட்டும் மறந்துடாதீங்க..''

"அது நல்லாவே ஞாபகம் இருக்கு கயல்.''

"அப்புறம் முக்கியமாய் இன்னொரு விஷயம்...''

"என்ன சொல்லு..?''

"அவங்களுக்கு பதில் சொல்லும்போது வேர்த்து வழியக்கூடாது.... தலையைக் குனிஞ்சுகிட்டு பேசக்கூடாது. யார் கேட்டாலும் சரி தைரியமாய் நிமிர்ந்து அவங்களோட கண்களைப் பார்த்துத்தான் பேசணும்...''

"சரி...'' என்று சொல்லி மலர்க்கொடி தலையாட்டிக்கொண்டு இருக்கும்போதே வீட்டு வாசலில் ஒரு வாகனத்தின் இரைச்சல் கேட்டது.

கயல்விழி ஜன்னல் வழியாக எட்டிப்பார்த்தபடி பதட்டப்படாமல் மலர்க்கொடியிடம் சொன்னாள்.

"அவங்க வந்துட்டாங்கன்னு நினைக்கிறேன். மொதல்ல வர்றவர்தான் ஐ.டி. சீஃப் ஆபீஸர் அருள், அவர்க்குப்பின்னாடி வர்றவங்க அவரோட அஸிஸ்டெண்ட்ஸ் நித்திலன், சாதுர்யா, அவங்களுக்கும் பின்னாடி வர்றவங்க சி.பி.ஐ. ஆபீஸர்ஸ், அமலாக்கப்பிரிவு அதிகாரிகள், போலீஸ் கமிஷனர் ஆதிமூலம், சி.பி.சி.ஐ.டி. ஆபீஸர் வேல்முருகன்னு ஒரு படையே வர்றாங்க. நான் முதல்ல போய் ரிஸீவ் பண்றேன். நீங்க ரெண்டு நிமிஷம் கழிச்சு சமையலறையிலிருந்து கேஷுவலா வாங்க அண்ணி.''

கயல்விழி சொல்லிவிட்டு வீட்டு வாசலை நோக்கிப் போனாள்.

போலீஸ் கமிஷனர் ஆதிமூலம்தான் முதன் முதலாய் பார்வைக்குத் தட்டுபட்டார். கயல்விழி கைகளைக் குவித்தாள்.

"வணக்கம் ஸார்.''

"அப்பாவைப் பார்க்க வந்தோம். அப்பா ரெஸ்ட்ல இருக்காராம்மா..?''

"அப்பாவைப் பத்தி நானே உங்ககிட்ட பேசலாம்ன்னு இருந்தேன் ஸார்...''

"நீ என்னம்மா சொல்றே..?"

"ஸார்....! இன்னிக்குக் காலையில் அப்பாவும் டிரைவர் சாமுவேலும் தென்னந்தோப்பு வரைக்கும் போய்ட்டு வர்றோம்னு கிளம்பிப் போனாங்க போனவங்க இன்னமும் திரும்பி வரலை."

"நடந்து போனாங்களா இல்லை கார்லயா..?"

"நடந்துதான்... கார் வேண்டான்னு அப்பா சொல்லிட்டார். எட்டுமணிக்கு போனவங்க பத்து மணியாகியும் வராமே போகவே நானும், அண்ணியும் காரை எடுத்துகிட்டு தோப்புக்குப்போய் பார்த்தோம். எங்கே போனாங்கன்னு தெரியலை. இந்த கிராமத்துல அவர் வழக்கமாய் போகிற எல்லா இடத்துக்கும் போய்ப் பார்த்துட்டோம். எந்த இடத்திலும் அவங்க இல்லை."

ஐ.டி. சீஃப் அதிகாரி அருள், கயல்விழியை ஒரு கோபப்பார்வை பார்த்தார்.

"என்னம்மா.... நீ..... உங்க ஃபேமிலியை குறி வெச்சு யாரோ வேட்டையாடிகிட்டு இருக்காங்க. உங்கப்பாவை வெளியே போக விட்டிருக்கியே..?"

உள்ளேயிருந்து மலர்க்கொடி வேகமாய் வந்தாள்.

"சொன்னா கேட்டாதானே ஸார்...... இது நான் பொறந்து வளர்ந்த கிராமம். யாரும் என்னை எதுவும் பண்ண முடியாதுன்னு கிளம்பிப் போனார். போனவரை இன்னமும் காணோம். மடியில் நெருப்பை கட்டிகிட்டு நானும் கயல்விழியும் காத்துகிட்டு இருக்கோம்."

"செல்போனை எடுத்துட்டுப் போனாரா..?"

"ம்... எடுத்துட்டுப் போனார்.... அந்த நெம்பர்க்கு காண்டாக்ட் பண்ணிப்பார்த்தா எந்த ரெஸ்பான்ஸும் இல்லை... எங்களுக்கு என்ன பண்றதுன்னே தெரியாமே முழிச்சுட்டு இருக்கும்போதுதான் நீங்க வந்து இருக்கீங்க....!"

இப்போது கயல் பொய்க்கோபத்தோடு குரலை உயர்த்தினாள். "இதெல்லாம் அந்த பொண்ணு மிருணாளினியோட வேலையாகத்தான் இருக்கும்னு நெனைக்கறேன் ஸார். மொதல்ல அவளைக் கண்டுபிடிக்கணும்...."

சற்று தள்ளி நின்றிருந்த சி.பி.சி.ஐ.டி. இன்ஸ்பெக்டர் வேல்முருகன் இரண்டடி முன்னால் வந்து நின்றார்.

"ஸாரி மேடம்..... உங்க குடும்பத்தை குறி வெச்சு அழிக்க நினைக்கிறது மிருணாளினி இல்லை..."

51

"மிருணாளினி இல்லைன்னு எப்படி அவ்வளவு நிச்சயமாய் சொல்றீங்க..?" கயல்விழி கேட்க வேல்முருகன் சொன்னார்.

"ஏன்னா...... அந்த மிருணாளினி கடந்த ஒரு வார காலமாய் என்னோட கண்காணிப்பில் பத்திரமாய் இருக்காங்க. எக்ஸ் சி.எம். முகில்வண்ணனின் மகன், மாப்பிள்ளை ரெண்டு பேர்களின் மரணத்திற்கும் காரணம் மிருணாளினிதான்னு நம்ப வைக்கிறதுக்காக யாரோ முயற்சி பண்ணிட்டு இருக்கிறதும் தெரிய வந்திருக்கு..."

"அந்த யாரோ யார்ன்னு கண்டுபிடிச்சுட்டீங்களா...?"

"இல்லை.... ஆனா இப்போ இருக்கிற சி.எம். வஜ்ரவேல் மேலயும் கவர்னரின் பி.ஏ. ஷிவ்ராம் தத்தாத்ரேயா மேலயும் லேசா சந்தேகம் இருக்கு. அந்த சந்தேகத்துக்கான ஒரு ஆதாரத்தை காவல்துறையின் உளவுப்பிரிவு அதிகாரி ஞானசேகரன் கொடுத்திருக்கார்."

"என்ன ஆதாரம்..?"

"மும்பையில் இருந்து சென்னை வந்த தாதா இஷ்மி பர்மானுக்கும் கவர்னரோட பி.ஏவுக்கும் ஏதோ ஒரு வகையில் தொடர்பு இருந்து இருக்கு. ஈ.சி.ஆர். ரோட்டில் பிடிபட்ட இஷ்மி பர்மான் கிட்டே சோதனை நடத்தியதில் ஓரளவுக்கு விஷயங்கள் வெளியே வந்தது. இப்ப அவைகளின் பேரில் ஒரு மறைமுகமான விசாரணையும் நடந்துகிட்டு இருக்கு. போலீஸ் விசாரணையின்போது மிகவும் மோசமாய் அடிபட்டு உயிர்க்குப் போராடிக்கிட்டு இருந்த இஷ்மி பர்மானை ஹாஸ்பிடலுக்கு கொண்டு போக முயற்சி பண்ணினபோது யாரோ அவனை கடத்திகிட்டு போயிட்டதால மேற்கொண்டு அவன்கிட்டயிருந்து எந்த ஒரு விஷயத்தையும் வாங்க முடியலை. இஷ்மி பர்மான் உயிரோடு இருக்கக்கூடாதுங்கிறதுதான் கடத்திகிட்டு போனவங்களோட நோக்கமாய் இருந்திருக்கும்..!"

கயல்விழி போலியாய் ஒரு பதட்டத்தை வரவழைத்துக் கொண்டபடி கண்களில் நீரோடு பேச ஆரம்பித்தாள்.

"ஸார்.....நீங்க சொல்ற விஷயங்களை வெச்சுப் பார்க்கும்போது இஷ்மி பர்மானை கடத்திகிட்டு போன மாதிரிதான் என்னோட அப்பாவையும், சாமுவேலையும் அந்த யாரோ கடத்திகிட்டு

போயிருக்கணும்..” சொல்லிவிட்டு கயல்விழி பெரிதாக அழ ஆரம்பித்துவிட, அந்த அழுகையில் மலர்க்கொடியும் இணைந்து கொண்டாள்.

“இதோ பாருங்கம்மா..... நான் போலீஸ் கமிஷனராய் இருந்தாலும் அப்பா கூட நான் நெருங்கிப் பழகியிருக்கேன். அவர் பெரிய அளவுக்கு ஊழல் பண்ணி பணத்தை எங்கோ பதுக்கி வெச்சிருக்கார்ன்னு வெளியே ஒரு பேச்சு இருக்கு. அது உண்மையா பொய்யான்னு எனக்குத் தெரியாது. சென்னையில் இருக்கிற பண்ணை வீட்டில் ஐ.டி. ஆபீஸர்ஸும், சி.பி.ஐ.ஆபீஸர்ஸும் சோதனை போட்ட போது நானும் ஸ்பாட்ல இருந்தேன். அந்த வீட்டை அங்குலம் அங்குலமாய் அலசிப் பார்த்தும் பணம் கிடைக்கலை. அவர் அந்த பணத்தை எங்கே மறைச்சு வெச்சிருக்கார்ன்னு தெரிஞ்சுக்கத்தான் அவரை யாரோ கடத்தியிருக்கணும். ஒருவேளை டிரைவர் சாமுவேல் கூட அவரைக் கடத்திகிட்டு போயிருக்கலாம். நீங்க கவலைப்படாதீங்கம்மா...... அப்பாவைக் கடத்திகிட்டு போனவங்க அவரோட உயிர்க்கு எந்த ஆபத்தையும் உண்டாக்கமாட்டாங்க. எப்படியும் அடுத்த 24 மணி நேரத்துக்குள்ளே அப்பாவை எப்படியும் கண்டு பிடிச்சுடலாம். நீங்க ரெண்டு பேரும் இனிமேல் ரொம்பவும் ஜாக்கிரதையாய் இருக்கணும். மணிமார்பன் உயிரோடு இல்லை. திரிசூலம் ஹாஸ்பிடலில் அட்மிட் செய்யப்பட்டிருந்த செந்தமிழும் நேற்றைக்கே இறந்துட்டார். உங்களுக்கும் அப்பாவுக்கும் செந்தமிழோட மரணம் அதிர்ச்சியாய் இருக்குமேன்னுதான் நேற்றைக்கு இன்ஃபார்ம் பண்ணலை..”

கமிஷனர் ஆதிமூலம் சொல்லிக் கொண்டிருக்கும் போதே மலர்க்கொடி உடம்புக்கு ஒரு செயற்கை நடுக்கத்தைக் கொடுத்து மயக்கம் வருவது போல் பாவ்லா காட்டி கண்கள் சொருகி கயல்விழி மேல் சாய அவள் “அண்ணீ..!” என்று பெரிய அலறலோடு மலர்க்கொடியைத் தாங்கிப்பிடித்துக் கொண்டாள்.

● ● ●

சென்னை.

வாரம் ஒன்று கரைந்து போயிருக்க, பண்ணை வீட்டின் உள்ளறையில் உட்கார்ந்து அந்த முற்பகல் வேளையில் டீ குடித்தபடி டி.வி. பார்த்துக் கொண்டிருந்தார்கள் கயல்விழியும் மலர்க்கொடியும்.

செய்தி வாசிக்கும் அந்த நியூஸ் ரீடர் பெண் நேர் பார்வை பார்த்தபடி ஏற்ற இறக்கங்களோடு சொல்லிக்கொண்டு இருந்தாள்.

"தன் சொந்த கிராமத்திற்கு ஓய்வு எடுக்கச்சென்று காணாமல் போன முன்னாள் முதலமைச்சர் முகில்வண்ணனைத் தேடும் பணி தொடர்ந்து நடைபெற்றுக்கொண்டு இருக்கிறது. இதற்காக போலீஸ் கமிஷனர் ஆதிமூலத்தின் தலைமையில் சிறப்பு காவல் படையொன்று 24 மணிநேரமும் இயங்கி வருகிறது. கார் டிரைவர் சாமுவேலே அவரைக் கடத்திக் கொண்டு போயிருக்கலாம் என்ற சந்தேகத்தின் அடிப்படையிலும் தேடுதல் வேட்டை தொடர்கிறது. இதற்கிடையில் முகில்வண்ணன் மகள் கயல்விழிக்கும் மருமகள் மலர்க்கொடிக்கும் சிறப்பு பந்தோபஸ்து அளிக்கப்பட்டு வீட்டைச் சுற்றிலும் இரண்டடுக்கு போடப்பட்டுள்ளது."

டீயைக் குடித்தபடி நியூஸ் கேட்டுக் கொண்டிருந்த கயல்விழியும் மலர்க்கொடியும் புன்னகையோடு கூடிய பார்வைகளை பரஸ்பரம் பரிமாறிக் கொண்டார்கள்.

அதே விநாடி...

அந்த டி.வியின் செய்திச் சேனல் வயிற்றைக் கலக்கும் பின்னணி இசையோடு அந்த பிரேக்கிங் நியூஸை ஒளிபரப்ப ஆரம்பித்தது.

தமிழ்நாடு சட்டசபை கலைப்பு

குடியரசுத் தலைவர் அதிரடி உத்தரவு

தமிழக முதலமைச்சர் வஜ்ரவேலு, ஆளுநர் செயலாளர் ஷிவ்ராம் தத்தாத்ரேயா மீது குற்றவியல் ரீதியான நடவடிக்கை எடுக்க சி.பி.ஐ.க்கு உத்தரவு

மலர்க்கொடியின் விழிகள் வியப்பில் நிலைத்தன.

"என்ன கயல் இது..?"

உதடு பிரியாமல் கயல்விழி சிரித்தாள்.

"தெய்வம் நின்று கொல்கிறது அண்ணி.."

"பழி ஓரிடம் பாவம் ஓரிடம்."

"அந்த வஜ்ரவேலுக்கு பரிதாபப்படாதீங்க அண்ணி. அந்த ஆளு உங்க மாமனாரைக் காட்டிலும் மோசமான ஆளு. எத்தனை பேரோட குடியைக் கெடுத்து இந்த சி.எம்.போஸ்ட்டுக்கு வந்திருக்கார்ன்னு தெரியுமா? எல்லா அரசியல்வாதிகளும்

சட்டத்தில் இருக்கிற ஓட்டைகளை உபயோகப்படுத்தி குற்றம் செஞ்சிருந்தாலும் தண்டனையிலிருந்து தப்பிச்சுக்குவாங்க. ஆனா இந்த வஜ்ரவேல் சட்டத்தையே ஓட்டை போட்டுகிட்டு வெளியே வந்த ஆளு. செஞ்ச தப்புக்கெல்லாம் அவர்க்கு தண்டனை கிடைக்கலை. செய்யாத தப்புக்குத்தான் தண்டனை அனுபவிக்கப் போறார்...."

"அந்த கவர்னரோட பி.ஏ.ஷிவ்ராம் தத்தாத்ரேயா இதுல வசமா மாட்டிகிட்டார் போலிருக்கு..."

"அண்ணி அந்த ஆள் ஒரு கூட்டு களவாணி. யார் சி.எம்.போஸ்ட்டுக்கு வந்தாலும் சரி, மாட்டிக்காமே ஊழல் பண்றது எப்படின்னு கிளாஸ் எடுக்க ஆரம்பிச்சுடுவான். உங்க மாமனாரும் இந்த ஆளும் பழைய பார்ட்னர்ஸ். ரெண்டு வருஷத்துக்கு முந்தி ஊழல் பணத்தை பங்கு போட்டுக்கிற விஷயத்தில் ஏதோ பிரச்சினை ஏற்பட்டு ரெண்டு பேரும் முகத்தைத் திருப்பிகிட்டவங்கதான், அதுக்கப்புறம் பேச்சு வார்த்தையே இல்லாமே போயிருச்சு. உங்க மாமனார் தன்னோட சஷ்டியப்த பூர்த்திக்குக்கூட அந்த ஷிவ்ராம் தத்தாத்ரேயாவைக் கூப்பிடலை."

"கயல்..."

"என்ன அண்ணி..?"

"பேச்சுக்குப்பேச்சு உங்க மாமனார் உங்க மாமனார்ன்னு சொல்றியே..... என்ன இருந்தாலும் உனக்கு அவர் அப்பாதானே..?"

"அவர் தப்பானவர்ன்னு எனக்கு எந்த நிமிஷம் தெரிஞ்சதோ அந்த நிமிஷத்திலிருந்தே அவரை அப்பான்னு சொல்லிக்கவே எனக்கு உடம்பு கூசுது.... அண்ணி. இனிமேல் அவர் எப்பவுமே உங்க மாமனார்தான்." சொன்ன கயல்விழி டி.வி. ரிமோட் கண்ட்ரோலை எடுத்து பிரேக்கிங் நியூஸ் வால்யூமை அதிகப்படுத்தினாள்.

● ● ●

சென்னையின் வருமானவரித்துறை அலுவலகம். மாலை ஏழு மணி.

சீஃப் கமிஷனர் ஆஃப் இன்கம்டாக்ஸ் அருள் தன்னுடைய லேப்டாப்க்குள் முக்கியமான தகவல் ஒன்றைத் தேடிக்கொண்டிருந்த விநாடி அறைக்கதவு மெலிதாய் தட்டப்படும்

சத்தம் கேட்டது.

"எஸ்" என்றார்.

நித்திலனும், சாதுர்யாவும் உள்ளே நுழைந்தார்கள். அருள் தான் பார்த்துக்கொண்டிருந்த லேப்டாப்பை மூடினார். சிரிப்போடு கேட்டார்.

"என்ன...கடந்த நாலைஞ்சு நாளாய் ரெண்டு பேரும் என்னோட கண்ணுல படலை..?"

நித்திலன் சொன்னான் "ஸாரி ஸார்.......இந்த வாரம் பூராவும் நகைக்கடை ரெய்ட்.... உஸ்மான் ரோட்ல இருக்கிற அத்தனை கடைகளையும் தடவிப் பார்க்க வேண்டியதாயிடுச்சு...."

"எந்த திமிங்கலமாவது மாட்டிச்சா.....?"

"ஒரு அயிரை மீன் கூட மாட்டலை ஸார்...... எல்லா நகைக் கடைக்காரங்களும் நம்ம டிபார்ட்மெண்ட் நம்பற மாதிரி ஹோம்வொர்க் பண்ணி வெச்சிருக்காங்க..... யார் மேலேயும் எந்த ஒரு நடவடிக்கையும் எடுக்க முடியலை ஸார்..."

"ஆடிட்டர்ஸ் எல்லாரும் இன்னிக்கு ரொம்பவும் புத்திசாலிகளாய் இருக்காங்க.... நம்ம டிபார்ட்மெண்ட்ல இருக்கிறவங்க இன்னமும் அந்த அளவுக்கு வளரலை." என்று பேசிக்கொண்டே போனவர் சாதுர்யாவைப் பார்த்துட்டு நெற்றியைச் சுருக்கினார்.

"நீ ஏம்மா இவ்வளவு டல்லாய் இருக்கே..?"

நித்திலன் குறுக்கிட்டு சொன்னான். "ஸார்.... சாதுர்யாவோட டல்னஸுக்கு காரணம் எனக்குத் தெரியும் ஸார்..."

"என்ன..?"

"முகில்வண்ணன் கேஸ்ல எந்த ஒரு தடயமும் கிடைக்கலை. நாம எதுக்காக இந்த ஆக்டோபஸ் ஆப்ரேஷனை ஆரம்பிச்சமோ அது நிறைவேறலை என்கிற விஷயத்தில் சாதுர்யா நிறையவே அப்செட்.... கடந்த ஒரு வாரமாய் இதே உம்மணாமூஞ்சிதான்."

அருள் சாதுர்யாவிடம் திரும்பினார்.

"ஏம்மா..... அப்படியா..?"

"ஆமா ஸார்... நம்ம ஐ.டி. டிபார்ட்மெண்ட், அமலாக்கப்பிரிவு இப்படி இத்தனை பேர் முயற்சி பண்ணியும் அந்த 500 கோடி ரூபாய் எங்கே இருக்குன்னு கண்டுபிடிக்க முடியலை. மணிமார்பன், செந்தமிழ் கொலைகளை பண்ணினது யார்ன்னும் தெரியலை. எல்லாத்துக்கும் மேல காணாமல் போன முகில்வண்ணனும்,

சாமுவேலுவும் உ.யிரோடு இருக்காங்களா இல்லையாங்கிற விபரமும் தெரியலை. நாம இன்வெஸ்டிகேஷன்ல இறங்கின எந்த ஒரு கேஸும் இவ்வளவு பெரிய தோல்வியைக் கொடுத்தது இல்லை...... நினைக்கிற ஒவ்வொரு விநாடியும் எனக்கு அவமானமாய் இருக்கு ஸார்... நானும் நித்திலனும் முகில்வண்ணன் மறைச்சு வெச்சிருக்கிற அந்த 500 கோடி ரூபாயை கண்டுபிடிக்க கஜபதியின் உதவியோடு எவ்வளவு முயற்சி பண்ணினோம். ஆனா கிடைச்ச ரிசல்ட் ஒரு பெரிய சைபர்.."

சாதுர்யா சொன்னதைக் கேட்டு அருள் மெல்லச் சிரித்தார்.

"சாதுர்யா.... நீ நினைக்கிற மாதிரி இந்த முகில்வண்ணன் கேஸ் இன்னமும் முடியவில்லை. மறுபடியும் நீங்க ரெண்டு பேரும் இன்வெஸ்டிகேட் பண்ண வேண்டியிருக்கும்."

நித்திலனும், சாதுர்யாவும் நிமிர்ந்து உட்கார்ந்தார்கள்.

"என்ன ஸார் சொல்றீங்க..?"

அருள் அவருடைய செல்போனை எடுத்து ஆடியோ ரிக்கார்டிங் ஆப்ஷனுக்குப் போய் அதற்கு உயிர் கொடுத்துக்கொண்டே சொன்னார்.

"இன்னிக்கு காலையில் நான் ஆபீஸுக்கு வந்ததுமே எனக்கு ஒரு போன்கால் வந்தது. அது ஒரு பப்ளிக் போன் பூத் நெம்பர். யாரோ ஒருத்தர் பேசினார். எனக்கும் அந்த நபர்க்கும் நடந்த கான்வர்சேஷனை அப்படியே ரிக்கார்ட் பண்ணிட்டேன். அதை நீங்களும் கேளுங்க."

செல்போனை ஆன் செய்தார் அருள்.

சில விநாடிகளுக்குப் பிறகு குரல் கேட்டது. ஒரு கரகரப்பான ஆண் குரல். "ஹலோ..."

"எஸ்."

"ஹலோ.... ஐ.டி. டிபார்ட்மெண்ட்..?"

"எஸ்"

"நான் சீஃப் கமிஷனர்கிட்டே ரெண்டு நிமிஷம் பேசணும்.."

"என்ன விஷயம்..... நீங்க யாரு..?"

"அது உங்களுக்கு தேவையில்லாத விஷயம்..."

"நான் சீஃப் கமிஷனர்தான் பேசறேன்."

மறுமுனையில் குரல் சற்றே தயங்கி பின் "ஸார்..... முகில்வண்ணன் கேஸ்ல மூளை குழம்பிப் போய் இருப்பீங்கன்னு நினைக்கிறேன். நான் இப்ப சொல்லப் போகிற விஷயம் உண்மையா பொய்யான்னு எனக்கே தெரியாது. இருந்தாலும் எனக்குத் தெரிஞ்சதைச் சொல்ல வேண்டியது என்னோட கடமை. சொல்லட்டுமா...... வேண்டாமா..?"

"சொல்லுங்க..."

"முகில்வண்ணன் அந்த 500 கோடி ரூபாயை மறைச்சு வெச்ச இடம் சென்னையில் இருக்கிற பண்ணை வீடோ, செந்தட்டி கிராமத்தில் இருக்கிற வீடோ கிடையாது."

"அப்புறம்..?"

"சமாதியில்.."

"சமாதியா..?"

"ஆமா.... செந்தட்டி கிராமத்தில் முகில்வண்ணனோட அம்மா, அப்பா சமாதி இருக்கு. அந்த சமாதிகளில் அவர் மணி மண்டபமாய் கட்டியிருப்பார். அவ்வளவு பெரிய மணி மண்டபத்தை அங்கே கட்ட வேண்டிய அவசியம் என்ன? கொஞ்சம் யோசனை பண்ணிப்பாருங்க... பணம் பாதாளம் வரைக்கும் பாயும்ன்னு சும்மாவா சொன்னாங்க...? ஏதோ எம் மனசுக்குப் பட்டதைச் சொல்லிட்டேன். நடவடிக்கை எடுக்கறதும் எடுக்காததும் உங்க விருப்பம்."

ஆடியோ ரிக்கார்டிங் உரையாடல் முடிந்து போயிருக்க நித்திலனும், சாதுர்யாவும் திகைத்த விழிகளோடு நிமிர்ந்தார்கள்.

"என்ன ஸார்..... இது புது பூதம்..?"

"பூதம்தான்... என்ன பண்ணலாம் சொல்லுங்க..?"

"பேசினது யார்ன்னு தெரியலையே..?"

"அவன் யாராகவோ இருந்துட்டுப் போகட்டும். அவன் சொன்னது ஏன் உண்மையாய் இருக்கக் கூடாது..?"

"ஸார்...." என்றாள் சாதுர்யா.

"என்ன, சொல்லும்மா..?"

"நானும் நித்திலனும் மறுபடியும் இந்த முகில்வண்ணன் கேஸை கையில் எடுக்கிறோம். உண்மைகளை வெளியே கொண்டு வரப் போறோம்."

“ஆல்....த..... பெஸ்ட்....” என்று எழுந்து நின்று கை கொடுத்தார் அருள்.

www.ingramcontent.com/pod-product-compliance
Lightning Source LLC
La Vergne TN
LVHW060222051026
849517LV00005B/1489
* 9 7 8 9 3 9 0 7 7 1 2 9 5 *